சக்கரமும் சைக்கிளும்

அறிவியல் கட்டுரைகள்

BOOKS FOR CHILDREN

சக்கரமும் சைக்கிளும்

அறிவியல் கட்டுரைகள்

தொகுப்பும், மொழிபெயர்ப்பும்:

யூமா வாசுகி

Sakkaramum Saikkilum (in Tamil)
Science Articles
Compiled and Translated by
Yuma vasuki
First Published: December, 2019
Published by
Books for Children
7, Elango Salai, Teynampet, Chennai - 600 018
Email: thamizhbooks@gmail.com / www.thamizhbooks.com

சக்கரமும் சைக்கிளும்
அறிவியல் கட்டுரைகள்
மலையாளத்திலிருந்து தமிழில்: **யூமா வாசுகி**
முதல் பதிப்பு: டிசம்பர், 2019

வெளியீடு:

BOOKS FOR CHILDREN

7, இளங்கோ சாலை, தேனாம்பேட்டை, சென்னை - 600 018
தொலைபேசி : 044-24332424, 24332924, 24356935

பாரதி புத்தகாலயம்

விற்பனை நிலையங்கள்

திருவல்லிக்கேணி: *48,* தேரடி தெரு | **பெரம்பூர்:** *52,* கூக்ஸ் ரோடு
வடபழனி: பேருந்து நிலையம் எதிரில் அடையார் ஆனந்தபவன் மாடியில்
ஈரோடு: *39,* ஸ்டேட் பாங்க் சாலை | **திண்டுக்கல்:** பேருந்து நிலையம்
நாகை: *1,* ஆரியபத்திரபிள்ளை தெரு | **திருப்பூர்:** *447,* அவினாசி சாலை
திருவாரூர்: *35,* நேதாஜி சாலை | **சேலம்:** பாலம் *35,* அத்வைத ஆஸ்ரமம் சாலை, **சேலம்:** *15,* வித்யாலயா சாலை | **கரூர்:** நாரத கானசபா அருகில் *(Near TNGEA - Office)*
அருப்புக்கோட்டை: *97/33,* விருதுநகர் மெயின்ரோடு.
நெய்வேலி: சி.ஐ.டி.யூ அலுவலகம், பேருந்து நிலையம் அருகில்,
மதுரை: *37A,* பெரியார் பேருந்து நிலையம் | **மதுரை:** சர்வோதயா மெயின்ரோடு, **குன்னூர்:** *N.K.N* வணிகவளாகம் பெட்போர்ட் | **செங்கற்பட்டு:***1* டி., ஜி.எஸ்.டி சாலை **விழுப்புரம்:** *26/1,* பவானி தெரு | **திருநெல்வேலி:** *25A,* ராஜேந்திரநகர், **பாளையங்கோட்டை** | **விருதுநகர்:** *131,* கச்சேரி சாலை
கும்பகோணம்: ரயில் நிலையம் அருகில் | **வேலூர்:** *S.P. Plaza 264,* பேஸ் *II* , **சத்துவாச்சாரி.** |
தஞ்சாவூர்: காந்திஜி வணிக வளாகம் காந்திஜி சாலை
விருதாசலம்: *511H,* ஆலடி ரோடு | **திருச்சி:** வெண்மணி இல்லம், கரூர் புறவழிச்சாலை
பழனி: பேருந்து நிலையம் | **தேனி:** *12H,* மீனாட்சி அம்மாள் சந்து, இடமால் தெரு
கோவை: *77,* மசக்காளிபாளையம் ரோடு, பீளமேடு | **தி.மலை:** முத்தம்மாள் நகர்,
நாகர்கோவில்: *699,* கே.பி.ரோடு, ஆர்.வி.புரம்,
சிதம்பரம்: *22A/ 18B* தேரடி கடைத் தெரு, கீழவீதி அருகில்
கடலூர்: *55,* பாஷியம் ரெட்டி தெரு, மஞ்சக்குப்பம்

நினைத்த நூல்கள்... நினைத்த நேரத்தில்...

thamizhbooks.com | 8778073949

அச்சு : பிரிண்டெக், சென்னை - 600 005.

உள்ளே...

1

மனிதக் குரங்கு

ஆயிரக்கணக்கான வருடங்களுக்கு முன்பு மனிதக் குரங்குகளிலிருந்து உருவானவன்தான் மனிதன் என்று சொல்லப்படுகிறது. ஆப்பிரிக்காவில் நிறையக் காணப்படும் ஹோமினிடே *(Hominidae)* எனும் குரங்கு இனத்திலிருந்துதான் முதல் மனிதன் தோன்றினானாம். ஆப்பிரிக்கக் காடுகளில் சிம்பன்ஸி குரங்குகள் *(Chimpanzee:* மனித உருவத்தை அதிகமாக ஒத்திருக்கும் இந்த வாலில்லாத ஆப்பிரிக்கக் குரங்கு வகை, மனிதக் குரங்கு இனம் என்று அழைக்கப்படுகிறது) அதிகமாக இருக்கின்றன. இவை கூர்மையான அறிவு கொண்டவை. சிம்பன்ஸியின் உருவமும் செயல்களும் மனிதனைப்போன்றே இருக்கின்றன என்பது நமக்கு வியப்பளிக்கும் விஷயமாகும். சிம்பன்ஸி அமர்ந்திருப்பது, நிற்பது, நடப்பது எல்லாம் மனிதனைப்போன்றிருக்கும். மனிதனைப்போல கூவவும் சிம்பன்ஸிக்குத் தெரியும். தொலைவே பார்த்துக்கொண்டு சும்மா அமர்ந்திருக்கவும் அதற்கு முடியும். மரங்களுக்கிடையில் தாடைக்குக் கை கொடுத்து உட்கார்ந்திருக்கும் சிம்பன்ஸியைப் பார்த்தால், ஏதோ ஆழ்ந்த சிந்தனையில் இருப்பதுபோலத் தோன்றும். அதுபோல, வயிறு நிறையச் சாப்பிட்ட பிறகு ஓய்வெடுப்பதும் சிம்பன்ஸிகளின் பழக்கம்.

சிம்பன்ஸி மனிதர்களைப்போல கூட்டமாகச் சேர்ந்து நடக்கும். ஒரு குழுவில் பத்துப் பதினைந்து உறுப்பினர்கள் இருக்கும். முதிர்ந்த ஆண் சிம்பன்ஸிதான் குடும்பத் தலைவர். தலைவர் சிம்பன்ஸிதான் உறுப்பினர்களைக் கட்டுப்படுத்தும். எதிரிகளிடமிருந்து குடும்பத்தைக் காப்பாற்றுவதும் தலைவரின் வேலைதான். தலைவர் சிம்பன்ஸி, தன் கட்டளைப்படி நடக்காதவற்றை கூட்டத்திலிருந்து விலக்கிவிடும்.

சிம்பன்ஸிகள், மனிதர்களைப்போல தங்கள் குட்டிகளை வளர்த்துப் பெரிதாக்குவதில் மிகவும் கவனம் செலுத்துகின்றன.

மனிதக் குரங்கு

சிம்பன்ஸியின் நகங்களும் மனிதர்களின் நகங்களைப்போன்றிருக்கும். இவை, எறும்புகளைப் பிடித்துத் தின்பதற்கு கம்பையும், காய்கனிகளை அடித்து உடைப்பதற்கு கல்லையும் பயன்படுத்தும். மூக்கில் வைத்து முகர்ந்து பார்த்து, நன்றாகப் பழுத்த பழங்களாகத் தேர்ந்தெடுத்துதான் தின்னும்.

காட்டில் பழங்களுக்குப் பஞ்சம் வரும்போது சிம்பன்ஸிகள், புழு பூச்சிகளைத் தின்னும்.

மனிதர்கள் பெரிய அளவில் சிம்பன்ஸியை வேட்டையாடுகிறார்கள். சிம்பன்ஸியின் மாமிசம் அதிக விலைக்கு விற்கப்படுகிறது. சிம்பன்ஸி குட்டிகளைப் பிடித்து வளர்ப்பு விலங்குகளாக ஆக்கும் பழக்கமும் இருக்கிறது. இவை தவிர, நோயும் உணவுப் பஞ்சமும் சிம்பன்ஸியின் நிலைநிற்பிற்கு அச்சுறுத்தலாக மாறியுள்ளன. பல ஆப்பிரிக்க நாடுகளில் இப்போது சிம்பன்ஸியைப் பார்க்க முடிவதில்லை. ●

2

வலசை போகும் பறவைகள்

டி.எஸ். ராஜஸ்ரீ

ஒரு பிரதேசத்தின் பருவநிலை மாற்றமடைகிறது. இதனால் அங்கே சூழ்நிலையும் மாற்றமடைகிறது. இந்த சூழ்நிலை மாற்றம், தாங்கள் வாழ்வதற்கு ஏற்றதாக இல்லாதபோது அங்குள்ள பறவைகள் தங்களுக்குத் தகுந்த இடத்தை நோக்கிப் பறந்துபோகின்றன. இதைத்தான், பறவைகள் 'வலசை' *(Migration)* போவது என்பார்கள். துருவப் பிரதேசங்களில் கடுங்குளிர் நிலவும்போது வெப்பமான இடங்களைத் தேடி பறவைகள் பயணிக்கின்றன. கடுங்குளிரும் அதனுடன் ஏற்படும் உணவுப் பஞ்சமும்தான் இந்தப் பயணத்துக்குக் காரணம். தாங்கள் இருக்கும் இடத்தில் இல்லாத தங்களுக்குப் பிடித்தமான உணவு வேறு இடத்தில் இருக்கும்போதும் பறவைகள் அந்த இடத்தை நோக்கிப் பயணிக்கக்கூடும். பகல் பொழுதின் நீளத்தில் ஏற்படும் மாற்றமும் பறவைகளின் இனப்பெருக்க காலமும் வலசை போவதற்கான மற்ற காரணங்களாக நம்பப்படுகின்றன.

ஒரு பிரதேசத்திற்குள் ஆரம்பித்து அந்தப் பிரதேசத்துக்குள் முடிந்துவிடும் வலசையும் உண்டு. அதே நேரத்தில் பறவைகள், ஒரு கண்டத்திலிருந்து மற்றொரு கண்டத்திற்கும் பயணிக்கின்றன.

பெரும்பாலான பறவைகள் கூட்டமாகச் சேர்ந்துதான் வலசைபோகும். தனியாகப் பயணிக்கும் பறவைகளும் இருக்கின்றன. சிறிய பறவைகள் இரவு நேரத்தில் பயணிக்கும். பெரிய பறவைகள் பகல் நேரத்தில் பறக்கின்றன. இவை இரவில் ஓய்வெடுக்கின்றன.

மிகவும் நீண்ட தூரம் பறக்கும் வலசைப் பறவை 'ஆர்ட்டிக்டேன்' *(Arctic tern-* வடமுனை ஆலா) எனும் பறவையாகும். நீண்ட தூரம் பறப்பதில் இதற்கு அடுத்த நிலையில் இருப்பது 'கல்பொறுக்கி'

'V' வடிவ பறத்தல்

எனும் 'கோல்டன் ப்ளோவர்' *(Golden Plover)* பறவையாகும். வருடந்தோறும் லட்சக்கணக்கான பறவைகள் தமிழ்நாட்டுக்கு வலசை வருகின்றன. வலசைப் பறவைகள் எப்படி வழி கண்டுபிடிக்கின்றன எனும் கேள்விக்கு இப்போதும் சரியானதொரு பதில் கிடைக்கவில்லை.

வலசை போவது என்பது ஒரு பறவையின் வாழ்க்கையில் மிகப் பெரிய சாகசமாகும். இப்படிச் செல்லும்போது கடும் புயல்கள், மூடுபனி, கலங்கரைவிளக்கங்கள், தொலைக்காட்சி கோபுரங்கள் *(Television Towers)* விமான நிலையங்களில் இருக்கும் 'ஸீலோ மீட்டர்கள்' *(Ceilometer:* மேக உயர அளவி) ஆகியவை வலசைப் பறவைகளின் மரணத்துக்குக் காரணமாகின்றன.

பறத்தலின் வடிவம்

பறவைகள் கூட்டமாக ஆகாயத்தில் வலசை போவதை, உலகத்தின் பல பகுதிகளில் இருக்கும் மக்கள் மிகவும் ஆர்வத்துடன் பார்ப்பார்கள். இப்போது பறவைகள் வலசை போகும் காட்சியை படம் பிடித்து சமூக ஊடகங்களிலும் பகிர்ந்துகொள்கிறார்கள். வலசைப் பறவைகள் பறந்துகொண்டிருக்கும்போதே, அந்தக் கூட்டுப் பறத்தலின் மொத்த வடிவம் மாறுவதும் மிகவும் அழகான

வட முனை ஆலா பறவை *(Artctic Tern)*

காட்சியாக இருக்கும். இந்தக் காட்சி, ஆகாயத்தில் பறவைகள் நடனமாடுவதுபோன்றிருக்கும்.

V வடிவம், சுழற்காற்று வீசும் வடிவம், நீள் வட்ட வடிவம், பறந்துகொண்டிருக்கும்போதே மாறி மாறி உயர்ந்து தாழும் வடிவம், வட்ட வடிவம், கோணல்மாணல் வடிவம் *(Zigzag)* என, பறவைகள் தூரப் பிரதேசங்களுக்கு வலசை போகும்போது பல வடிவங்களில் பறக்கும்.

V வடிவம்

வலசை போகும்போது பெரும்பாலும் பறவைகள் *V* வடிவத்தில்தான் பறக்கின்றன. இதன் காரணத்தைத் தெரிந்துகொள்ள ஆய்வாளர்களால் இன்னும் முடியவில்லை. அதற்கு அவர்கள் இரண்டு முக்கியமான காரணங்களை யூகிக்கிறார்கள். ஒன்று, *V* வடிவத்தில் பறப்பது பறவைகளுக்கு சுலபமாக இருக்கிறதாம். இந்த வடிவத்தில் பறக்கும்போது, பறப்பதற்கான சக்தி மிகவும் குறைவாகவே தேவைப்படுமாம்.

இரண்டாவது காரணம், *V* வடிவத்தில் பறப்பதால் ஒவ்வொரு பறவையாலும் முன்னால் உள்ள காட்சியைத் துல்லியமாகப் பார்க்க முடிகிறது. அது மட்டுமல்ல, தூரப் பயணம் செய்யும்போது கருத்துப் பரிமாற்றம் முக்கியம் அல்லவா. *V* வடிவத்தில் பறக்கும்போது ஒன்றுடன் ஒன்று கருத்துப் பரிமாற்றம் செய்துகொள்வது எளிதாக இருக்கிறது.

வலசை போகும் பெரும்பாலான பறவைகள் பறப்பதற்கு *V* வடிவத்தைத்தான் பயன்படுத்துகின்றன. இந்த வடிவம் பறவைகளுக்கு, காற்றின் அழுத்தத்தை முறைப்படுத்திப் பறக்கவும் சிறகடிக்கவும் உதவுகின்றன.

வெகு தூரம் சென்ற பிறகு, மிகவும் முன்னால் பறந்து தலைமை வகிக்கும் பறவை சோர்ந்துபோய் பின்னால் வந்துவிடுகிறது. இப்படி அடிக்கடி தலைமைப் பறவை மாறுகிறது. பெரும்பாலான பறவைகள், அதாவது முப்பத்து இரண்டு சதவிகித பறவைகள் மற்ற பறவைகளின் பின்னால் பறப்பதற்கே விரும்புகின்றன என்று ஆய்வாளர்கள் கண்டுபிடித்திருக்கிறார்கள். ●

3

மூட்டைப்பூச்சி பேசுகிறேன்...

கதிரவன்

வணக்கம் நண்பர்களே...

என் பெயர்தான் மூட்டைப்பூச்சி. என்னைப் பற்றி உங்களுக்கு நன்றாகத் தெரியும் என்றாலும், எங்கள் மூட்டைப்பூச்சி இனத்தைப் பற்றி உங்களிடம் கொஞ்சம் சொல்ல ஆசைப்படுகிறேன்.

நாங்கள் பல வகைப்பட்டவர்கள். சிறகுகள் உள்ள மூட்டைப்பூச்சிகளும் இருக்கின்றன. அவற்றின் முன்புறத்திலுள்ள இரண்டு சிறகுகளும் உறுதியுடன் இருக்கும். செடிகளின் தண்டையோ பிராணிகளின் தோலையோ துளைக்குமளவு தலையின் முன் பகுதி கொடுக்கு போன்றிருக்கும். வாய்ப் பகுதி, செடித் தண்டுகளில் உள்ள நீரையோ பிராணிகளின் ரத்தத்தையோ குடிப்பதற்கு ஏற்ற வகையில் இருக்கும். நாங்கள் பெரும்பாலும் தரையில் வாழ்பவர்கள்தான். தரையில் வாழும் என்னைப்போன்ற மூட்டைப்பூச்சிகளை ஆங்கிலத்தில் *Bed bugs* என்று சொல்வார்கள். அதாவது, வீட்டில் படுக்கைகளில் காணப்படும் மூட்டைப்பூச்சிகள். எங்களின் அறிவியல் பெயர் *'Cimex'* என்பதாகும். படுக்கைகளில் வாழ்கின்ற எங்களைப்போன்ற மூட்டைப்பூச்சிகளெல்லாம், மற்ற பிராணிகளுடன் ஒப்பிடும்போது உருவத்தில் மிகவும் சிறியவை. எங்கள் உடல் தட்டையாக சிவப்பு கலந்த தவிட்டு நிறத்தில் இருக்கும். எங்களுக்கு ஆறு கால்கள். வாயின் முன் பகுதி, துளைப்பதற்கு ஏற்ற விதத்தில் உறுதியான கொடுக்கு போன்றிருக்கும். எங்களுக்குச் சிறகுகள் கிடையாது.

சில்வண்டுகளைப்போல எங்களுக்கும் முழுமையற்ற உருமாற்றம்தான் *(Incomplete Metamorphosis)*. அதாவது முட்டையிலிருந்து வெளிவரும் குஞ்சுகள் பெரிய பூச்சிகளைப்போன்றே இருக்கும். பெரிய பூச்சிகளுக்கும்

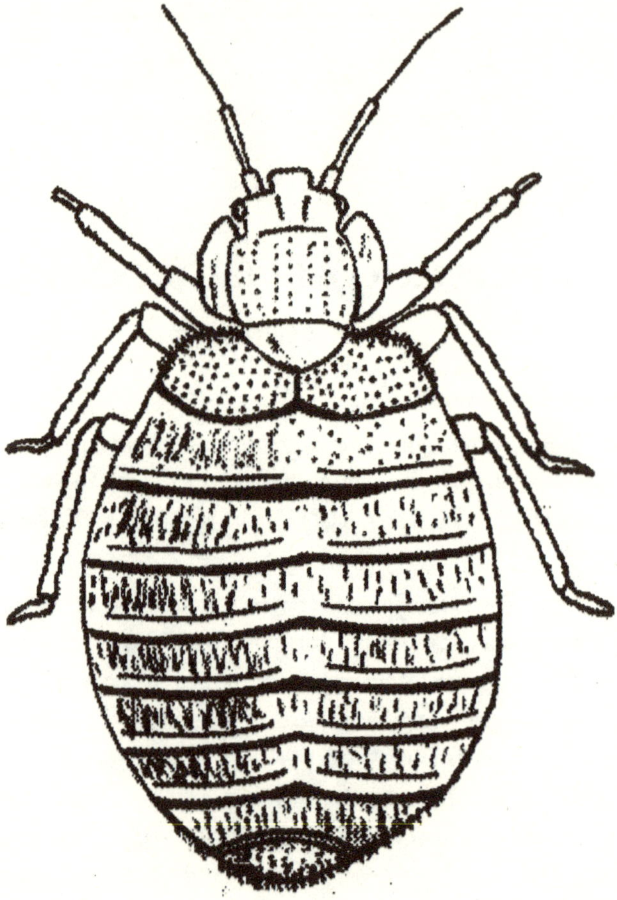

இவற்றுக்கும் மிகக் குறைவான வித்தியாசங்கள்தான் இருக்கும். 'லார்வா', 'பியூப்பா' போன்ற வளர்ச்சிக் கட்டங்கள் எங்களுக்கு இல்லை. முட்டையிலிருந்து வெளிவரும் குஞ்சுகள் ரத்தம் குடிக்கும் திறன் பெற்றிருக்கும். நாங்கள் சுவர், தரை, கட்டில், நாற்காலி போன்றவற்றின் இடுக்குகளில் முட்டையிடுவோம்.

பொதுவாக எங்களுக்கு வெளிச்சம் பிடிக்காது. அதனால் பகல் முழுதும் நாங்கள் படுக்கையின் அடியிலோ, இடுக்குகளுக்குள்ளோ நலமாகப் பதுங்கியிருப்போம். இரவில்தான் உணவு தேடிப் புறப்படுவோம். உணவு என்றால் என்ன? ரத்தம் குடிப்பதுதான் எங்களுக்கான உணவு. ஆனால், மூட்டைப்பூச்சி இனத்தைச் சேர்ந்த எல்லா பூச்சிகளுமே ரத்தம் குடிப்பதில்லை. பெரும்பாலான

மூட்டைப்பூச்சிகள் செடித் தண்டுகளில் உள்ள நீரைத்தான் குடிக்கின்றன. அவையெல்லாம் வீட்டுக்கு வெளியே வாழ்பவை. பகல் நேரத்தில் உணவு கொள்பவை. படுக்கை மூட்டைப்பூச்சிகளான நாங்கள்தான் ரத்தம் குடிப்போம். மனிதர்களின் ரத்தத்தை மட்டுமல்ல, பறவைகளின்–வௌவால்களின் ரத்தத்தைக் குடிக்கும் மூட்டைப்பூச்சிகளும் உண்டு.

நாங்கள் முட்டையிட்ட ஒரு வாரத்துக்குள் முட்டையிலிருந்து குஞ்சுகள் வெளிவரும். உடனடியாக ரத்தம் குடிக்கத் தொடங்கும். மனிதர்களின் ரத்தத்தை நேரடியாகக் குடிக்க முடியவில்லை என்றால் இந்த மூட்டைக் குஞ்சுகள் என்ன செய்யும் தெரியுமா? சில சமயம் இவை, ரத்தம் குடித்துப் பெருத்துக் கிடக்கும் பெரிய மூட்டைப்பூச்சிகளிலிருந்து ரத்தம் குடிக்கும். குஞ்சுகள் எட்டு வாரங்களில் முழுமையான வளர்ச்சியடைந்துவிடும். இதற்கிடையில் இவை நான்கைந்து முறை சட்டை உரித்துவிடும் (*Moulting*). அதாவது, பாம்பு சட்டை உரிப்பதைக் கேள்விப்பட்டிருக்கிறீர்களா? அதுபோன்று சட்டை உரிப்பதுதான் இது. முழுமையற்ற உருமாற்றம் உள்ள எல்லா பூச்சி இனங்களும் இப்படி சட்டை உரிக்கும்.

மனித உடலின் வெப்பமும் வியர்வை மணமும் எங்களைக் கவர்ந்திழுக்கும். ரத்தம் குடிக்கும்போது அந்த இடத்தில் எங்கள் உமிழ்நீர் சேரும். அதனால்தான், நாங்கள் கடித்த இடத்தில் அரிப்பு ஏற்படுகிறது. இந்த உமிழ்நீரைச் செலுத்துவது எங்களுக்கு நன்மை செய்யும். இது, மனிதர்களின் ரத்தம் உறைவதைத் தடுக்கிறது. அதனால் நாங்கள் சுலபமாக உறிஞ்சிக் குடித்து எங்கள் வயிற்றை நிறைத்துக்கொள்ள முடிகிறது. வயிறு நிறைந்தால், பிறகு நாங்கள் மனிதர்களைத் துன்புறுத்த மாட்டோம்.

ரத்தம் கிடைக்கவில்லை என்றால் பட்டினி கிடக்கவும் எங்களுக்குத் தெரியும். எதுவும் சாப்பிடாமல் எங்களால் ஆறு மாதங்கள்வரை இருக்க முடியும். அதன் பிறகும் எங்களுக்கு எதுவும் கிடைக்கவில்லை என்றால், நாங்கள் உணவு தேடிப் பயணம் போவோம்.

கட்டிலில் மூட்டைப்பூச்சி ஏறக் கூடாது என்று நீங்கள் கட்டில் கால்களில் தண்ணீரோ மண்ணெண்ணெயோ வைப்பீர்கள் என்றால், அப்போது நாங்கள் என்ன செய்வோம் தெரியுமா? சுவரில் ஏறி மேல் தளத்துக்குச் சென்று, அங்கிருந்து நேராக, கட்டிலில் படுத்திருக்கும்

ஆள் மீது விழுவோம். அப்படியாவது நாங்கள் ரத்தம் குடித்துவிடுவோம். அதுவும் இல்லையென்றால் உடைகளிலோ பொருட்களிலோ பதுங்கிச் சென்று, வாகனங்களிலும் நுழைந்துவிடுவோம். இப்படித்தான் நாங்கள் பேருந்துகளிலும் ரயில்களிலும் நெடுந்தூரம் பயணம் செய்கிறோம். பயணம் செய்யும்போது எங்களுக்கு உணவுப் பஞ்சமே ஏற்படாது. ஏனென்றால், பயணத்தின்போது நாங்கள் நிறைய மனிதர்களைச் சந்திப்போம் அல்லவா!

உயிரினங்களைக் கடித்து ரத்தம் குடிப்பதால் நீங்கள் எங்களை வெறுப்பீர்கள். என்ன செய்வது...

நாங்களும் வாழ வேண்டாமா? •

4

காண்டாமிருகம்

(Rhinoceros)

முகமூடிக் கொள்ளையர்கள் டப்ளினில் ஓர் அருங்காட்சியகத்தை உடைத்துத் திறந்து 65 லட்சம் டாலர் மதிப்புள்ள பொருட்களைக் கொள்ளையடித்துச் சென்றுவிட்டார்கள். அவர்கள் தங்கத்தையோ வைரத்தையோ கொள்ளையடித்துச் செல்லவில்லை. அவர்கள் வேறு எதைத் திருடிச் சென்றார்கள்? நான்கு காண்டாமிருகத் தலைகளைத்தான் அவர்கள் எடுத்துச் சென்றார்கள்.

காண்டாமிருகத்தின் கொம்புகளில் கேன்சர் நோய்க்கான மருந்து இருக்கிறது எனும் மூடநம்பிக்கைதான் அந்த விலங்கின் உயிருக்கு அச்சுறுத்தலாகிறது. காண்டாமிருகத்தின் கொம்புக்கு மிக அதிகமான விலை கிடைப்பதால் காண்டாமிருகங்கள் கொல்லப்படுகின்றன.

சீனாவிலும் வியட்னாமிலும் பழைய வீடுகளில் காண்டாமிருகக் கொம்பை காட்சிப்படுத்துவதுண்டு. இந்த வழக்கம், பெருமையைக் காட்டும் அடையாளமாகக் கருதப்பட்டது.

காண்டாமிருகத்தின் தோல் ஒன்றரை சென்டிமீட்டர் முதல் ஐந்தரை சென்டிமீட்டர்வரை கனமுள்ளதாக *(Thickness)* இருக்கும்.

காண்டாமிருகத்தின் கொம்புகள் அதன் வாழ்நாள் முழுதும் வளர்ந்துகொண்டிருக்கும். இந்தியக் காண்டாமிருகத்துக்கு ஒரு கொம்புதான் இருக்கிறது.

உலகத்தில் மொத்தம் ஐந்து இன காண்டாமிருகங்கள் உள்ளன. இரண்டு இனங்கள் ஆப்பிரிக்காவிலும் மூன்று இனங்கள் ஆசியாவிலும் உள்ளன. காண்டாமிருகங்கள், படுத்துக்கொண்டும் நின்றுகொண்டும் தூங்கக்கூடியவை.

காண்டாமிருகங்கள் பெரிய உடல் கொண்டிருந்தாலும், ஓடுவதிலும் திறமையுள்ளவை. மணிக்கு 45 முதல் 55 கிலோமீட்டர்

வேகத்தில் ஓடும். தண்ணீர் குடிக்காமல் நான்கைந்து நாட்கள் இருக்கவும் முடியும்.

காண்டாமிருகத்தை ஆங்கிலத்தில் *Rhinoceros* என்று அழைக்கிறார்கள். மூக்கு எனும் பொருளுடைய *Rhino*, கொம்பு எனும் பொருளுடைய *Ceros* ஆகிய கிரேக்க வார்த்தைகள் சேர்ந்துதான் இந்தப் பெயர் உருவானது. ●

5

அழிந்துகொண்டிருக்கும் தவளைகள்

வேணுவாரியத்து

அழிந்துகொண்டிருக்கும் பல அரிய விலங்குகளைப்போல, பறவைகளைப்போல தவளைகளும் அழிந்துகொண்டிருக்கின்றன. இயற்கையைப் பாதுகாப்பதில் தவளைக்கு முக்கியப் பங்கு உண்டு என்று நம் பாடப்புத்தகங்கள் சொல்கின்றன. அப்படிப்பட்ட தவளைகள்தான், பூமியிலிருந்து கொஞ்சம் கொஞ்சமாக விடைபெற்றுக்கொண்டிருக்கின்றன.

இரவுகளில் நாம் தாலாட்டுப்போல தவளைகளின் சத்தம் கேட்டுத் தூங்கிய நாட்கள் உண்டுதானே! நம் மழைக்கால இரவுகளையும் தவளைகளின் கொண்டாட்டக் கூச்சல்களையும் பிரித்துப்பார்க்க முடியுமா? வானொலியும் தொலைக்காட்சிப் பெட்டியும் வந்தவுடன், அந்தத் தவளைகளின் குரல் அகன்று போகத் தொடங்கியது. ஆயினும், இன்றும் பகல் நேரங்களில் குளங்களிலும் வயல்களிலும் காணப்படும் தவளைகள் எதிர்காலத்தில் இருக்குமா என்பது சந்தேகம்தான்.

புவி வெப்பமடைவதால் முதலில் பலியாகும் உயிரினம் தவளைதான் என்று விஞ்ஞானிகள் சுட்டிக்காட்டுகிறார்கள். 'ஜே ஸாவேஜ்' *(Jay Savage)* எனும் அமெரிக்க ஆய்வாளர் கண்டுபிடித்த 'தங்கத் தவளை' *(Golden toad)* இன்று இல்லை. இதன் அறிவியல் பெயர் 'புஃபோ பெரிக்லெனஸ்' *(Bufo periglenes)*. அமெரிக்காவின் வடமேற்குப் பிரதேசங்களில் பெரும் எண்ணிக்கையில் காணப்பட்ட 'தி வெஸ்ட்டர்ன் டோட்' *(The western toad)* எனும் அரிய வகைத் தவளைகளும் அழிந்துவிட்டன. *1972-* இல் கண்டுபிடிக்கப்பட்ட 'காஸ்டிக் ப்ரூடிங்' *(Gastric brooding frog)* எனும் தவளை இனமும் சந்ததி இன்றி அழிந்துபோனது. இது, அபூர்வமான தவளையாக அறிவியல் உலகத்தால் கருதப்பட்டது. மருத்துவ ஆராய்ச்சிக்குப் பெருமளவு பயன்படக்கூடும் என்று எதிர்பார்க்கப்பட்ட இந்தத் தவளை இன்று முற்றிலும் அழிந்துவிட்டது.

காஸ்டிக் ப்ரூடிங் தவளை

தவளைகளின் அழிவுக்கு நிறையக் காரணங்கள் உள்ளன. அவற்றில் முக்கியமான ஒன்று, தவளையை உணவாகச் சாப்பிடும் பழக்கம்தான். வயல்களும் குளங்களும்தான் தவளைகளின் இருப்பிடங்கள். விவசாய வயல்கள் மெல்ல மெல்ல சமப்படுத்தப்பட்டுவருவதாலும் குளங்கள் தூர்க்கப்படுவதாலும் தவளைகள் போக்கிடமின்றி அழிகின்றன. தண்ணீர்ப் பஞ்சத்தின்போதும் தவளைகள் கூட்டம் கூட்டமாகச் சாகின்றன.

இந்தியாவில் தவளைகளின் அழிவு, ஏறத்தாழ நாற்பது வருடங்களுக்கு முன்பு தொடங்கியது. ஜப்பான், ஜெர்மனி, பிரான்ஸ் முதலிய நாடுகள் தவளைக் கால்களை உண்ணத் தொடங்கியதிலிருந்து தவளைகளுக்குப் பாதுகாப்பு இல்லாமல்போய்விட்டது. அந்த நாடுகளில் தவளைக் கால்களை மிகவும் சுவையான உணவாக விரும்பிச் சாப்பிடுகிறார்கள். அதனால் இந்தியாவிலும் பங்களாதேஷிலும் உள்ள தவளைகளுக்கு வெளிநாட்டுச் சந்தையில் மதிப்பு அதிகரித்தது. அதைத் தொடர்ந்து இந்தியாவும் பங்களாதேஷும் மிகப் பெரிய அளவில் தவளைக் கால்களை ஏற்றுமதி செய்தன.

1978 – இல் இந்தியா, 3, 500 டன் தவளைக் கால்களை ஏற்றுமதி செய்தது. இவ்வளவு தவளைக் கால்களைச் சேகரிக்கவேண்டும் என்றால் ஆறு கோடித் தவளைகளையாவது கொன்றிருக்கவேண்டும்

என்று 'தி ஸ்டேட்மென்' எனும் பத்திரிகை குறிப்பிட்டது. இது ஒரு வருடக் கணக்குதான். 1981 – இல் 4,368 டன் தவளைக் கால்கள் ஏற்றுமதி செய்யப்பட்டன. இதன் மூலம், ஏறத்தாழ 95 லட்சம் டாலர் வெளிநாட்டுப் பணம் நமக்குக் கிடைத்தது. எனவே, நாம் கோடிக்கணக்கான தவளைகளைக் கொன்றிருக்கிறோம் என்று தெளிவாகிறது.

வயல்களில் பெரும் எண்ணிக்கையிலிருந்த 'ரானா டிக்ரினா' (*Rana tigrina frog*), பச்சை நிறமுள்ள 'ரானா ஹெக்ஸாடக்டைலா' (*Rana hexadactyla*) ஆகிய தவளை இனங்கள்தான் அன்று மிக அதிகமாகக் கொல்லப்பட்டன. இன்றாவது சுற்றுச்சூழல் ஆர்வலர்கள் தீவிரமாகச் செயல்படுகிறார்கள். ஆனால், அன்று இத்தகைய செயல்பாடுகள் அவ்வளவு தீவிரமாக இல்லாத நேரத்திலும்கூட, தவளை ஏற்றுமதியின் ஆபத்துகளைப் பலர் சுட்டிக்காட்டினர்.

புழு பூச்சிகளைக் கட்டுப்படுத்துவதற்கான ஒரு மிகச் சிறந்த வழியாக அன்று பலர் தவளைகளைக் குறிப்பிட்டார்கள். ஒரு ஏக்கர் பரப்பளவில் ஐம்பது தவளைகளாவது இருந்தால்தான் பூச்சிகள் சிறந்த முறையில் கட்டுப்படுத்தப்படும் என்று ஆய்வுகள் தெரிவிக்கின்றன. இதற்கு தனிப்பட்ட பணச் செலவு இல்லை. கொஞ்சம் ஆர்வமும் கவனமும் இருந்தாலே போதும்.

கொசுக்களைக் கட்டுப்படுத்துவதில் தவளைகளும் தும்பிகளும் நமக்கு மிக அதிகமாக உதவி செய்கின்றன. கொசுக்களை லார்வா பருவத்திலேயே தின்று அழிப்பதில் தவளைகளின் பங்கு மிகவும் அதிகம். மாதந்தோறும் கொசுக்களை அழிப்பதற்கும் கொசுக்களால் உருவாகும் நோய்களைக் கட்டுப்படுத்துவதற்கும் நாம் செலவு செய்கிற தொகை கோடிக்கணக்கில் வரும். வயல்களில் தெளிக்கப்படும் பூச்சிக்கொல்லி மருந்துகளுக்கான செலவு வேறு.

தவளைகளை ஏற்றுமதி செய்ததற்குப் பிறகு வந்த ஆண்டுகளில், இந்தியா கோடிக்கணக்கான ரூபாய் மதிப்புடைய பூச்சிக்கொல்லி மருந்துகளை இறக்குமதி செய்தது. தவளைகள் இருந்தபோது பூச்சிக்கொல்லிகளுக்காக செலவிட்ட தொகையைவிட இது அதிகம். தவளையை ஏற்றுமதி செய்ததன் மூலமாக நாம் பெற்ற வெளிநாட்டுப் பணத்தைவிட அதிகமான தொகையை, பூச்சிக்கொல்லி மருந்து இறக்குமதி செய்ததற்காக நாம் வெளிநாட்டுக்குக் கொடுத்தோம். இதைப் பற்றிப் புரிந்துகொண்ட பிறகுதான் அரசு, பிற்காலத்தில் தவளை ஏற்றுமதியைத் தடை செய்தது.

வன உயிர் பாதுகாப்புச் சட்டத்தின்படி, தவளைகளைப் பிடிப்பதும் கொல்வதும் குற்றம். ஆனாலும் இந்தச் சட்டம் நடைமுறைப்படுத்தப்படுவதில்லை. கொசுக்களைக் கொல்வதில் நாம் எந்த அளவு ஆர்வம் காட்டுகிறோமோ, அந்த அளவு ஆர்வத்தை நாம் தவளை வளர்ப்பதிலும் காட்டவேண்டும்.

புவி வெப்பமடைதல், தவளைகளின் இனப்பெருக்கத்துக்குத் தீங்கு செய்யும் 'அல்ட்ரா வயலட் கதிர்கள்', 'அக்வாட்டிக் ஃபங்கஸ்' எனும் தோல் நோய், வயல்களில் தெளிக்கப்படும் பூச்சிமருந்துகளின் வீரியம் ஆகியவை தவளைகளின் அழிவுக்குக் காரணமாகின்றன.

வெளிநாடுகளிலிருந்து வரும் சிலவகை மீன்களாலும் தவளைகள் அழிகின்றன. 'ஸ்போர்ட்ஸ் ஃபிஷ்' எனும் வெளிநாட்டு மீனின் விருப்பமான உணவு, தவளைக்குஞ்சுகள்தான். கியூபாவிலிருந்து வடக்கு அமெரிக்காவுக்கு வந்த 'கியூப மரத் தவளை' யும் *(Cuban tree frog)* சிறு தவளைகளை அழிக்கக்கூடியது. வடக்கு அமெரிக்காவின் மிகப் பெரிய தவளை இனம் இதுதான்.

தவளைகள் அமைதியான பிராணிகள். யாருக்கும் எந்தத் தொந்தரவும் கொடுக்காத பரிதாபமான உயிர்கள். அவற்றை நாம் காப்பாற்றியே ஆகவேண்டும். தவளைகளை நம் பாதுகாப்பு வீரர்களாக நினைக்கவேண்டும். அப்போதுதான், இந்த அப்பாவி உயிர்கள் மீது நமக்கு அன்பும் மரியாதையும் ஏற்படும். ●

6

செவ்விந்தியர்களும் காட்டெருமைகளும்

எஸ். ஜெயசீலி

உண்மையில் இந்தியாவைக் கண்டுபிடிப்பதற்காகத்தான் கொலம்பஸ் கடற்பயணம் புறப்பட்டார். ஆனால் அவர் அமெரிக்காவைச் சென்றடைந்தார். இது, *1492* - ல் நடந்தது. தான் இந்தியாவுக்குத்தான் வந்திருக்கிறோம் என்று கொலம்பஸ் உறுதியாக நம்பினார். அங்கிருந்த மக்களையெல்லாம் இந்தியர்களாகவே கருதினார். கொலம்பஸால், இந்தியர்கள் என்று அழைக்கப்பட்ட மக்கள் பிறகு செவ்விந்தியர்கள் *(Red Indians)* என்று அறியப்பட்டார்கள்.

செவ்விந்தியர்களுக்கு இந்தியாவுடன் எந்தத் தொடர்பும் இல்லை. அவர்களது உடல் நிறத்தைப் பற்றிய விஷயத்திலும் அப்படித்தான்.

செவ்விந்தியர்களின் நிறம் சிவப்பல்ல. அவர்களை அழைக்கும் பெயர் அப்படி ஆகிவிட்டது, அவ்வளவுதான். செவ்விந்தியர்களின் தலை இளம் பழுப்பு நிறத்தில் இருக்கும். அதனால், சாகசப் பயணிகள் சிலர் அவர்களை 'ரெட் ஸ்கின்ஸ்' (சிவப்புத் தோலுடையவர்கள்) என்று அழைத்தார்கள். இந்தியன் என்ற பெயரும் சிவப்பும் சேர்ந்து கடைசியில் 'செவ்விந்தியர்கள்' என்ற பெயர் ஏற்பட்டது. இப்போது அமெரிக்காவின் மேற்குப் பகுதியில் வசிக்கும் ஆதிவாசிகள் பொதுவாக செவ்விந்தியர்கள் என்று அழைக்கப்படுகிறார்கள்.

செவ்விந்தியர்கள் மிகவும் வீரமானவர்கள். அது மட்டுமல்ல, அவர்களுக்கென்று தனி கலாசாரமும் பண்பாடும் இருந்தன. அதாவது, அவர்கள் பெயரளவில்தான் ஆதிவாசிகள். மற்றபடி நாகரிகமானவர்கள்தான். அவர்கள், அலைந்து திரியும் நாடோடி வாழ்க்கையை மிகவும் விரும்பினார்கள். விவசாயம்தான் முக்கியத் தொழில்.

அமெரிக்காவின் எல்லாப் பகுதிகளுக்கும் சென்று முக்கியமான இயற்கை வளங்களையெல்லாம் கண்டுபிடித்தது செவ்விந்தியர்கள்தான். இதற்காக, உலகமே அவர்களுக்கு மிகப் பெரிய அளவில் நன்றிக்கடன்பட்டிருக்கிறது. செவ்விந்தியர்கள்தான் தங்கம், செம்பு, வெள்ளி முதலான வளங்களைக் கண்டுபிடித்தார்கள். அவற்றை நோக்கி வெள்ளையர்களின் கவனத்தைத் திருப்பியதும் செவ்விந்தியர்களே.

அவர்கள்தான் முதன்முதலாக ரப்பர் சேகரித்தார்கள். புகையிலை விவசாயம் செய்தார்கள். உணவு விஷயத்தில் வெள்ளைக்காரர்களுக்கு அவர்கள் கொடுத்த மிகப் பெரிய கொடை சோளமும் உருளைக்கிழங்கும். இவற்றையெல்லாம் எப்படி விவசாயம் செய்வது என்றும் அவர்கள், குடியேறிய வெள்ளைக்காரர்களுக்குக் கற்றுக்கொடுத்தார்கள்.

மிளகு, அன்னாசிப்பழம், நிலக்கடலை ஆகியவற்றை ஐரோப்பியர்களுக்கு செவ்விந்தியர்களே அறிமுகப்படுத்தினார்கள். இந்த உணவுப் பொருட்களைப் பற்றி *1492* – க்கு முன்புவரை ஐரோப்பியர்களுக்கு எதுவும் தெரிந்திருக்கவில்லை.

கலைகளின் மீது மிகவும் ஈடுபாடு கொண்டவர்கள் செவ்விந்தியர்கள். அருமையான கைவினைப் பொருட்கள் செய்யவும் கற்றிருந்தார்கள். உயர்ந்த நாகரிகம் உடைய மக்களாக இருந்தார்கள். செவ்விந்தியர்களுக்கிடையே நிறைய உட்பிரிவுகளும் நிறைய மொழிகளும் இருக்கின்றன. உணவு, உடை, தொழில் ஆகியவை சார்ந்து உட்பிரிவுகளிடையே பெரிய வித்தியாசங்கள் உண்டு.

செவ்விந்தியர்கள், மீன்பிடித்தும் வேட்டையாடியும் அழகான எளிமை வாழ்க்கை நடத்தியவர்கள். தங்களுக்கான நாட்டை உருவாக்கி ஆட்சி செய்தவர்கள். பிறகு இவையெல்லாம் அழிந்துபோயின என்றாலும், செவ்விந்தியர்களின் பரம்பரை இன்றும் நிலைத்திருக்கிறது. அமெரிக்காவில் உள்ள பெரும்பாலான நதிகளுக்கும் நகரங்களுக்கும் இப்போதுள்ள பெயர்களில் பல, செவ்விந்தியர்கள் வைத்தவைதான்.

ஏறத்தாழ *400* வருடங்களுக்கு முன்பு வட அமெரிக்காவில் நடந்தது இது.

அன்று கண்ணுக்கெட்டிய தூரம்வரை புல்வெளிகள் இருந்தன.

அவற்றில், மந்தை மந்தையாக காட்டெருமைகள் நடந்து செல்லும். அந்த எருமை மந்தைகளைத் தொலைவிலிருந்து பார்த்தால், வானத்திலிருந்து கருமேகங்கள் இறங்கி வந்ததைப்போன்று தோன்றும். இந்தப் புல்வெளிகள் அந்த எருமைகளின் சொந்தப் பிரதேசம். அவற்றின் பின்னால் நிறைய மனிதர்கள் செல்வார்கள். அவர்கள்தான் செவ்விந்தியர்கள். அமெரிக்காவின் ஆதி குடிகள். அந்தப் பெரிய மந்தைகளிடையே ஒரு சிறிய விலங்கு வந்துவிட்டால், ஒட்டுமொத்த காட்டெருமைகளும் அந்தச் சிறிய விலங்குக்கு வழிவிட்டு ஒதுங்கி நிற்கும். அவ்வளவு சாதுவான பிராணிகள் அவை. அந்தக் காட்டெருமைகளுக்கு இடையில் ஒரு மனிதன் சிக்கிக்கொண்டுவிட்டால், சிறு கீறல்கூடப் படாமல் வெளியே வந்துவிட முடியும்.

செவ்விந்தியர்களின் வாழ்க்கை ஆதாரம் இந்தக் காட்டெருமைகள்தான். உணவு, உடை, ஆயுதங்கள், சமயலறைக் கருவிகள், சிறிய தோணிகள் முதலிய எல்லாவற்றுக்கும் அவர்கள் காட்டெருமைகளைத்தான் சார்ந்திருந்தார்கள். வாழ்க்கைத் தேவைக்காக மட்டுமே அவர்கள் காட்டெருமைகளை வேட்டையாடினார்கள். புல்வெளிகளில் காணப்படும் ஓநாய்களிடமிருந்து காட்டெருமைக் கன்றுகளைக் காப்பாற்றினார்கள்.

அமெரிக்காவில் புதிதாகக் குடியேறிய வெள்ளைக்காரர்கள், தங்களுடைய உதவியும் இரக்கமும் தேவைப்படாமல் வாழ்கிற செவ்விந்தியர்கள் மீது கோபம் கொண்டார்கள். அந்தப்

பிரதேசங்களிலிருந்து அவர்களைத் துரத்துவதற்கு ஒரு கொடூரமான வழியைக் கையாண்டார்கள். அது என்ன தெரியுமா? காட்டெருமைகளை ஒன்றுவிடாமல் அழிப்பதுதான். இந்த வழியில் செவ்விந்தியர்களைத் தோற்கடித்துவிட முடியும் என்று அவர்கள் நினைத்தார்கள். எனவே வெள்ளைக்காரர்கள், மிகப் பரவலான அளவில் காட்டெருமைகளைச்சுட்டுக் கொல்லத் தொடங்கினார்கள்.

வெள்ளைக்காரர்களின் முயற்சி வெற்றியடைந்தபோது, சுயமரியாதை மிக்க செவ்விந்தியர்கள் குளிராலும் பசியாலும் செத்து விழத் தொடங்கினார்கள்.

அதே நேரம், அமெரிக்காவின் தெற்குப் பகுதிகளில் அப்போதும் காட்டெருமைகள் அமைதியாக வாழ்ந்துகொண்டிருந்தன. ஆனால் அப்போது, சிகாகோவிலிருந்து சான்பிரான்சிஸ்கோவரை இருப்புப்பாதை அமைக்கத் தொடங்கினார்கள். அது, காட்டெருமைகள் முற்றிலும் அழிவதற்குக் காரணமானது.

இருப்புப்பாதை தொழிலாளர்களுக்கு மலிவான விலையில் மாமிசம் கொடுப்பதற்காகத்தான் முதலில் காட்டெருமைகளை வேட்டையாடத் தொடங்கினார்கள். பிறகு, காட்டெருமைகளைக் கூட்டம் கூட்டமாகக் கொல்வது என்பது ஒரு பொழுதுபோக்காக மாறியது. அமைதியாக, யாருக்கும் தொந்தரவு செய்யாமல் நடந்து செல்லும் பிராணிகள் அவை. மனிதர்கள் அவற்றை, சும்மா ஒரு சுவாரஸ்யத்துக்காக மட்டுமே கொல்லத் தொடங்கினார்கள்.

இருப்புப்பாதை அமைக்கும் பணி முடிந்தது. அதில் ரயில் ஓடத் தொடங்கியது. அப்போது, ரயிலின் உள்ளேயே அமர்ந்து காட்டெருமைகளைச் சுட்டு மகிழலாம் எனும் நிலை ஏற்பட்டது. ரயிலை, காட்டெருமை மந்தைகள் இருக்கும் இடத்தில் நிறுத்துவார்கள். வெள்ளைக்காரர்கள் சன்னல் வழியே காட்டெருமைகளைச் சுடுவார்கள். எதிர்க்க முடியாமல், தற்காத்துக்கொள்ளத் தெரியாமல், ஓடிச் செல்லவும் நேரம் இல்லாமல் அவை, நின்ற நிலையிலேயே செத்து விழும்.

ஐம்பது வருடங்களுக்குப் பிறகு அமெரிக்காவில் ஒரே ஒரு காட்டெருமைகூட மிச்சமில்லை. அமெரிக்காவில் குடியேறிய வெள்ளைக்காரர்கள், இந்தக் கால அளவுக்குள் சற்றும் கருணையற்று லட்சக்கணக்கான காட்டெருமைகளைக் கொன்றழித்தார்கள்.

பார்த்தீர்களா நண்பர்களே, மனித மனதின் கொடூரம் எவ்வளவு பயங்கரமாக இருக்கிறது!

●

7

கண்ணுக்குத் தெரியாத எல்லைகள்

டி. ஆர். ரமணன்

பறவைகளுக்கு இறக்கைகள் உள்ளன. அவற்றால் பறக்க முடியும். ஆனால், எல்லாப் பறவைகளும் எல்லா இடங்களிலும் காணப்படுவதில்லையே, ஏன்?

ஒவ்வொரு பறவைக்கும் (ஒவ்வொரு உயிரினத்துக்கும்) இந்த உலகத்தில் அதற்கான குறிப்பிட்ட இடம் உண்டு. சில உயிரினங்கள் காட்டில் இருக்கும். சில வயல்களில் இருக்கும். சில சமவெளிகளில் இருக்கும். சில கடற்கரையில் இருக்கும். இவற்றுக்கெல்லாம், கண்ணுக்குத் தெரியாத ஓர் எல்லை உண்டு.

ஏறத்தாழ *8600* - க்கும் அதிகமான இனங்களைச் *(Species)* சேர்ந்த பறவைகள் உள்ளன. ஐந்து சென்டிமீட்டர் மட்டும் நீளமுள்ள ஹம்மிங் பறவை *(Humming bird: ஓசனிச் சிட்டு)* முதல், இரண்டு மீட்டருக்கும் அதிக உயரமுள்ள நெருப்புக் கோழிவரை இதில்

அணில்

உட்பட்டவை. வட துருவத்திலிருந்து வெப்பமண்டலப் பிரதேசம்வரை உலகத்தின் எல்லா இடங்களிலும் பறவைகளைக் காணலாம்.

பெரும்பாலானபறவைகள்ஓர்இடத்தில்நிலையாகவாழ்கின்றன. பறவைகளில், தனியாக வாழ்பவை - கூட்டமாக வாழ்பவை எனும் பிரிவுகள் உண்டு. வலசை போகும் பறவைகள், குளிர்காலத்தில் வெப்பப் பகுதிகளை நோக்கிக் கூட்டமாகப் பறந்து வருகின்றன. வெப்பப் பகுதிகளில் முட்டையிட்டு, குஞ்சுகளை வளர்த்த பிறகு தங்கள் சொந்த நாட்டுக்குத் திரும்பிச் செல்கின்றன.

ஒரு மரம்கொத்திப் பறவையைப் பாருங்கள். மரத்திலிருந்து புழு பூச்சிகளையும் எறும்புகளையும் தன் பலம் வாய்ந்த அலகால் கொத்தி எடுத்துத் தன் உடலில் உரசிய பிறகே அவற்றைத் தின்னும். தான் பிடித்த எறும்புகளை உடனே விழுங்காமல் ஏன் தன் உடலில் உரசுகிறது? எறும்புகளில் உள்ள அமிலத்தைப் பயன்படுத்தித் தன் இறகுகளுக்கு இடையிலிருக்கும் நுண்ணுயிரிகளை அழிப்பதற்குத்தான் அது இவ்வாறு செய்கிறது.

நீர்நிலைகளுக்கு அருகில் உள்ள மரங்களில்தான் மீன்கொத்திப் பறவைகள் வாழும். அவை எப்படி இரை தேடுகின்றன, எப்படிக் கூடமைக்கின்றன என்பதை நீங்கள் பார்த்திருப்பீர்கள். நீர்நிலைகளுக்கு அருகில் உள்ள புதர்க்காடுகளிலும் சிறு மரங்கள் உள்ள காடுகளிலும்தான் இவற்றைப் பார்க்க முடியும்.

மரங்கொத்தி

கழுகுகள் உயரத்தில் கூடமைக்க வேண்டியிருப்பதால், உயரமான மரங்கள் உள்ள காடுகளில்தான் வாழும். ஒரு வகைப்பட்ட பறவை வாழும் சுற்றுச்சூழலில், இன்னொரு வகைப்பட்ட பறவை வாழ முடியாது.

அணிலின் நகங்கள், மரக்கிளைகளைப் பற்றிப் பிடிப்பதற்கு ஏற்ற வகையிலும் மாங்காய், மற்ற விதைகள்போன்றவற்றைப் பிடித்துத் தின்பதற்கு ஏற்ற வகையிலும் அமைந்திருக்கின்றன. அணில் ஒரு கிளையிலிருந்து மற்றொரு கிளைக்குத் தாவும்போது, அதன் வால்தான் அதைக் காற்றில் தாங்கிக்கொள்ளும். அதன் கூர்மையான முகமும் சிறிய கால்களும், தாவுவதற்கும் மரம் ஏறுவதற்கும் உதவுகின்றன.

கீரி ஒரு சிறிய பாலூட்டி. இது எலி, பச்சோந்தி, பல்லி ஆகியவற்றை உண்ணும். காட்டுப் பகுதிகளிலும் விளைநிலங்களிலும் இதைப் பார்க்கலாம். இது நீண்ட உடல், ரோமம் நிறைந்த வால், கூர்மையான முகம், சிறிய கால்கள் ஆகியவற்றைக் கொண்டிருக்கும். மனிதர்களின் பார்வை படாத இடத்தில், அப்படி யாரும் பார்த்துவிட்டால் உடனே ஓடித் தப்புவதற்கு ஏற்ற இடத்தில்தான் கீரி வசிக்கும். அணிலும் கீரியும் தங்கள் வசிப்பிடங்களை மாற்றிக்கொள்ள முடியுமா? முடியாது. வசிக்கும் இடங்கள் மாறவேண்டும் என்றால், உணவுப் பழக்கமும் உடல் அமைப்பும் மாறவேண்டும்.

மனிதர்கள் உலகின் எந்தப் பகுதிக்கு வேண்டுமானாலும் செல்லலாம். மனிதர்கள் சந்திரனுக்குச் செல்கிறார்கள். அண்டார்டிகாவில் ஆராய்ச்சி செய்கிறார்கள். கிராமத்தில் வசிக்கும் ஒருவர் நகரத்திலோ, கடற்கரையிலோ, வெப்பமண்டலக் காடுகளிலோ வாழலாம். ஆனால் ஒரு யானையால் சைபீரியாவிலோ, அண்டார்டிகாவிலோ வாழ முடியாது. பனிக்கரடி வெப்பமண்டலத்துக்கு வந்தால், அதன் அடர்ந்த ரோமம் நிறைந்த தோல், வெப்பமண்டலத்தில் வாழ்வதற்கு ஏற்றதாக இருக்காது அல்லவா? அதேபோல வெப்பமண்டல விலங்கான யானை குளிர் பிரதேசத்தில் வாழ்வதற்கு அதன் தோல் ஏற்றதாக இருக்காது.

ஆனால், பலவகை விலங்குகள் அருகருகே வசிக்கும் ஓர் இடம் உண்டு. அதுதான் விலங்குக்காட்சிசாலை. ஒவ்வொரு விலங்கும் வாழ்வதற்கு ஏற்ற சூழ்நிலையை அங்கே உருவாக்குகிறார்கள்.

பறவைகளும் விலங்குகளும் மிகவும் சுந்திரமானவைதான். ஆனால் அவற்றுக்கும் எல்லைகள் உண்டு. பார்வைக்குத் தெரியாத எல்லைகள் இவை.

8

டோடோ *(Dodo)*

இந்தியப் பெருங்கடலில் இருக்கும் மொரீஷியஸ் தீவில் மட்டும் காணப்பட்ட ஒரு வகைப் பறவைதான் 'டோடோ'. இது புறா இனத்தைச் சேர்ந்தது. இந்தப் பறவைகளால் பறக்க முடியாது. ஒரு பறவையின் எடை, 12 லிருந்து 24 கிலோகிராம் வரை இருக்கும்.

1507ல் மொரீஷியஸ் தீவில் கப்பலிறங்கிய போர்ச்சுக்கீசிய மாலுமிகளிடமிருந்துதான் இந்தப் பறவையைப் பற்றிய விவரங்கள் முதன் முதலாகத் தெரியவந்தன. ஆனால், 1790 – 1800களில், அதாவது கண்டுபிடிக்கப்பட்டு 300 வருடங்களுக்குள்ளேயே டோடோ பறவைகள் அழிந்துபோயின.

டோடோ பறவை

கல்வேரியா மேஜர் விதைகள்

இந்தப் பறவைகள் சதைப் பற்றான உடல் கொண்டவை. இவற்றின் நடமாட்டமும் மந்த கதியில் இருக்கும். இந்தக் காரணங்களால்தான் அவை பெரிதும் வேட்டையாடப்பட்டன. மனிதனின் பேராசையின் காரணமாக அழிந்துபோன உயிரினங்களில் ஒன்றுதான் டோடோ.

டோடோ பறவையுடன் தொடர்புடைய ஒரு செய்தியும் உண்டு. டோடோ பறவைகள் அழிந்துபோனவுடன், மொரீஷியஸில் இருந்த ஒரு வகை மரங்களும் அழிந்துபோகத் தொடங்கின. இந்த மரத்தின் பெயர், 'கல்வேரியா மேஜர்'*(Calvaria major). 1973* ஆம் ஆண்டு கணக்குப்படி, மொரீஷியஸில் *13* கல்வேரியா மேஜர் மரங்கள் மட்டும்தான் மிச்சமிருந்தன. இந்த மரங்களோ, முன்னூறு ஆண்டுகளுக்கும் அதிகமான வயதுடையவை.

டோடோ பறவை அழிந்தபிறகு இந்த மரத்தின் ஒரு விதைகூட முளைக்கவில்லை. காரணம் என்ன தெரியுமா? இந்த மரத்தின் பழங்கள்தான் டோடோவின் உணவாக இருந்தன. கல்வேரியா மேஜர் பழங்கள் மிகவும் கடினமாக இருக்கும். அவை, டோடோ பறவையின் உணவாக அதன் வயிற்றுக்குள் செல்லும்போது, அவற்றின் கடினமான மேல் ஓடு மென்மையாகிறது. டோடோவின் செரிமான நீரால் மென்மையாக்கப்பட்ட விதைகள் மட்டுமே மண்ணில் முளைக்கும். டோடோ பறவை அழிந்தபிறகு இந்த செயல்பாடுகளெல்லாம் இல்லாமல்போயின. எனவே கல்வேரியா மேஜர் மரமும் அழிந்துபோனது.

இயற்கை, எப்படியெல்லாம் ஒன்றுடன் ஒன்று பின்னிப் பிணைந்திருக்கிறது, பார்த்தீர்களா! ●

9

வௌவால் தீவு

கிரிஸ்டோபர்

ஒரு சிறிய தீவு. அந்தி நேரம். எங்கும் இருட்டு பரவத் தொடங்குகிறது. திடீரென்று அந்தத் தீவில் எங்கும் சிறகடிக்கும் ஓசை கேட்கிறது. அங்கே ஆயிரக்கணக்கான வௌவால்கள் சிறகடித்துப் பறக்கின்றன. விரைவிலேயே அந்தத் தீவு முழுதும் வௌவால்கள்... வௌவால்கள்...

இவ்வளவு வௌவால்கள் எங்கே இருக்கின்றன? மத்திய அமெரிக்காவின் பனாமாவில் உள்ள 'பாரோ கொலராடோ' *(Barro Colorado Island)* தீவில். ஒரு சிறிய தீவான இது, முற்காலத்தில் ஒரு பெரிய மலையாக இருந்தது.

பனாமா கால்வாய் உருவாக்குவதற்காக, மலையின் அடிவாரத்தில் 'காட்டன்' *(Gatun Lake)* எனும் செயற்கை ஏரியை உருவாக்கினார்கள். ஏரியில் நீர் நிறைந்தவுடன் மலையைச் சுற்றிலும் தண்ணீர் உயர்ந்துவிட்டது. இப்படி, பாரோ மலை ஒரு தீவாக மாறியது. இந்தத் தீவில்தான் பல்லாயிரக்கணக்கான வௌவால்கள் வசிக்கின்றன.

ஏறத்தாழ 74 வகையான வௌவால்கள் இங்கே உள்ளன. அதாவது, அமெரிக்காவில் உள்ள மொத்த வௌவால் இனங்களைவிட இரண்டு மடங்கு அதிகமான வௌவால் இனங்கள் இங்கே உள்ளன.

இந்தச் சிறிய தீவில் இவ்வளவு அதிகமான வௌவால்கள் எப்படி வசிக்கின்றன என்று உங்களுக்கு வியப்பாக இருக்கிறது, அல்லவா? இங்குள்ள வௌவால்களுக்கு ஒரு தனித்தன்மை உண்டு. அதாவது, ஒவ்வொரு இனத்தைச் சேர்ந்த வௌவாலுக்கும் ஒரு தனிப்பட்ட குணம் உண்டு. அவை அங்கே வசிப்பது குறித்த விஷயத்திலும் அவற்றின் உணவுகுறித்த விஷயத்திலும் இந்த தனிப்பட்ட குணம்தான் செயல்படுகிறது.

இவற்றின் உணவுகுறித்த விஷயத்தையே எடுத்துக்கொள்வோமே. சில வெளவால்களுக்கு தேன்தான் பிடிக்கும் என்றால், மற்ற சிலவற்றுக்கு பழங்கள்தான் உணவு. வேறு சிலவற்றுக்கு, பிராணிகளைப் பிடித்துத் தின்பதுதான் பிடிக்கும். இன்னும் சில வெளவால்கள் தவளைகளையும் மீன்களையும் தின்னும். அதனால் இந்த சிறிய தீவில் உள்ள வெளவால்கள் உணவுக்காகச் சண்டை போட்டுக்கொள்வதில்லை.

இரவில் உணவைக் கண்டுபிடிப்பதில் இந்த வெளவால்கள் மிகவும் திறமை பெற்றவை. ஒரு வித 'கேளா ஒலி' யை *(Ultrasonic sound)* ஒலித்தபடிதான் இவை பறக்கின்றன. இந்த ஓசையை நம்மால் கேட்க முடியாது. இந்த ஓசை, முன்னால் உள்ள பொருட்களில் மோதித்திரும்பி இவற்றின் செவிகளை அடையும். இப்படித்திரும்பி வரும் ஓசையின் தன்மையை வைத்து, எதிரில் பழங்கள் இருக்கின்றனவா - அல்லது வேறு ஏதும் இரை இருக்கிறதா என்று வெளவால்கள் புரிந்துகொள்ளும். பறக்கும்போது வெளியிடும் ஓசை பட்டென்று திரும்பி வந்தால், காற்று வெளியில் ஒரு பிராணி பறக்கிறது என்று வெளவால்கள் அறிந்துகொள்ளும். உடனே அதைப் பிடித்துவிடும். வெளவால்களுக்கு இருக்கும் இந்தத் திறமைக்கு 'எதிரொலி இடமாக்கம்' *(Echolocation)* என்று பெயர்.

இரவில் இரை பிடிப்பதில் இந்த வெளவால்களுக்கு எந்தச் சிரமமும் இல்லை. இரவில்தானே பெரும்பாலான பிராணிகள் ஓய்வெடுக்கும்; பெரும்பாலான பிராணிகள் இலைகளின் அடியில் தங்கியிருக்கும். அப்போது வெளவால்கள் சுலபமாக அவற்றைப் பிடித்து உண்ணும்.

தீவைச் சுற்றி ஏரி இருக்கிறது. ஏரியில் நிறைய மீன்கள் இருக்கின்றன. சில வெளவால்கள் இரவில் மீன்களைப் பிடித்து உண்ணும். தண்ணீரின் மேல் தளத்தை ஒட்டி மெதுவாகப் பறக்கின்ற இவை, மோதித் திரும்பி வரும் தங்கள் ஓசையை வைத்து மீன்கள் இருக்கும் இடத்தை அறிந்துகொள்ளும். பிறகு அவற்றைக் கடித்து எடுத்துச் சென்றுவிடும்.

மற்றொரு வகை வெளவால்கள், இரவில் கத்திக்கொண்டிருக்கும் தவளைகளைப் பிடித்து உண்ணும். வேறு சில வெளவால்கள் காட்டில் உள்ள விலங்குகளின் ரத்தத்தைக் குடிக்கும்.

ஒரே வகையான பழங்களை உண்ணும் வெளவால்களுக்கிடையில், அந்தப் பழங்களுக்காகப் போட்டி வருமே என்று நீங்கள் கேட்கலாம். ஆனால், அப்படிப் போட்டிகள் ஏற்படுவதில்லை என்று ஆய்வுகள் கூறுகின்றன. பழங்களில் ஒவ்வொரு பழமும் ஒவ்வொரு சுவையுடையதாக இருக்கும். ஒருவித சுவையுடைய பழங்களை விரும்பும் வெளவால்கள் அந்தச் சுவையுடைய பழங்களைத்தான் தின்னும். எனவே இந்த வெளவால்களுக்கிடையே உணவுக்காகப் போட்டி ஏற்படுவதில்லை.

இந்த வெளவால்கள் பொழுது விடியும்போது இரை தேடுவதை முடித்துக்கொண்டு, தூங்குவதற்காக தங்கள் வசிப்பிடத்துக்குச் செல்லும். சிறிய குகைகளிலும் மரக்கிளைகளிலும் மரப் பொந்துகளிலும் இவை வசிக்கும். சில இனத்தைச் சேர்ந்த வெளவால்கள் பெரிய இலைகளைப் பறித்து கூடு கட்டி அதில் வசிக்கும். ●

10

பறவைகளுக்கு ஒரு குளியல் தொட்டி

ரோஸ்மேரி

(புகழ்பெற்ற மலையாள எழுத்தாளர்)

தண்ணீர் இல்லாமல் வறண்டுபோன ஒரு சிறிய குளம். அதன் அடியில் கூழாங்கற்களும் காய்ந்த நீர்த் தாவரங்களும் காணப்படுகின்றன. கரையோரம் சில பறவைகள் நீண்ட நேரம் அமர்ந்திருக்கின்றன. அவற்றின் முகங்களில் மிகவும் துயரம். இது முதல் காட்சி.

இரண்டாவது காட்சி இதுதான்: தண்ணீர் வராத ஒரு பொது நீர்க்குழாய். ஒரு மீன்கொத்திப் பறவை அதைச் சுற்றிச் சுற்றி வருகிறது. அது அடிக்கடி தன் நீண்ட அலகை அந்தக் குழாயினுள் விட்டு, தண்ணீர் வருகிறதா என்று பார்க்கிறது.

இந்த இரண்டு காட்சிகளும் பங்களாதேஷின் ஒரு கிராமத்தில் எடுக்கப்பட்ட ஒளிப்படங்கள் *(Photographs)*. 'ஒடியா லீ' எனும் என் தோழி இந்தப் படங்களை எனக்கு புலனத்தில் *(WhatsApp)* அனுப்பியிருந்தாள். அவள், சீனாவின் ஹாங்காங் நகரத்தில் தகவல் தொழில்நுட்பத்துறையில் *(Information technology)* பணிபுரிகிறாள். பயணம் செய்வது அவளுக்கு மிகவும் பிடிக்கும். ஆறு மாதம் வேலை செய்வாள்; அடுத்த ஆறு மாதம் ஏதேனும் பயணம் போவாள்.

நகரங்களைப் பார்ப்பதைவிட, ஒவ்வொரு நாட்டின் கிராமங்களை, கிராமவாசிகளை, தாவரங்களைப் பற்றி அறிந்துகொள்வதுதான் அவளுக்கு விருப்பம்.

பறவைகளின் மீது அவளுக்கு மிகவும் ஈடுபாடு உண்டு. பல நிறங்களுள்ள, பல வகையான பறவைகளையெல்லாம் அவள் எண்ணற்ற ஒளிப்படங்கள் எடுத்து வைத்திருக்கிறாள். அப்படி அவள் பயணம் செய்துகொண்டிருக்கும்போது, என் வீட்டுக்கு வந்து ஒரு வாரம் தங்கினாள். நமது பறவைகளில் ஒன்றை அவளுக்கு மிகவும்

பிடித்துவிட்டது. அது என்ன பறவை தெரியுமா? எப்போதும் வாலாட்டிக்கொண்டிருக்கும், கருப்பும் வெள்ளையும் கலந்த, 'வாலாட்டிக்குருவி' எனும் சிறு குருவிதான் அது.

என் தோழி, பங்களாதேஷின் வறட்சி பாதித்த ஒரு கிராமத்திலிருந்து எடுத்த ஒளிப்படங்களை எனக்கு அனுப்பியிருந்தாள். அத்துடன் ஒரு குறிப்பும் எழுதியிருந்தாள்:

"இந்தக் கோடையில் சுற்றுப்புறத்தின் வெப்ப நிலை, நாற்பத்தைந்து டிகிரிவரை அதிகரிக்கும் என்று பருவநிலை ஆய்வாளர்கள் சொல்கிறார்கள். குளங்களும் ஏரிகளும் வற்றி வறண்டுபோகும். நிறையப் பறவைகள் தண்ணீர் கிடைக்காமல் செத்து விழும். அவற்றைக் காப்பாற்றுங்கள். அந்த அருமைப் பறவைகள் உயிருடன் இருப்பதற்கு, வீட்டு மாடியிலும் பால்கனியிலும் தண்ணீர் வையுங்கள்!"

இதைப் படித்த பிறகு நண்பர்களிடம் இந்தச் செய்தியைப் பரப்ப வேண்டும் என்றும் ஒடியா குறிப்பிட்டிருந்தாள். அந்தக் குறிப்புடன், தண்ணீர் நிறைத்த, பறவைகளின் குளியல் தொட்டி ஒன்றின் படமும் இணைக்கப்பட்டிருந்தது.

'பறவைக் குளியல்' (*Bird bath*) எனும் அமைப்பு, மேலை நாட்டவரின் பூந்தோட்டங்களில் இருப்பது வழக்கம். அரேபியாபோன்ற பாலைவனப் பிரதேசங்களிலும், வெயிலால் துவண்டுபோகும் பறவைகளுக்காக பளிங்குக் கற்களால் நீர்நிலைகள் அமைப்பது உண்டு.

பறவைகள் அவற்றின் ஓரத்தில் வந்து அமர்ந்து நீர் குடிப்பதும், மூழ்கி எழுவதும், சிறகுகளை உதறி ஆசுவாசப்படுத்திக்கொள்வதும் மிகவும் அற்புதமான காட்சியாக இருக்கும். இயற்கையையும் அதன் உயிரினங்களையும் எல்லையற்று நேசித்த 'லாரிபேக்கர்' (Laurie Baker) எனும் கட்டடக் கலைஞரைப் பற்றிக் கேள்விப்பட்டிருக்கிறீர்களா? இவர் புகழ் பெற்ற கட்டடக் கலைஞர். பிரிட்டனில் பிறந்தாலும், கேரளத்துக்கு வந்து முழுநேர கட்டட வடிவமைப்பாளராகப் பணியாற்றினார். உள்ளூர் பொருட்களைக் கொண்டு உள்ளூர் சூழல்களுக்கு ஏற்ப செலவு குறைவான வீடுகளைக் கட்டும் முறையை உருவாக்கினார். இந்த வீடுகளின் உட்புறத்தையும் இடத்தையும் நன்கு பயன்படும் வகையில் அமைத்தார். இவர் மறைந்து பல காலம் ஆன பிறகும் இன்றும் கேரளத்தில், 'ஏழைகளின் கட்டடக் கலைஞர்' என்று சிறப்பிக்கப்படுகிறார்.

லாரிபேக்கர்தான், கேரளத்தின் தோட்ட அமைப்பில், 'பறவைகளின் குளியல் தொட்டி' எனும் அமைப்பைப் பரவலாக்கினார். பூமியின் மேற்பரப்புடன் நெருக்கமான தொடர்புடைய மண்ணோ கருங்கல்லோ களிமண்ணோ பயன்படுத்தித்தான் அவர் இத்தகைய சிறிய குளங்களை, அதாவது தொட்டிகளை அமைத்தார். இந்தத் தொட்டிகளில் தாமரையும் அல்லியும் மலர்ந்திருப்பது, நம் மனம் கவரும் காட்சியாக இருக்கும்.

கோடைகாலத்தைப் பற்றியும் பறவைகளின் தண்ணீர்ப் பந்தலையும் பற்றிச் சொல்லும்போது, அன்பழகனை மறக்க முடியுமா? அந்தக் காலத்தில் நான் தமிழ்நாட்டிலுள்ள சிதம்பரத்தில் எம்.ஏ. படித்துக்கொண்டிருந்தேன். அப்போது அருகிலுள்ள பிச்சாவரம் எனும் இடத்துக்கு உல்லாசப் பயணம் சென்றோம்.

அருகே கிராமத்தில் குன்றின் மேலே ஒரு புராதன கற்கோயில் உள்ளது என்று சொல்லி, எங்கள் ஆசிரியர் எங்களை அங்கே அழைத்துச் சென்றார். குன்றுக்குச் செல்லும் அந்தப் பாதையில் மரங்கள் இருந்தாலும் கோடை வெப்பத்தின் கடுமை மிகவும் அதிகமாக இருந்தது. அந்த வழியில் வீசிய காற்றுகூட நெருப்பாகச் சுட்டது.

குண்டும்குழியுமாக இருந்த கரடுமுரடான ஒற்றையடிப் பாதையில் நாங்கள் குன்றின் மீது ஏறிக்கொண்டிருந்தோம். குன்றின் உச்சியை நெருங்கிக்கொண்டிருந்தபோது, ஒரு காட்சியைப் பார்த்தேன். ஒரு பக்கத்தில் பாறைகள் கிடந்தன. அங்கே சற்று

உயரமான இடுக்கில் வைக்கப்பட்டிருந்த தகரப் பாத்திரத்தில், ஒரு சிறுவன் நல்ல தண்ணீர் நிரப்பிக்கொண்டிருக்கிறான். அவனுக்கு அதிகபட்சம் ஏழு, அல்லது எட்டு வயதுதான் இருக்கும். கருப்பு நிறமுடையவன். எண்ணெய்ப் பளபளப்பான சுருள் முடி கொண்ட கருப்பு நிறத்தவன்.

சற்றுக் கவனித்துப் பார்த்தபோதுதான் நான் ஒரு விஷயத்தைத் தெரிந்துகொண்டேன். அவன், போலியோ எனும் இளம்பிள்ளை வாதத்தால் பாதிக்கப்பட்டவன். மூட்டுக்குக் கீழே அவனது இரு கால்களும் துவண்டுபோயிருந்தன. இரண்டு கைகளையும் தரையில் ஊன்றி, கால்களைக் கஷ்டப்பட்டு இழுத்துக்கொண்டுதான் அவன் குன்றின் மீது ஏறுகிறான்.

அவன் பெயர் அன்பழகன். குன்றுக்குக் கீழே உள்ள கிராமத்தில்தான் அவனது சிறிய குடிசை இருக்கிறது. காலையிலும் மாலையிலும் அவன் அந்தப் பாத்திரத்தில் தண்ணீர் ஊற்றுவான். கைகளைத் தரையில் ஊன்ற வேண்டியிருப்பதால், தண்ணீர்ப் பாத்திரத்தை சணல் கயிற்றால் கழுத்தில் கட்டித் தொங்கவிட்டுக்கொண்டுதான் அவன் குன்று ஏறுவான். எங்களுடன் வழிகாட்டியாக வந்த மாணிக்கம்தான் இந்த விஷயங்களையெல்லாம் எங்களுக்குச் சொன்னார்.

பாவம் பையன்... ஒவ்வொரு முறையும் எவ்வளவு பாடுபட்டுக் குன்றின் மீது ஏறுகிறான்! குன்றின் மேல் இருக்கும் அந்தச் சிறிய தகரப் பாத்திரத்தில் தண்ணீர் குடிக்க, பறவைகளும் அணில்களும் ஓணான்களும் அரணைகளும் வருவதுண்டு. இயற்கை பற்றியோ அதன் பாதுகாப்பு பற்றியோ எந்த விஷயமும் அன்பழகனுக்குத் தெரியாது. அவன் தன் சொந்த விருப்பத்தின்படியே தினமும் இரண்டு வேளை அங்கே தண்ணீர் கொண்டுபோய் ஊற்றுகிறான். தான் தண்ணீர் கொண்டு போகவில்லை என்றால், அந்தப் பிராணிகளெல்லாம் தாகத்தில் தொண்டை வறண்டு செத்துவிடும் என்று அவன் அஞ்சுகிறான். அதனால், கோடைக்காலம் ஆரம்பித்த பிறகு குன்றின் உச்சிக்குத் தண்ணீர் கொண்டு செல்ல அவன் ஒரு நாளும் தவறுவதில்லை.

எத்தனையோ வருடங்கள் கடந்து சென்றுவிட்டன. பறவைகள் தன் தகரப் பாத்திரத்தில் தண்ணீர் குடிப்பதைப் பார்க்கும்போது அந்தச் சிறுவனின் முகத்தில் தோன்றும் புன்னகை இன்றும் என் மனதில் மறையாதிருக்கிறது.

பிற்காலத்தில் அன்பழகனைப்போன்றே நானும் செய்தேன். கோடையில் என் வீட்டு வாசலில், உயரமான இடத்தில் வாயகன்ற ஒரு பாத்திரத்தில் நீர் நிறைத்து, பறவைகளுக்கான குளியல் தொட்டி ஏற்பாடு செய்தேன். பிறகு காத்திருக்கத் தொடங்கினேன்.

ஒன்று, இரண்டு, மூன்று நாட்கள் கடந்து சென்றன. பறவைகள் எதுவும் தண்ணீர் குடிக்க வரவில்லை. கடவுளே, இந்தப் பறவைகள் எல்லாம் எங்கே போய் மறைந்துவிட்டன? எனக்கு மிகவும் ஏமாற்றமாக இருந்தது. மாலை நேரத்தில் கட்டெறும்புகளும் சில சருகுகளும்தான் வாசலில் இருந்தன. அடடா, எவ்வளவு கொடுமையான கோடை! இங்கோ, குளிர்ந்த நீர் வீணாகிறது. "கிளிகளே, குருவிகளே, பறவைகளே வாருங்கள்! உங்கள் தாகம் தீருமளவு இங்கே தண்ணீர் குடியுங்கள்! இந்தச் சிறிய தொட்டிலில் மூழ்கிக் குளியுங்கள்!" என்று உரக்கக் கத்த வேண்டும்போல் இருந்தது. ஆனால் என்ன செய்வது? என் மொழி பறவைகளுக்குத் தெரியாதே!

அப்போதுதான், தென்னை மரத்தில் ஏறி தேங்காய் பறிப்பதற்காக குப்பு வந்தார். அவர் மிகவும் அறிவாளி. என் பிரச்சினையைக் கேட்டுவிட்டு அவர் சொன்னார்: "ஆள் நடமாட்டமுள்ள இந்த வாசலில் பறவைகள் எப்படி தைரியமாக வந்து தண்ணீர் குடிக்கும். வெளியே, காலியான ஒரு இடத்தில் தண்ணீர் வைத்தால்தான் பறவைகள் வரும்."

எனவே நான் என் வீட்டின் பின்புறத்தில் அந்த தண்ணீர் பாத்திரத்தை வைத்தேன். அன்று என் குழந்தைகள் மிகவும் சிறியவர்கள். பறவைகளையும் அவற்றின் ஓசைகளையும் எதிர்பார்த்து நாங்கள் சன்னல் வழியே பார்த்துக்கொண்டிருந்தோம். அடடா, அற்புதம்! அதோ விருந்தினர் வரத் தொடங்குகிறார்!

முதலில் வந்தது ஒரு காகம்தான். அது சற்று நேரம் தலை சாய்த்து சுற்றுப்புறத்தை எச்சரிக்கையாகப் பார்த்தது. பிறகு, ஆபத்து ஒன்றுமில்லை என்று தெரிந்துகொண்டு, மெல்ல மெல்ல தண்ணீர் குடிக்கத் தொடங்கியது. மறுநாள் அதிகமான காகங்களும் ஒன்றிரண்டு மஞ்சள் கழுத்துக் கிளிகளும் வந்தன. அடுத்தடுத்த நாட்களில், சிட்டுக்குருவிகள், மைனாக்கள், கருங்குருவிகள் என்று நிறையப் பறவைகள் வந்தன. அது எவ்வளவு அற்புதமான காட்சியாக இருந்தது தெரியுமா?

என் நண்பர்களே, நீங்களும் பறவைகளுக்காக ஒரு தண்ணீர்த் தொட்டி வைத்தால் என்ன? அலுமினியம், நெகிழி *(Plastic)* என்று எந்தப் பாத்திரமாகவும் இருக்கலாம். வாயகன்ற பெரிய பாத்திரங்களாக இருந்தால் நல்லது. ஆழம் அதிகமான பாத்திரங்களில் பறவைகள் இறங்கத் தயங்கும்.

தண்ணீர்ப் பாத்திரத்தை ஒரு மரத்தின் அடியில் வைப்பதுதான் நல்லது. தண்ணீரில் மூழ்கி எழுந்த பிறகு பறவைகள், மரக்கிளையில் அமர்ந்து சிறகுகளை உதறிக்கொள்வதற்கு வசதியாக இருக்கும். தண்ணீர்ப் பாத்திரத்தை சற்று உயரத்தில் வைக்க வேண்டும். பாயக் காத்திருக்கும் நாய்களிடமிருந்தும் பூனைகளிடமிருந்தும் பறவைகளுக்குப் பாதுகாப்பு வேண்டும் அல்லவா.

ஒவ்வொரு நாளும் கோடை வெப்பம் அதிகரித்துக்கொண்டிருக்கிறது. எனவே, முடிந்தால் இன்றே நாம் நம் சிறகுள்ள நண்பர்களுக்கு குளியல் தொட்டி அமைக்கலாம். அதனுடன் பக்கத்திலேயே ஒரு பாத்திரத்தில் கொஞ்சம் அரிசி வைத்தால், பறவைகளின் பசியும் அடங்கும். அப்படி அந்தப் பறவைகளின் வருகையால், உங்கள் நாட்கள் வண்ணமயமாகும்... நம் சுற்றுப்புறம் மிகவும் அழகாக மாறும். ●

11

வரிக்குதிரை

வரிக்குதிரை மிகவும் அழகான விலங்கு. அதன் உடலிலுள்ள கருப்பு வெள்ளைப் பகுதிகள் துல்லியமாக ஒத்திசைந்திருப்பதே இதன் அழகுக்குக் காரணம். கருப்பு நிறத்தின் மீது வெண்ணிறக் கோடுகள் இருக்கின்றனவா, அல்லது வெண்ணிறத்தின் மீது கருப்புக் கோடுகள் அமைந்திருக்கின்றனவா என்று நமக்குச் சந்தேகமாக இருக்கும். வரிக்குதிரைகள் ஆப்பிரிக்காவை பூர்வீகமாகக் கொண்டவை. இவை தூய்மையும் அழகும் மிக்கவை. குதிரை இனத்தைச் சேர்ந்தவை.

வரிக்குதிரைகள், குதிரை இனத்தைச் சேர்ந்தவையாக இருந்தாலும், குணத்தைப் பொறுத்தவரை குதிரைகளுக்கும் வரிக்குதிரைகளுக்கும் மிகவும் வித்தியாசம் உண்டு. வரிக்குதிரைகள் மனிதர்களுடன் இசைந்து பழகாத குண இயல்புடையவை. மனிதர்களின் கட்டளைகளைக் குதிரைகள் ஏற்று நடப்பதைப்போல, வரிக்குதிரைகள் நடக்காது. வாய்ப்புக் கிடைத்தால் மனிதர்களைத் தாக்கவும் தயங்காதவை. இவை, குதிரைகளைப்போல அமைதியானவையும் அல்ல. பயம் என்பதே இவற்றுக்குக் கிடையாது. எப்போதும் மிரட்சியடைந்ததைப்போலத்தான் நடந்துகொள்ளும். ஓட்டமெடுத்தால், கட்டுப்படுத்த முடியாத பயங்கர வேகத்தில்தான் ஓடும். இத்தகைய காரணங்களால்தான், வரிக்குதிரைகள் காட்டிலேயே வாழட்டும் என்று மனிதர்கள் விட்டுவிட்டார்கள். வரிக்குதிரைகள் மனிதர்களுக்குக் கட்டுப்பட்டு நடப்பவையாக இருந்திருந்தால், நமக்குக் குதிரை வண்டிகளுக்குப் பதிலாக வரிக்குதிரை வண்டிகள் இருந்திருக்கும்.

பொதுவாக வரிக்குதிரையின் உடல் முழுதும் கோடுகள் இருக்கும் என்றாலும் வாலின் முனை கருப்பாக இருக்கும். வெப்பத்தை அதிகமாக ஈர்க்கும் நிறம் கருப்பு. ஆனால், வெப்பத்தை வெளியேற்றும் நிறம் வெள்ளை. உடலின் வெப்ப நிலையைச் சீராக

கிரவிஸ் வரிக்குதிரை (*grevy's zebra*)

வைத்திருப்பதற்கு வரிக்குதிரைகளுக்கு இந்தக் கோடுகள் உதவுகின்றன என்று கருதப்படுகிறது. வரிக்குதிரையின் கருப்பு வெள்ளைக் கோடுகள், நம் உள்ளங்கைகளில் இருக்கும் ரேகைகள்போலத்தான். கோடுகளின் இந்தக் கலவை ஒவ்வொரு குதிரைக்கும் ஒவ்வொரு விதமாக அமைந்திருக்கும்.

உடலின் பாதிப் பகுதியில் மட்டும் கோடுகள் அமைந்திருக்கும் ஒரு வரிக்குதிரை இனம் இருந்தது. இது, 'க்வாகா' (*Quagga*) என்று அழைக்கப்பட்டது. இந்த இனம் 19–ஆம் நூற்றாண்டின் இறுதிவரை ஆப்பிரிக்காவில் வாழ்ந்திருந்தது. மனிதர்கள் வேட்டையாடி இந்த இனத்தை முற்றிலும் அழித்துவிட்டார்கள்.

எதிரிகளுக்கு வரிக்குதிரையைக் கண்டுபிடிப்பதில் பெரிய சிரமமொன்றும் இருக்காது. எதிரிகளிடமிருந்து தப்புவதற்கான திறன் வரிக்குதிரைகளுக்கும் உண்டு. அவற்றின் நீளமும் பலமும் கொண்ட கால்களும், கூர்மையான சிறிய குளம்புகளும் விரைந்தோடுவதற்கு உதவி செய்கின்றன. அவற்றுக்கு நல்ல பார்வைத் திறனும் இருக்கிறது. அதனால் இரவு நேரத்திலும் எதிரிகளைக் காண முடியும்.

பசுவும் எருமையும் இரட்டைக் குளம்பு உள்ள விலங்குகள். ஆனால் வரிக்குதிரைக்கு ஒற்றைக் குளம்புதான் இருக்கிறது. அதனால்தான் அது குதிரையின் இனத்தைச் சேர்ந்ததாக இருக்கிறது.

குதிரையும், வரிக்குதிரையும், கழுதையும் உள்ளிட்ட குடும்பத்துக்கு 'இக்யுடே' *(Equidae)* என்று பெயர். குதிரை இனத்தைச் சேர்ந்ததாயினும், வரிக்குதிரை காட்டுக் குதிரை வகையைச் சேர்ந்தது.

எதிரிகள் எப்போதும் தங்களைப் பின்தொடரக்கூடும் என்று வரிக்குதிரைகளுக்கு நன்றாகத் தெரியும். அதனால்தான் அவை எப்போதும் எச்சரிக்கையுடன் இருக்கின்றன. தலையைத் திருப்பாமல் காதுகளை மட்டும் திருப்பி, ஓசை எங்கிருந்து வருகிறது என்று கண்டுபிடித்துவிடும் பெரிய திறமை இவற்றுக்கு உண்டு. வரக்கூடிய ஆபத்தை, வரிக்குதிரைக் கூட்டத்தில் ஏதோ ஒன்று முன்னறிந்தாலும்போதும், உடனே எல்லாக் குதிரைகளும் ஓடத் தொடங்குகின்றன.

எதிரிகள் பின்தொடர்கிறார்கள் என்று உறுதியாகத் தெரிந்தால், வளைந்து நெளிந்து ஓடுவது வரிக்குதிரைகளின் வழக்கம். பின்தொடரும் எதிரிகளைக் களைப்படையச் செய்ய இந்த ஓட்ட முறை உதவுகிறது. ஆனால், எப்படியும் எதிரியிடமிருந்து தப்பிக்கவே முடியாது என்று தெரியும்போது, இவை திருப்பித் தாக்கவும் தயங்குவதில்லை. குளம்புகளால் எதிரியை மிதித்துத் துவைக்கும்.

வரிக்குதிரைக் கூட்டத்தின் தலைவர், ஒரு வலிமையான ஆண் வரிக்குதிரையாக இருக்கும். இது, மேயும்போதும் தண்ணீர் குடிக்கும்போதும் எதிரிகள் வருகிறார்களா என்று கவனத்துடன் பார்த்துக்கொண்டிருக்கும்.

வலிமையான ஆண் வரிக்குதிரைகள் ஒன்றுடன் ஒன்று சண்டையிடும். இறுதியாகச் சண்டையில் வெற்றி பெறும் வரிக்குதிரையே அந்தக் கூட்டத்தின் தலைவராக இருக்கும்.

வரிக்குதிரை இனத்தில் மூன்று வகை இருக்கின்றன. இவற்றில் அதிக பருமனுடன் இருப்பவை 'கிரவிஸ்' *(Grevy's Zebra)*. மிகவும் சிறியவை 'மவுண்ட்டன் ஸீப்ரா' *(Mountain Zebra)*. இவை எண்ணிக்கையில் மிகவும் குறைவானவை. அதிகமாகக் காணப்படுபவை 'பிளைன் ஸீப்ரா' *(Plains Zebra)* எனப்படும் சாதாரண வரிக்குதிரைகள்தான்.

மிக அழகான தோலுக்காகத்தான் வரிக்குதிரைகள் வேட்டையாடப்படுகின்றன. இவற்றில், 'கிரவிஸ்' வகையைச் சேர்ந்த வரிக்குதிரைகள்தான் பெருமளவு அழிக்கப்படுகின்றன. •

12
தனக்குத்தானே சிகிச்சை

நோய் ஏற்படும்போது, பெரும்பாலான விலங்குகளும் பறவைகளும் தங்களுக்குத் தாங்களே சிகிச்சை செய்து அந்த நோயைக் குணப்படுத்தும் அறிவு பெற்றிருக்கின்றன. காட்டில் உள்ள மருத்துவக் குணமுள்ள தாவரங்களைப் பற்றி முதலில் மனிதன், நோய்வாய்ப்பட்ட விலங்குகளின் செயல்களைப் பார்த்துதான் தெரிந்துகொண்டிருக்கவேண்டும். தங்களுக்குத் தாங்களே சிகிச்சையளித்துக்கொள்ளும் பறவைகளையும் விலங்குகளையும் உற்றுக் கவனித்து புதிய புதிய மூலிகைத் தாவரங்களைக் கண்டுபிடிப்பதற்கான முயற்சிகள் உலகமெங்கும் நடந்து வருகின்றன.

ஒரு குரங்கு இருந்தது. ஒரு நாள் அதற்கு திடீரென்று உடல் நிலை சரியில்லாமல்போய்விட்டது. பிறகு அது விளையாடவில்லை. சிரிக்கவும்கூட இல்லை. சோர்ந்துபோய் ஒரு மூலையில் அமர்ந்து தூங்கி விழுந்துகொண்டிருந்தது. அருகில் சென்று பார்த்தபோதுதான் விஷயம் என்னவென்று புரிந்தது. அது, ஈரமான சேற்றுக் கட்டியைக் கன்னத்தோடு வைத்து சேர்த்துப் பிடித்துக்கொண்டிருக்கிறது. எதற்காக அது அப்படிச் செய்கிறது தெரியுமா? தனக்கு ஏற்பட்ட பல் வலியைப் போக்குவதற்காகத்தான்.

நமக்கு உடல்நிலை சரியில்லை என்றால் நாம் உடனே மருத்துவமனைக்குச் சென்று மருத்துவரைப் பார்ப்போம். அவர் எழுதிக் கொடுக்கும் மருந்துகளை வாங்கி உண்போம். ஆனால், நோய் வந்த விலங்குகள் என்ன செய்யும்? அவை தனக்குத் தானே சிகிச்சையளித்துக்கொள்ளும். இந்தத் திறமை, பெரும்பாலான விலங்குகளுக்கும் பறவைகளுக்கும் உண்டு.

அந்தக் குரங்கு தனக்கு குளிர்ச்சி கிடைக்கவேண்டும் என்பதற்காக ஈர மண் கட்டியைக் கன்னத்துடன் சேர்த்து வைத்துப் பிடித்திருப்பது

என்பது, தனக்குச் செய்துகொள்ளும் சிகிச்சையின் ஒரு பகுதிதான். மலேஷிய விலங்குக் காட்சிச்சாலையில் உள்ள ஒரு மனிதக் குரங்குதான் இப்படிச் செய்தது. சில நாட்களுக்குப் பிறகு, பல் வலிக்குக் காரணமான அந்தக் கெட்டுப்போன பல்லை, அது தானே பிடுங்கி எடுத்துவிட்டது. அது மட்டுமல்ல, தான் பிடுங்கி எடுத்த தன் பல்லைக் கொண்டு வந்து மிகவும் பெருமையுடன் விலங்குக் காட்சிச்சாலையின் பாதுகாவலரிடம் காட்டவும் செய்தது.

ஒரு காட்டு விலங்குக்குக் காய்ச்சல் வந்தால் முதலில் அது என்ன செய்யும்? மிகத் தனிமையான ஒரு இடத்தைக் கண்டுபிடிக்கும். காய்ச்சல் வந்தால், முதலில் நன்றாக ஓய்வெடுக்கவேண்டும் என்று அதற்குத் தெரியும். அதற்காக அது, காற்றும் வெளிச்சமும் தாராளமாகத் தண்ணீரும் கிடைக்கும் ஒரு இடத்தைத் தேர்ந்தெடுக்கும். அங்கே மிகவும் கொஞ்சமாகச்சாப்பிட்டு, தண்ணீர் குடித்து நன்றாக ஓய்வெடுக்கும். அப்போது சிறுகச் சிறுக அதன் காய்ச்சல் குணமடைந்துவிடும்.

சில நேரங்களில் நாயும் பூனையும் புற்களுக்கிடையில் மோப்பம் பிடித்துக்கொண்டிருப்பதை நீங்கள் பார்த்திருக்கலாம். சில சமயம் அவை சில வகைப் புற்களைப் பறித்துத் தின்பதும் உண்டு. தங்களுக்கு ஏற்பட்டிருக்கும் வயிற்று வலியையோ, வேறு உடல் நலப் பிரச்சினைகளையோ குணப்படுத்துவதற்காகத்தான் அவை இவ்வாறு செய்கின்றன. பூனையும் நாயும் மாடும் மட்டுமல்ல, முற்றிலும் சைவ உணவையே விரும்பி உண்ணும் விலங்குகள்கூட, தங்களுக்கு உடல் நிலை சரியில்லாமல்போகும்போது இதுபோன்று மூலிகைப் புற்களைத் தேடித் தின்பதுண்டு. எந்த நோய்க்கு எந்தப்

புற்களைத் தின்ன வேண்டும், அல்லது எந்த மூலிகை இலைகளைத் தின்ன வேண்டும் என்று அவற்றுக்கு நன்றாகத் தெரியும்.

நீண்ட நாட்கள் குளிர்காலத் தூக்கத்தில் இருக்கும் கரடியும் மற்ற விலங்குகளும், தாங்கள் தூக்கத்திலிருந்து விழித்தெழுந்த உடனே முதலில், வயிற்றுப்போக்கு ஏற்படுவதற்காக சில வகைக் காய்களையும் கனிகளையும் சாப்பிடும். பல நாட்களாக வயிற்றில் தங்கியிருந்த அழுக்கெல்லாம் அகற்றப்பட்டு வயிறு சுத்தமாகும்தானே.

‘கிப்பன்’ (Gibbon) எனும் மனிதக் குரங்குகளுக்கு அடிபட்டு ரத்தக் காயம் ஏற்பட்டால் அவை, மருத்துவக் குணமுள்ள ஒரு வகைச் செடிகளைத் தேடிப்பிடிக்கும். பிறகு அந்தச் செடிகளின் இலைகளை நன்றாக வாயிலிட்டு மெல்லும். மென்ற இலைச் சக்கையை அப்படியே பந்துபோலச் சுருட்டி அடிபட்ட இடத்தில் அழுத்தி வைக்கும். சில நாட்களுக்குள் காயம் ஆறிவிடும்.

கொரில்லாக் குரங்குகளும், பிரத்தியேக வாசனை உள்ள சில பச்சிலைகளைத் தங்கள் காயங்களில் அழுத்தமாகப் பதித்து வைக்கும்.

நம் கை கால்களில் ஏதாவது எலும்பு முறிவு ஏற்பட்டால் நாம் சில காலம் மாவுக்கட்டு போட்டுக் கொண்டிருப்போம், அல்லவா? விலங்குகளுக்கிடையிலும் இதுபோன்ற ஒரு சிகிச்சை முறை உண்டு. ‘மூர்ஹென்’ (Moorhen) எனும் காட்டுக்கோழி ஒருமுறை இதுபோன்று செய்தது. நாம் செய்வதுபோன்று அது மாவுக்கட்டு போட்டுக்கொள்ளவில்லை. அது, முறிவு ஏற்பட்ட காலில் கொஞ்சம் சேற்றைப் பூசி பற்று போட்டுக்கொண்டது, அவ்வளவுதான். ‘வுட்கோக்’ (Woodcock) எனும் பறவையும் இதுபோன்று செய்யும். தன் காலில் அடிபட்டால் இந்தப் பறவை, சேற்றையும் ஒரு வகைப் புற்களையும் ஒரு வகை வேர்களையும் சேர்த்து பற்று போட்டுக்கொள்ளும்.

தங்களுக்குள் மருத்துவ உதவி செய்துகொள்வதில் எறும்புகள் மிகவும் திறமையானவை. எறும்புக் குடியிருப்பில் உள்ள எந்த எறும்புக்காவது கால் ஒடிந்துவிட்டது என்று வைத்துக்கொள்ளுங்கள், உடனே மற்ற எறும்புகளெல்லாம் சேர்ந்து பாதிக்கப்பட்ட எறும்பின் காலைத் துண்டித்துவிடும். பிறகு அந்த எறும்பை ஒரு பிரத்தியேக அறையில் வைத்து, காயம் ஆறும்வரை நன்றாகப் பார்த்துக்கொள்ளும்.

தங்கள் காயங்களில் சிலந்தி வலைகளை வைத்து சிகிச்சை செய்துகொள்ளும் சில விலங்குகளும் உண்டு. ரத்தக் குழாய்களைச் சுருக்கி, ரத்தப்போக்கை உடனடியாக நிறுத்தும் குணம் சிலந்தி வலைகளுக்கு உண்டு என்பதுதான் அதற்குக் காரணம். சில பிராணிகள், சில வகை ஈக்களின் லார்வாக்களை நூற்றுக்கணக்கில் அள்ளிப் பூசி தங்கள் காயங்களை ஆற்றிக்கொள்ளும். இந்த லார்வாக்கள், காயத்தில் உள்ள பாக்டீரியாக்களை அழித்துவிடும்.

சில பறவைகள், எறும்புப் புற்றுக்கு மேலே இறக்கை விரித்துப் படுத்துக் கிடக்கும். எறும்புகளில் உள்ள 'போர்மிக் அமில' த்தைப் *(Formic acid)* பயன்படுத்தி தங்கள் இறக்கைகளை வலுப்படுத்திக்கொள்வதற்காகத்தான் இதுபோன்று செய்கின்றன என்று சில விஞ்ஞானிகள் கருதுகிறார்கள். காகங்கள், வீடுகளில் உள்ள புகைக் குழாய்களின் அருகே அமர்ந்து 'புகைக் குளியல்' நடத்தும். யானைகளுக்கு 'புழுதிக் குளியல்'தான் பிடிக்கும். உடலைத் தாக்கும் சிறுசிறு பூச்சிகளைத் துரத்துவதற்காகத்தான் அவை இதுபோன்று குளிக்கின்றன.

'கப்பூச்சின்' *(Capuchin)* குரங்குகள் தங்கள் உடலை எப்போதும் சுத்தமாக வைத்துக்கொள்ளும் பழக்கமுடையவை. ஆரஞ்சுத் தோலும் வெங்காயமும் கிடைத்தால் அவற்றைச் சாறு பிழிந்து தங்கள் உடலில் பூசிக்கொள்ளும். இதுபோன்ற விசித்திரச் செயல்களும், அவை செய்துகொள்ளும் சிகிச்சையின் பகுதியாகக் கருதப்படுகின்றன.

சில வகை மான்கள், சுண்ணாம்புச் சத்து உள்ள தண்ணீர் குடிப்பதற்காக பல கிலோமீட்டர் பயணம் செய்யும். அவற்றின் கொம்புகள் விரைவில் வளர சுண்ணாம்புச் சத்து மிகவும் உதவும். பெண் கோவேறு கழுதைகள் கர்ப்பகாலத்தில் குறிப்பாக ஒரு வகை உணவை மட்டுமே உண்ணும். ஆரோக்கியமான குட்டிகள் பிறப்பதற்காகத்தான் அவை இதுபோன்று செய்கின்றன.

கொரில்லாக் குரங்குகள் வழக்கமாக மாலை நேரங்களில் தங்கள் பற்களைச் சுத்தப்படுத்திக்கொள்ளும். சிம்பன்ஸி குரங்குகள் தங்கள் பற்களைச் சுத்தப்படுத்திக்கொள்வதோடு மட்டுமல்லாமல், தங்கள் குட்டிகளின் பற்களையும் சுத்தம் செய்யும். சில சமயம் கொரில்லாக் குரங்குகள், தங்கள் இனத்தில் எந்தக் குரங்குக்காவது பல் வலி வந்தால், அந்தக் குரங்கை தரையில் மல்லாந்து படுக்க வைக்கும். பிறகு சிறு குச்சிகளைக் கொண்டு, அதன் கெட்டுப்போன பல்லைப் பிடுங்கி எடுக்கும். ஏறத்தாழ, இது ஒரு அறுவை சிகிச்சைதான்.

சில முதலைகள், தங்கள் பற்களின் இடையில் சிக்கிக்கொண்ட உணவுத் துணுக்குகளை அகற்றுவதற்கு சிறிய பறவைகளைச் சார்ந்திருக்கும். தங்கள் பற்களுக்கு இடையில் உள்ள உணவுத் துணுக்குகளை பறவைகள் எடுத்துக்கொண்டிருக்கும்போது, எவ்வளவுதான் பசி இருந்தாலும் இந்த முதலைகள் அந்தப் பறவைகளைத் தின்பதில்லை.

அழுகிய மாமிசங்களைத் தின்கிற கழுகுகள், உணவுக்குப் பிறகு தங்கள் அலகை நன்றாகச் சுத்தப்படுத்திக்கொள்ளும். பிறகு நல்ல வெயிலில் சற்று நேரம் இறக்கைகளை விரித்து அமர்ந்திருக்கும். இவை, தங்கள் உடலில் பற்றிப் பிடித்திருக்கும் புழு பூச்சிகளைக் கொல்வதற்காகத்தான் இப்படிச் செய்கின்றன.

வளர்ப்பு யானைகளுக்கு உடல் நிலை சரியில்லாமல் போனால், அப்போது யானைப் பாகன்கள் அவற்றை காட்டுக்கு அழைத்துச் செல்வார்கள். காட்டுக்குச் சென்றவுடன் அந்த யானைகள் மூலிகைச் செடிகளைத் தேடிப்பிடித்துத் தின்னும்.

காட்டில் உள்ள சில மூலிகைச் செடிகள் விலங்குகளின் பெயரில் அறியப்படுகின்றன. வடக்கு அமெரிக்காவில் உள்ள செவ்விந்தியர்கள், கரடிகள் நோய்வாய்ப்படும்போது வழக்கமாகத் தின்கிற ஒரு செடிக்கு, ‘கரடி மருந்து’ என்று பெயர் வைத்திருக்கிறார்கள். ●

13
திமிங்கிலம்

திமிங்கிலம் தண்ணீரில் வாழ்வதால் அது மீன்போன்ற உடலமைப்பைப் பெற்றிருக்கிறது. ஆயினும் அது பாலூட்டி இனத்தைச் சேர்ந்தது. அது மீன் அல்ல. பாலூட்டிகள் மூக்கால் காற்றைச் சுவாசித்து வாழ்பவை. திமிங்கிலம் மீன்களைப்போல, தண்ணீரில் கலந்திருக்கிற பிராணவாயுவை (ஆக்ஸிஜன்) செவுள்களின் வழியாகச் சுவாசிப்பதில்லை. அது மூக்கின் மூலமாகச் சுவாசித்து பிராணவாயுவைத் தன் சுவாசப் பைக்கு அனுப்புகிறது. அதனால், பிராணவாயுவைச் சுவாசிப்பதற்காக திமிங்கிலம் அடிக்கடி கடலின் மேற்பரப்புக்கு வரும்.

சுவாசிப்பதற்காகத் திமிங்கிலம் தண்ணீரின் மேற்பரப்புக்கு வந்தாலும், நீண்ட நேரம் தண்ணீருக்கு அடியில் இருக்கக்கூடிய திறன் பெற்றிருக்கிறது. தண்ணீரின் அடியில் இருக்கக்கூடிய நேரம், ஒவ்வொரு இனத்தைச் சேர்ந்த திமிங்கிலத்துக்கும் வேறுபடும்.

உயிரினங்களிலேயே மிகப் பெரியது திமிங்கிலம்தான். நீலத் திமிங்கிலம் எனும் இனத்தைச் சேர்ந்த திமிங்கிலம், ஏறத்தாழ ஐம்பது நிமிடங்கள்வரை தண்ணீருக்கு அடியில் இருக்கும். பிறகு, சுவாசிப்பதற்காக கடலின் மேற்பரப்புக்கு வரும். 'பாட்டில் மூக்குத் திமிங்கிலம்' *(Bottle nosed whale)* என்ற பெயருடைய திமிங்கிலம்தான் மிகவும் அதிகமான நேரம் தண்ணீருக்கு அடியில் இருக்கும். ஏறத்தாழ இரண்டு மணி நேரம்.

எப்படி திமிங்கிலம் இவ்வளவு நேரம் தண்ணீருக்குள் இருக்கிறது? அது தண்ணீருக்கு அடியில் செல்லும்போது மிகவும் அதிகமான காற்றை உள்ளே இழுத்துக்கொள்வதில்லை. திமிங்கிலத்தின் உருவ அமைப்புடன் ஒப்பிடும்போது, அதன் சுவாசப்பை சிறிதுதான். திமிங்கிலத்தின் உடலில் மிக அதிகமான ரத்தம் உள்ளது. அந்த ரத்தத்தில் சிவப்பணுக்களின் எண்ணிக்கை மிகவும் அதிகம். இந்த சிவப்பணுக்களில் உள்ள ஹீமோகுளோபின் எனும் பொருள்தான்,

பிராணவாயுவைப் பெற்றுப் பாதுகாக்கிறது. தன் ரத்தத்தில் நிறைய பிராணவாயுவைச் சேகரித்து வைத்துக்கொள்வதற்குத் திமிங்கிலத்தால் முடியும். ரத்தத்தைப்போல திமிங்கிலத்தின் தசைகளுக்கும், மிகப் பெரிய அளவில் பிராணவாயுவைச் சேகரித்து வைப்பதற்கான திறன் உண்டு.

திமிங்கிலம் மூழ்கத் தொடங்கும்போது அதன் இதயத் துடிப்பு ஏறத்தாழ பாதியாகக் குறையும். மூளை, இதயம் முதலிய மிகவும் முக்கியமான உறுப்புகளுக்கு மட்டும் ரத்தம் செல்லும். உடலின் மற்ற பகுதிகளுக்கு ரத்தம் செல்லாது. மூழ்கியிருக்கும்போது தசைகளில் உள்ள ரத்தக் குழாய்கள் சுருங்கியிருக்கும். இதுபோன்ற செயல்களால் பிராணவாயு சேமிக்கப்படுகிறது. சேமிக்கப்படும் பிராணவாயுவை பயன்படுத்திக்கொள்வதால் திமிங்கிலம் நீண்ட நேரம் தண்ணீருக்கு அடியில் இருக்க முடிகிறது.

திமிங்கிலம் தண்ணீருக்கு மேலே வரும்போது, அதன் தலைக்கு மேலிருந்து புகைபோன்று பீறிட்டு வருவதை நீங்கள் திரைப்படங்களில் பார்த்திருக்கலாம். அது என்ன? திமிங்கிலத்தின் தலைக்கு மேல் பகுதியில்தான் அதன் மூக்குத் துளை இருக்கிறது. அந்தத் துளையின் வழியாகத்தான் சுவாசம் நடைபெறும். இந்த மூக்குத் துளைக்கு ஒரு அடைப்பு உண்டு. திமிங்கிலம் தண்ணீருக்கு

உள்ளே செல்லும்போது இந்த அடைப்பு, மூக்குத் துளையை மூடிக்கொள்ளும். எனவே இப்போது மூக்கினுள் தண்ணீர் நுழையாது பாதுகாக்கப்படும். திமிங்கிலம் தண்ணீருக்கு மேலே வரும்போது, சுவாசிப்பதற்கு வசதியாக இந்த அடைப்பு திறந்துகொள்ளும். வெப்ப ரத்தமுள்ள எல்லா பாலூட்டிகளையும்போல, திமிங்கிலம் உள்ளிழுக்கும் வாயுவைவிட, வெளிவிடும் வாயுதான் அதிக வெப்பமாக இருக்கும். வெகுநேரம் தண்ணீருக்கு உள்ளே இருந்த திமிங்கிலம் மேற்பரப்புக்கு வந்து, மிக அதிக அளவிலான வெப்ப வாயுவை மூக்குத் துளை வழியே பலமாக வெளியே தள்ளுகிறது. அந்த வாயு மேல் நோக்கி உயர்கிறது. இந்த வெப்ப வாயு, வெளியே உள்ள குளிர்ந்த காற்றுடன் கலக்கும்போது சட்டென்று குளிர்ந்து அடர்த்தியாகி சிறிய நீர்த்துளிகளாக மாறுகிறது. திமிங்கிலத்தின் மூக்குத் துளையிலிருந்து புகைபோன்று பீறிட்டு வருவது இதுதான். ●

14

கானுயிர்களை வாழவிடுங்கள்!

பேராசிரியர் கே. ஸ்ரீதரன்

ஜூன் 5 உலக சுற்றுச்சூழல் தினம். நம் சுற்றுச்சூழலுக்கு ஏற்படும் பிரச்சினைகளைப் பற்றியும் அந்தப் பிரச்சினைகளைத் தீர்ப்பதைப் பற்றியும் உலகத்தில் உள்ள அனைவரும் சிந்திக்கும் தினம் இது. சும்மா சிந்தித்தால் மட்டும் போதாது. அதைப் பற்றி மற்றவர்களுடன் பேச வேண்டும். சுற்றுச்சூழல் பாதுகாப்பு குறித்த உணர்வு மற்றவர்களுக்கு ஏற்பட நம்மால் முடிந்ததையெல்லாம் செய்ய வேண்டும். இனி வரும் தலைமுறைகள் நன்றாக வாழக்கூடிய விதத்தில் நமது பூமியைக் காப்பாற்றுவது, சுற்றுச்சூழலுக்குக் கேடு வராத நல்ல எதிர்காலத்தைப் பற்றிய எண்ணங்களை பகிர்ந்துகொள்வது ஆகியவையெல்லாம் சுற்றுச்சூழல் தினத்தில் உலகெங்கும் நடக்கும்.

ஒவ்வொரு சுற்றுச்சூழல் தினத்திலும் ஒரு முக்கியமான விஷயத்தை தேர்ந்தெடுப்பார்கள்; அது தொடர்பாக, அந்த நாளும் அந்த வருடம் முழுவதும் விவாதிப்பார்கள். வன அழிப்பு, பூச்சிக்கொல்லி மருந்துகளால் ஏற்படும் பிரச்சினைகள், தண்ணீர் மாசுபாடு, வறட்சி, காற்று மாசுபாடு, உலகம் வெப்பமயமாவது, ஓசோன் படலத்தின் சிதைவு முதலிய எவ்வளவோ பிரச்சினைகள் நம் முன்னால் இருக்கின்றன. 1972 முதல் நாற்பதுக்கும் மேற்பட்ட சுற்றுச்சூழல் பிரச்சினைகளைப் பற்றி விவாதிக்கப்பட்டிருக்கிறது.

உதாரணமாக, 2016ல், சட்ட விரோதமான கானுயிர் (காட்டில் வாழும் விலங்குகள், பறவைகள், பிராணிகள் ஆகியவையே கானுயிர்) வியாபாரம் விவாதப் பொருளாக எடுத்துக்கொள்ளப்பட்டது. இது ஒரு பெரிய பிரச்சினை. உலகப் பிரச்சினை. நம் காடுகளிலும் காடுகளுக்கு வெளியிலும் நிறைய கானுயிர்கள் இருக்கின்றன. அவற்றில் பல இன்று முற்றிலும் அழிந்துபோகும் நிலையில் இருக்கின்றன. பல கானுயிர்கள் அழிந்து இல்லாமலேயே போய்விட்டன. ஒவ்வொரு உயிரின வகையும் பல்லாயிரக்கணக்கான ஆண்டுகளின் பரிணாமச் செயல்பாடுகளின் மூலம் உருமாறி உண்டானவை. அவை ஒவ்வொன்றின் மரபியலும் (Genetics) மிகவும் மதிப்பு மிக்கவை.

ஒரு உயிரினம் அடியோடு அழிந்துவிட்டால் பிறகு அதை மீண்டும் உருவாக்க யாராலும் முடியாது. இயற்கையின் இயல்பான

செயல்பாடுகளின் மூலமாகத்தான் அவை பரிணாமம் பெற்று உருவாயின. எனவே, இயற்கையில் இருக்கும் ஒவ்வொரு உயிரின வகையையும் காப்பாற்றுவது நமது மிக முக்கியமான கடமையாகும். ஏனென்றால், முக்கியமாக இவை மனிதர்களால்தான் அழிந்துபோகின்றன. கானுயிர்களைக் குறித்து நாம் மிகவும் தீவிரமாகச் சிந்திக்க வேண்டியிருக்கிறது. ஒவ்வொரு உயிரின வகைக்கும் அதற்கென்று பிரத்தியேகமான ஒரு வாழிடம் இருக்கிறது. அந்த வாழிடத்துக்கு மாற்றம் வந்தாலோ அல்லது அழிந்துபோனாலோ, அந்த வாழிடத்தில் மட்டுமே வாழக்கூடிய உயிரினம் பிறகு நிலைத்திருக்காது.

மனிதர்கள் அளவுக்கு அதிகமாகத் தலையிடுவதால், பல வகை உயிரினங்களின் வாழிடச் சூழல்கள் நாசமாகிக்கொண்டிருக்கின்றன. அதனால், அந்த இடங்களில் மட்டுமே வாழத் தகுதி பெற்ற உயிரின வகைகள் முற்றிலும் அழிந்துவிடும். கானுயிர்கள் சந்ததியற்று அழிந்துபோவதற்கு இன்னொரு காரணமும் இருக்கிறது. சட்ட விரோதமான கானுயிர் வேட்டையும் கானுயிர் வியாபாரமும்தான் அது. இது, உலகம் முழுதும் உள்ள ஒரு பிரச்சினை. கானுயிர்களை விற்பது சர்வதேச அளவில் தடை செய்யப்பட்டிருக்கிறது. கானுயிர்களை உயிருடனோ அல்லாமலோ, அவற்றின் உறுப்புகளையோ கடத்திச் செல்வதும் விற்பதும்தான் சட்ட விரோத கானுயிர் வியாபாரம்.

கானுயிர்களின் தோல், கொம்பு, எலும்பு, நகம், பற்கள், மாமிசம் முதலியவற்றை யாருக்கும் தெரியாமல் கடத்திக்கொண்டு போகிறார்கள். அதற்காக அப்படிப்பட்ட உயிர்களைக் கொலை செய்கிறார்கள். பழைய காலத்தில் பொழுதுபோக்காக கானுயிர்களை வேட்டையாடிக் கொன்றார்கள். இன்று வியாபாரத்துக்காகக் கொல்கிறார்கள். கானுயிரின் உடலுடன் தொடர்புடைய எதையும் விற்பது மட்டுமல்ல, அதை கடத்திச் செல்வதோ, தன்னிடம் வைத்திருப்பதோ தண்டனைக்குரிய குற்றமாகும். பறவைகள், காட்டில் நீரிலும் நிலத்திலும் வாழக்கூடியவை, பாலூட்டிகள் ஆகிய எல்லாமும் இந்த சட்டத்துக்குள் வருகின்றன. தாய்லாந்தின் தலைநகரான பாங்காக் 'சுவர்ணபூமி விமானநிலையம்' தான் இந்தக் கானுயிர் வியாபாரத்தின் முக்கிய மையம். இந்தப் பிரதேசத்தில் ஒரு வருடத்துக்கு 1,20,000 கோடி ரூபாய்க்கு வியாபாரம் நடக்கிறது.

நம் இடங்களிலும் இதுபோன்ற வியாபாரங்களைப் பார்க்கலாம். புலித்தோலும் புலி நகமும் வைத்திருப்பவர்கள், சட்டத்தை மீறிய குற்றவாளிகளாக ஆகிறார்கள். கருங்குரங்கு லேகியம் விற்பவர்களும் மயில் எண்ணெய் விற்பவர்களும் சட்டத்தை மீறியவர்களே. மயில் எண்ணெய்க்கு எந்த மருத்துவ குணமும் இல்லை என்பது வேறு விஷயம். வெள்ளை ஆந்தை அதிர்ஷ்டம் தரும் என்பதும் முற்றிலும் முட்டாள்தனமாகும். அதைப் பிடித்துக்கொண்டு போவது பெரிய குற்றச் செயல். யானையின் முக்கிய எதிரி, அதன் தந்தம்தான் என்று சொல்வதுண்டு. ஏனென்றால், மனிதர்கள் யானைத் தந்தங்களுக்காக காட்டு யானைகளைக் கொன்றழிக்கிறார்கள்.

இப்படிப்பட்ட எல்லா உயிர்களையும் அதனதன் இயல்பான வாழிடத்தில் வாழ அனுமதிக்க வேண்டும். இந்த பூமி நமக்கு மட்டும் உரிமையானது அல்ல, இந்த உயிர்களுக்கும் உரிமையானதுதான். அவை இங்கே நிலைத்திருந்தால்தான் நாம் நிலைத்திருக்க முடியும். ‘இனி எந்தக் கானுயிரையும் அழியவிடக் கூடாது’ என்பதுதான் நம் எண்ணமாக இருக்க வேண்டும். •

15

அழிந்துவரும் புலிகள்

எம். ஜெயசீலி

அடர் பழுப்பு நிறப் புலியைச் சித்திரத்தில் பார்த்தாலே நமக்குச் சற்றுப் பயமாக இருக்கும்தானே? இந்தப் பயத்தின் காரணமாகத்தான் சிலர், கோடுகள் உள்ள பூனைகளைக்கூட புலிகள் என்று நினைத்துவிடுகிறார்கள். பரவாயில்லை, பூனையும் புலி இனத்தைச் சேர்ந்ததுதான்.

புலி, நமது தேசிய விலங்கு எனும் பெருமைக்குரியது. ஆயினும் புலிகளின் எதிர்காலம் பெரிய கேள்விக்குறியாக நம்முன் உள்ளது. இந்தியாவில் புலிகளின் எண்ணிக்கை மிகவும் குறைந்துவிட்டது.

புலியும், பூனையும் உட்பட்ட குடும்பத்துக்கு 'ஃபெலிடே' *(Felidae)* என்று பெயர். இந்தக் குடும்பத்தைச் சேர்ந்த பெரிய விலங்குதான் புலி. இதன் அறிவியல் பெயர், 'பாந்தெரா(லியோ) டைக்ரிஸ்' *(Panthera (leo)tigris)* என்பதாகும். உடல் அழகில் முதலிடம் வகிப்பதும் புலிதான். முதிர்ந்த ஒரு புலியின் நீளம், சராசரியாக, வால் உட்பட மூன்று மீட்டர் நீளம் இருக்கும். எடை 160 கிலோ முதல் 230 கிலோவரை இருக்கும்.

புலியின் உடலில் ஏன் கோடுகள் இருக்கின்றன என்று தெரியுமா? இரையின் பார்வையில் படாமல் பதுங்கி இருப்பதற்கான தந்திரம்தான் இது. சிறுத்தைப் புலியின் உடலில் புள்ளிகள் இருப்பதும் இதே காரணத்துக்காகத்தான். இரையாகும் பிராணிகள், தங்களைத் தாக்கும் விலங்குகளிடமிருந்து தப்பித்துக்கொள்வதற்காக பல தந்திரங்கள் செய்வதுபோல, வேட்டையாடும் விலங்குகளும் பல தந்திரங்களைக் கொண்டிருக்கின்றன. அவற்றில் ஒன்றுதான் 'கேமோபிளாஜ்' *(Camouflage)* என்பது. இந்த வார்த்தைக்கு, எதிரிகளிடமிருந்து பாதுகாத்துக்கொள்வதற்காக தன்னை மறைத்துக்கொள்ளும் தற்காப்பு ஏற்பாடு என்று பொருள். சிறுத்தைகளின் உடலில் உள்ள புள்ளிகளும், புலிகளின் உடலில்

உள்ள கோடுகளும் அவற்றின் உடல் வடிவத்தை மறைப்பதற்கு உதவுகின்றன.

காட்டு மரங்களின் உச்சியிலிருந்து ஊடுருவி வருகிற வெளிச்சத்திலோ, காற்றில் ஆடிக்கொண்டிருக்கும் புற்களுக்கிடையிலோ இருக்கும் புலியையோ, சிறுத்தையையோ நாம் எளிதில் கண்டுபிடிக்க முடியாது. அவ்வளவு இயற்கையாக அவை சுற்றுச்சூழலுடன் கலந்திருக்கும். அவற்றின் இருப்பிடங்களில் வைத்து புலியையோ, சிறுத்தையையோ பார்க்க முயற்சிப்பவர்களுக்குத்தான் அவற்றை அடையாளம் காண்பதில் உள்ள சிரமம் தெரியும்.

ஒரு புலியின் சராசரி ஆயுள் 11 வருடம். பெண் புலியின் பேறுகாலம் 105 முதல் 113 நாட்கள். ஒரு பிரசவத்தில் மூன்று நான்கு குட்டிகள் பிறக்கும்.

புலி தோன்றிய இடம் சைபீரியா என்று கருதப்படுகிறது. அங்கிருந்து கொஞ்சம் கொஞ்சமாக மஞ்சூரியா, கொரியா, சீனா, மியான்மர், தாய்லாந்து, வியட்நாம், மலேசியா, ஜாவா, சுமத்ரா, பாலித்தீவு ஆகிய இடங்களுக்குப் பரவியது. ஆனால் இலங்கையை அடையவில்லை.

புலி, இந்தியாவுக்கு வந்து சேர்ந்த பிறகு மெல்ல மெல்ல அசாம், வங்கம், இமயத்தின் கீழ்ப் பகுதி மலைகள், மத்திய இந்தியா, தென்னிந்தியா ஆகிய இடங்களுக்குப் பரவியது. இந்தியாவுக்கு வந்த கிழக்கிந்திய கம்பெனியைச் சேர்ந்த வெள்ளைக்கார வேட்டைக்காரர்கள், முதன் முதலாகப் புலியுடன் மோதியது வங்கத்தில்தான். அதனால்தான் ஆங்கிலேயர்கள் இந்தியப் புலிகளுக்கு ‘வங்கப் புலி’ (Bengal tiger) என்று பெயர் சூட்டினார்கள். இன்றைய நிலையில், கிழக்கு ஆசியாவில் மட்டும்தான் புலிகள் அதிகமாக இருக்கின்றன.

பளபளப்பான உடல், உறுதியான மெத்தென்ற பாதங்கள், நீண்ட வெள்ளை மீசை, சொரசொரப்பான நாக்கு இவையெல்லாம் புலிக்கும் பூனைக்கும் ஒரே மாதிரியாகத்தான் இருக்கும். மேலும், பார்வைத் திறனும் கேட்கும் திறனும் இரண்டுக்கும் ஒன்றுதான். இரண்டுமே, மிகத் திறமையாகப் பதுங்கி நடக்கும் பழக்கமுள்ளவை. பூனையைப்போலவே புலியும் தனிமையை விரும்பும்.

மரம் ஏறுவது பூனைக்குப் பிடிக்கும். தேவை ஏற்பட்டால் புலியும் மரம் ஏறும். தேவையில்லாமல் மனிதர்களையோ, விலங்குகளையோ

தாக்கும் இயல்பு புலிக்குக் கிடையாது. புலி, சத்தத்தையும் அதிக வெளிச்சத்தையும் விரும்புவதில்லை. இதனால்தான் சில வேட்டைக்காரர்கள், புலியை நரியைவிடப் பயந்த விலங்கு என்று சொல்கிறார்கள்போலிருக்கிறது.

சிறுவர்கள்கூட கூட்டமாகக் கூச்சலிட்டு புலியை அச்சுறுத்தி விரட்டிவிடலாம். மற்ற விலங்குகளும் இப்படித்தான் செய்கின்றன. புலியைக் கண்டால் இவை தொடர்ந்து அலறும். அதைக் கேட்டு புலி ஓடிச் செல்கிறது. பெரும்பாலும் புலி, பயந்த குரங்குகளின் சத்தத்திற்கும் புள்ளிமான்களின் நீண்ட அலறலுக்கும் காட்டுநாய்களின் குரைப்பொலிக்கும் காட்டுக்கோழி மற்றும் மயிலின் கூவலுக்கும் அஞ்சுகிறது. நெருப்பைக் கண்டும் புலி பயப்படும். மற்ற விலங்குகள் மனிதனைக் கண்டு பயப்படுவதுபோலவே புலியும் மனிதனுக்குப் பயப்படும். காரிலோ, யானை மீதோ, ஒட்டகத்தின் மீதோ பயணிக்கிற மனிதர்களைக் கண்டால் புலி அஞ்சி ஓடும்.

வெள்ளக்காலத்தில் உணவு கிடைக்காதபோது புலி, தவளை , மீன் ஆகியவற்றைத் தின்னும். பசியெடுத்த புலிக்கு, காட்டில் கிடைக்கும் எந்த விலங்கும் உணவுதான். ஒரு புலி மிகக்கடுமையான பசியின்போது, மற்றொரு புலியைத் தின்னவும் முற்படும். தன்

குட்டிகளைத் தின்னும் பழக்கம் உள்ளதால், ஆண் புலியின் அருகிலிருந்து குட்டிகளை பெண் புலி அப்புறப்படுத்துவதுண்டு.

சமய சந்தர்ப்பம் ஒத்துழைத்தால் மற்ற விலங்குகள் புலியின் உணவைத் தட்டிப் பறிப்பதுண்டு. புலியின் இரையை மற்ற விலங்குகள் தொடாது எனும் கருத்து தவறு. தான் கொன்ற இரையை மட்டுமே புலி தின்னும் எனும் கருத்தும் தவறானதுதான். எந்த மாமிசமும், சில சமயம் அழுகிய மாமிசம்கூட புலிக்கு விருப்பமான உணவுதான்.

புலி மிக மெதுவாக, கவனமாக, ரகசியமாக நடக்கும். கால் விரல்களைத்தரையில் ஊன்றி ஒரு மீட்டர் அகலத்தில் அடிவைக்கிறது. பிறகு பதுங்கி, இரை மீது தாவி விழுவதுதான் வழக்கம். மானையோ மற்ற பிராணிகளையோ அதிக தூரம் துரத்திச் செல்வதற்கான சக்தி புலிக்கு இல்லை. புலியும் சிறுத்தையும் பெரும்பாலும் மறைந்திருந்துதான் தாக்கும். எனவே, இரை பக்கத்தில் வரும்வரை அதன் கண்ணில் படாமல் மறைந்திருக்கவேண்டிய அவசியம் புலிக்கு இருக்கிறது. இந்த தேவைக்காகத்தான் புலியின் உடலில் கோடுகள் இருக்கின்றன. இரையாகிற பிராணிகள் மிகப் பக்கத்தில் வரும்போது மட்டுமே புலி பாய்ந்து பிடிக்கிறது. பிறகு, சிக்கிக்கொண்ட பிராணியை கழுத்திலோ, முதுகிலோ அடித்துக் கொல்கிறது.

புலி ஒவ்வொரு முறை உணவு உண்ட பின்னும் தான் சாப்பிடும் இடத்தை மாற்றிக்கொள்ளும். இரையின் தொடைப் பகுதியில் ஆரம்பித்து ரோமத்தையும் தோலையும் மாமிசத்தையும் எலும்புகளையுமெல்லாம் புலி ஒன்றுவிடாமல் தின்றுவிடும். இதுபோன்று உணவு உண்ணும் பழக்கம் உள்ள விலங்குகள் மிகவும் குறைவு. குடல் பகுதி புலிக்குப் பிடிக்காது. எனவே அதை மட்டும் நீக்கிவிடும். ஒரே தடவையில் அது 25 லிருந்து 30 கிலோ மாமிசம்வரை தின்றுவிடும். தின்றதுபோக மிச்சமிருந்தால் அதை பத்திரமாக ஒரு இடத்தில் ஒளித்து வைக்கும்.

புலி இனம் எப்படி அழிந்து வருகிறது? காடுகளை அழிப்பதுதான் முதல் காரணம். பரந்த அளவில் புலிகளை வேட்டையாடுவதும் மற்றொரு முக்கியக் காரணம். புலியைக் கொன்ற ஒருவன் சமூகத்தில் பெரிய வீரனாக மதிக்கப்பட்ட காலம் ஒன்று இருந்தது. இதற்காக வேட்டைக்காரர்கள் கடுமையாக முயற்சி செய்தார்கள். தொற்று நோய்களும் புலிகள் அழிவதற்கு முக்கியக் காரணமாக இருந்தன.

இந்தியாவுக்கு வெளியே ஜாவா, சுமத்ரா, சைபீரியா ஆகிய இடங்களில் உள்ள புலிகளும் மற்ற புலி இனங்களும் அழிவை நோக்கிச் சென்றுகொண்டிருக்கின்றன. இந்தியாவில் குறிப்பிட்ட எண்ணிக்கையிலேயே புலிகள் இருக்கின்றன.

புலிகள் பற்றி பல மூடநம்பிக்கைகள் இருந்தன. புலியின் தோலும் மீசையும் பல்லும் நகமும் மாமிசமும் கொழுப்பும் மனிதனுக்குப் பயன்படும் என்று ஒரு காலத்தில் மக்கள் நம்பிக்கொண்டிருந்தார்கள். புலியின் மாமிசத்தைத் தின்றால் புலியைப்போல பலமும் தைரியமும் பெற்றுவிடலாம் எனும் நம்பிக்கையும் இருந்தது.

புலியின் உடலிலிருந்து எடுக்கப்படும் கொழுப்பு, வாத நோய்க்கு நல்ல மருந்து என்று மக்கள் நம்பினார்கள். அதனால் பலர், சுலபமாகக் கிடைக்காத இந்த மருந்தை மிக அதிகமாக விலைக்கு விற்று செல்வந்தர்கள் ஆனார்கள். புலி நகத்தை அணிந்துகொள்ளும் மூடநம்பிக்கையும் பரவலாகக் காணப்படுகிறது. இது மட்டுமல்ல, புலியின் தோள் பகுதி எலும்பு அதிர்ஷ்டத்தின் சின்னமாகக் கருதப்படுகிறது.

எவ்வளவு நாட்பட்ட கண் நோயாக இருந்தாலும், ஒரு துளி புலிப் பாலை கண்ணில் விட்டால் சரியாகிவிடும் என்றும் மக்களிடையே

தவறான நம்பிக்கை இருந்தது. புலித் தோலை விரிப்பாகப் பயன்படுத்துவது என்பது செல்வச் செழிப்பைக் குறிப்பதாகவும் வெற்றியைக் குறிப்பதாகவும் இருந்தது.

இப்படியெல்லாம் மூட நம்பிக்கைகள் இருந்தபோதும் புலிகள் முற்றிலும் அழியாமல் தப்பியது அதிசயம்தான்!

புலிகளைக் காப்பாற்றுவதற்காக 1973ல் தொடங்கப்பட்ட திட்டம்தான் 'புராஜெக்ட் டைகர்' (Project tiger). இது வடநாட்டில் உள்ள ஜிம்கார்பெட் வனவிலங்குக் காப்பகத்தில்தான் முதலில் ஆரம்பிக்கப்பட்டது. பதினேழு மாநிலங்களில் உள்ள புலிகள் காப்பகம் 50. ஆந்திரப்பிரதேசத்தில் உள்ள 'நாகார்ஜுனா சாகர் டைகர் ரிஸர்வ்' தான் இந்தியாவிலேயே மிகப் பெரிய புலிகள் காப்பகம். மிகச் சிறியது, மகாராஷ்டிராவில் உள்ள 'பன்ஜ் டைகர் ரிஸர்வ்.' Reserve என்றால் ஒதுக்குப் பகுதி என்று அர்த்தம். டைகர் ரிஸர்வ் என்றால் புலிகள் வாழும் ஒதுக்குப் பகுதி ஆகும். புலிகள் அதிகம் உள்ள இடம் மத்தியப் பிரதேசம். சமீபத்திய கணக்கெடுப்பின்படி இந்தியாவில் ஏறத்தாழ 2200 புலிகள்தான் இருக்கின்றன. •

16

மரங்கொத்தி

ஆர். மும்தாஜ்

மரங்கொத்திப் பறவையின் காலில் இரண்டு விரல்கள் முன்புறமாகவும் இரண்டு விரல்கள் பின்புறமாகவும் நீண்டிருக்கும். கால் விரல்களின் இந்த அமைப்பு, மரத்தைப் பற்றி ஏறுவதற்கும் மரத்தை இறுகப் பற்றிப் பிடித்துக்கொண்டு நிற்பதற்கும் உதவுகிறது. மரத்தில் பொந்து உருவாக்கி அதில் முட்டையிடுவதற்காக மரங்கொத்திகள் மரங்களைக் கொத்தி பொந்துகள் அமைக்கின்றன. மர இடுக்குகளிலும், துளைகளிலும் இருக்கும் புழு பூச்சிகளையும் அவற்றின் முட்டைகளையும் தின்பதற்காகவும் மரங்கொத்திகள் மரத்தைக் கொத்துகின்றன.

மரங்கொத்தியின் மொத்த உடல் பருமனோடு ஒப்பிடும்போது, அதன் தலை பெரிதாக இருக்கும். அதன் கழுத்து சிறிதாக இருந்தாலும் மிகவும் வலுவாக இருக்கும். அலகால் மரத்தில் பலமாகக் கொத்துவதற்கு இந்தக் கழுத்துதான் உதவுகிறது. மரங்கொத்தியின் அலகின் முனை உளியைப்போன்று கூர்மையாக இருக்கும். இந்த அலகின் வடிவமும் உறுதியும் மரத்தில் துளையிடுவதற்கு ஏற்ற வகையில் அமைந்திருக்கும். மரங்களின் தண்டுப் பகுதிகளில் உள்ள புழு பூச்சிகள் முழுவதையும் தங்கள் அலகால் கொத்தி எடுப்பதற்கு இயலாமல்போனால், மரங்கொத்திகள் தங்கள் நாக்கைப் பயன்படுத்துகின்றன.

ஒரு மரத்தின் துளைக்குள் இருக்கும் பூச்சியைப் பிடிப்பதற்கு மரங்கொத்தி தன் அலகை உள்ளே நீட்டுகிறது என்று வைத்துக்கொள்ளுங்கள். அந்தப் பூச்சி, அலகு எட்டாத தூரத்தில் இருக்கிறது. அப்போது மரங்கொத்தி, தன் வாய்க்குள் மடித்து வைத்திருக்கும் நாக்கை நீட்டி அந்தப் பூச்சியைப் பிடித்துவிடும். மடித்து வைத்திருந்த நாக்கை நீட்டும்போது அந்த நாக்கு மெல்லியதாக, அலகைவிட ஏறத்தாழ நான்கு மடங்கு நீளமாக

இருக்கும். நாக்கின் முனை கூர்மையாகவும் முட்கள்போன்ற அமைப்புக் கொண்டதாகவும் இருக்கும். பெரிய மரங்களின் பொந்துகளில் மிகவும் பாதுகாப்பாக ஒளிந்திருக்கும் பூச்சிகளையும்கூட இந்த நீளமான நாக்கால் பிடித்துவிட முடியும். நாக்கின் முனையில் உள்ள முட்களும், பசைபோன்ற திரவமும் பூச்சிகளைமிக எளிதில் பிடிப்பதற்கு வசதியாக அமைந்திருக்கின்றன.

மரங்கொத்திகளில் ‘ஃபின்ச் மரங்கொத்தி’ எனும் ஒரு இனம் இருக்கிறது. சில சமயம் மரத் துளைகளில் உள்ள பூச்சி புழுக்கள், மரங்கொத்தியின் அலகுக்கு எட்டாதபடி மரத்தின் மிக உள்ளே இருக்கும். அவற்றை வெளியே கொண்டு வர இந்த வகை மரங்கொத்திகள் என்ன செய்யும் தெரியுமா? இதுபோன்ற அவசியங்களுக்காகத்தான் எப்போதும் அலகில் ஒரு கம்பையோ முள் குச்சியையோ வைத்திருக்கும். அந்தக் கம்பைக்கொண்டு குத்தி புழு பூச்சிகளை வெளியே வரச் செய்துவிடும்.

வடக்கு அமெரிக்காவில் உள்ள கலிபோர்னியாவில் ஒரு வகை மரங்கொத்திகள்வசிக்கின்றன. அவற்றுக்கு ஓக் மரத்தின்காய்கள்தான் மிகவும் விருப்பமான உணவு. ஓக் மரத்தின் காய்கள் நிறையக் கிடைக்கின்ற காலத்தில், அவை அந்தக் காய்களைச் சேகரித்து வைக்கும். உணவு கிடைக்காத காலத்தில், சேர்த்து வைத்ததைப் பயன்படுத்திக்கொள்ளும். அந்தக் காய்களை அவை எங்கே சேகரித்து வைக்கும்? தொலைவில் உள்ள ஏதாவது ஒரு பெரிய ஓக் மரத்தில் நூற்றுக்கணக்கான பொந்துகள் அமைக்கும். ஒவ்வொரு மரங்கொத்தியும் உருவாக்கும் பொந்தில் அந்தந்த மரங்கொத்தியே மரக்கொட்டைகளைக் கொண்டு வந்து பாதுகாக்கும். இடையிடையே இந்த மரங்கொத்திகள் வந்து, தங்கள் உணவுச் சேகரம் பத்திரமாக இருக்கிறதா என்று பாத்துவிட்டுப் போகும். மற்ற பிராணிகள் தங்கள் உணவைக் கொண்டுபோய்விடாமல் இருப்பதற்காக இவை சில சமயம், மரத்தின் இலைகளாலும் உலர்ந்த மரக் கிளைகளாலும் அந்தப் பொந்துகளை மறைத்து வைக்கும். நம் நாட்டில் உள்ள மரங்கொத்திகளும் அத்தியாவசியமாகத் தேவைப்படும் உணவை மரப் பொந்துகளில் சேகரித்து வைப்பதுண்டு. ●

17
சிப்பிக்குள் முத்து

கடலின் அடியில் வாழ்கிற ஒருவகை சிப்பிகள்தான் முத்துகளை உருவாக்குகின்றன. நன்னீரில் வாழ்கின்ற சில சிப்பிகளிலும் எப்போதாவது முத்துகள் இருக்கும். முத்துச் சிப்பியின் ஓடு, இரு படலங்கள் உடையதாகவும், உறுதியானதாகவும் இருக்கும். அதன் உள்ளே இருப்பது அதி மென்மையான உடற்பகுதி. இந்த மென்மையான உடற்பகுதியைக் காப்பதற்காகத்தான் கடினமான மேலோடு இருக்கிறது. உடற்பகுதியை மூடுகிற, வெளிப்புறத்தில் உள்ள சவ்வை, 'மான்டில்' *(Mantle)* என்று குறிப்பிடுவார்கள்.

இந்த மான்டிலுக்கும் மோலோட்டுக்கும் இடையில் எதிர்பாராத விதமாக ஏதேனும் மணல் துகளோ, மற்ற ஒட்டுண்ணிகளோ எப்போதாவது புகுந்துவிடும். இதுபோன்று வெளியிலிருந்து உள்ளே நுழையும் பொருள், சிப்பியின் உடலில் ஒருவித உறுத்தலை *(Irritation)* உண்டாக்கும். இப்படி உறுத்தலை ஏற்படுத்தித் தொல்லை தரும்

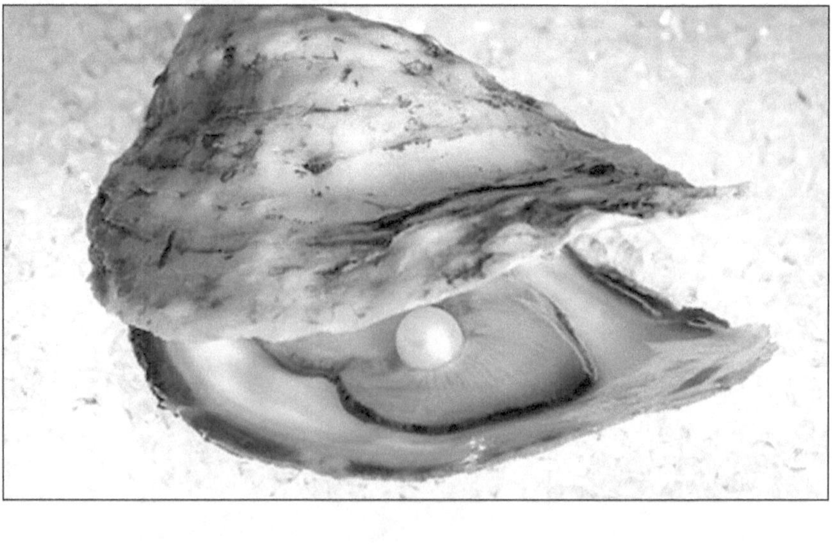

பொருளை வெளியேற்ற முடியாமல்போகும்போது, அந்தப் பொருளால் ஏற்படும் தொல்லையைத் தவிர்ப்பதற்கு சிப்பி ஒரு செயலைச் செய்யும்.

மான்டில் என்று சொல்லப்படும் இந்தப் படலத்தின் ஓரத்தில் கொஞ்சம் செல்கள் இருக்கின்றன. அவற்றிலிருந்து கால்சியம் கார்பனேட்டின் ஒருவித நீர்மப் பொருள் தோன்றும். இந்தத் திரவம், உள்ளே நுழைந்த பொருளை மூடும். மீண்டும் மீண்டும் இந்தத் திரவம் உருவாக்கப்பட்டு, அது அந்தப் பொருளின் மீது படிந்துகொண்டே இருக்கும். இப்படிப் படிந்தவை கெட்டிப்பட்டுத்தான் முத்தாக மாறுகிறது.

சிப்பிகள், கடலின் அடியில் உள்ள பாறைகளில் ஒட்டிக்கொண்டுதான் இருக்கும். முத்தெடுப்பவர்கள் இவற்றைப் பெயர்த்தெடுத்து மேலே கொண்டு வருவார்கள். இவர்கள் கொண்டு வரும் எல்லா சிப்பிகளிலும் முத்துகள் இருக்கும் என்று சொல்ல முடியாது. ஒரு சில சிப்பிகளில்தான் முத்துகள் இருக்கும்.

ஜப்பானியர்கள்தான் முதன் முதலாக முத்து விவசாயத்தைத் தொடங்கினார்கள். முத்துச் சிப்பிகளால் கடலின் அடியில் வாழ முடியாத சூழ்நிலை ஏற்படும்போது, சிப்பியைப் பொறுக்கி எடுத்து பரிசோதனைச்சாலையில் வளர்ப்பார்கள். பிறகு, சிப்பிகளின் உடற்பகுதியை லேசாகக் கீறி, உறுத்தும் பொருளை உள்ளே செலுத்துகிறார்கள். பிறகு அவற்றைக் கூடைகளில் இட்டு கடலில் வளர்க்கிறார்கள். இரண்டு மூன்று வருடங்களுக்குப் பிறகு இந்தச் சிப்பிகளை எடுத்துத் திறந்து பார்த்தால், நன்கு முதிர்ந்த முத்துகள் கிடைக்கும். இதுதான் முத்து விவசாயம்.

முத்துகள் பல நிறங்களில் உள்ளன. வெள்ளை, இளஞ்சிவப்பு, பழுப்பு நிறம், நீலம், மஞ்சள், பச்சை, கருப்பு முதலிய நிறங்களில் முத்துகள் கிடைக்கின்றன. அதுபோல முத்துகள் எல்லாம் உருண்டை வடிவில்தான் இருக்கும் என்று சொல்ல முடியாது. நீள்உருண்டை, சதுரம் ஆகிய வடிவிலும் முத்துகள் உருவாகும். உருண்டை வடிவிலுள்ள முத்துகளுக்குத்தான் விலை அதிகம். •

18

ஒரே ஒரு கூட்டில் ஒரே ஒரு ராணி

தேனீ, அதன் மூக்காலோ, வாயாலோதான் ரீங்கரித்துக்கொண்டிருக்கிறது என்று பலரும் நினைத்துக்கொண்டிருக்கிறோம். அது உண்மையில்லை. தேனீயிடமிருந்து வரும் ரீங்கார ஓசை, அதன் இறகுகளின் மிக விரைவான துடிப்பால்தான் ஏற்படுகிறது. அப்படி இறகுகள் துடிப்பதன் மூலம்தான் தேனீ பறக்கிறது. அதன் இறகுகள் நொடிக்கு நானூறு முறை துடிக்கின்றன. அதிவிரைவான இந்த அசைவு காற்றில் உண்டாக்குகிற அதிர்வு, நம் காதை அடையும்போது நாம் அதை ரீங்காரமாக உணர்கிறோம்.

சமூக வாழ்க்கை நடத்தும் தேனீக்களின் கூட்டில் ஒரே ஒரு ராணித்தேனீதான் இருக்கும். அந்தக் கூட்டில் அதுதான் சர்வாதிகாரி. கூட்டில் இன்னும் இரண்டு வகை தேனீக்களும் இருக்கும். கூட்டை நிலைக்கச் செய்வதற்காகப் பாடுபடும் பெண் தேனீக்கள் ஒரு வகை. இவை இனப்பெருக்கத் திறனற்றவை. இன்னொரு வகை தேனீக்கள், சோம்பேறியான ஆண் தேனீக்கள்.

ராணித்தேனீ, மற்ற தேனீக்களைவிட உருவத்தில் பெரிதாக இருக்கும். வேலைக்காரிகளான பெண் தேனீக்கள்தான் தேனும், மகரந்தப் பொடியும் சேகரிக்கும். மெழுகால் கூடு கட்டுவது, கூட்டை சுத்தப்படுத்துவது, குஞ்சுத் தேனீக்களுக்கும் ராணித்தேனீக்களுக்கும் உணவு கொடுப்பது முதலிய பல வேலைகளையும் பெண் தேனீக்கள்தான் செய்கின்றன.

வேலைக்காரத் தேனீக்கள் சேகரித்து வைத்த தேனைக் குடிக்கும் வேலையைத்தான், சோம்பேறிகளான ஆண் தேனீக்கள் செய்யும். ஆண் தேனீக்களின் உடல் அமைப்பும், தேனோ மகரந்தமோ சேகரிப்பதற்கு ஏற்ற விதத்தில் இருக்காது. இவை எண்ணிக்கையில் குறைவாக இருக்கும். இவை, குறிப்பிட்ட காலங்களில் ராணித்தேனீயுடன் இணைசேர்கின்றன. தேனீக்களின் சமூக

வாழ்க்கை நிலைப்பதற்கு ஆண் தேனீக்கள் மிகவும் அவசியம். ராணித்தேனீக்கள், கூட்டின் அதிபதிகள் என்பதில் சந்தேகம் இல்லை. ஆனால் இவை, அத்தனை வேலைக்காரத் தேனீக்களையும் சார்ந்து வாழ்கிற 'முட்டையிடும் எந்திரங்கள்' மட்டுமே.

ராணித்தேனீக்களின் மூளை, வேலைக்காரத் தேனீக்களின் மூளையைவிடச் சிறியதாக இருக்கும். ஆனால், ராணித்தேனீ மட்டும்தான் முட்டையிடும் திறன் பெற்றிருக்கிறது. கூட்டில் ஒன்றுக்கும் அதிகமான ராணிகள் இருப்பதற்கு, ஏற்கனவே கூட்டில் இருக்கும் ராணி அனுமதிப்பதில்லை. ராணித்தேனீ முட்டையிடும். முட்டையிலிருந்து வெளிவரும் குஞ்சுகள் ராணியாக வேண்டுமா, அல்லது வேலைக்காரர்கள் ஆக வேண்டுமா என்று முடிவு செய்வது, வேலைக்காரிகளான பெண் தேனீக்கள்தான்.

வேலைக்காரத் தேனீக்கள் குறிப்பிட்ட காலங்களில் சில முட்டைகளை, கூட்டின் கீழ் முனையில் அமைத்திருக்கும் 'ராணி அறை' களுக்கு மாற்றுகின்றன. ஒவ்வொரு தேன் கூட்டிலும் மிகக் குறைந்த எண்ணிக்கையில்தான் ராணி அறைகள் இருக்கும். ஆனால், அவை மற்ற அறைகளைவிடப் பெரிதாக இருக்கும். ராணி அறைகளில் பிறக்கும் குஞ்சுகளுக்கு வேலைக்காரத் தேனீக்கள் பிரத்தியேகமான உணவை ஊட்டுகின்றன. இங்கே வளர்ந்துவரும் பெண் தேனீக்கள்தான் எதிர்காலத்தில் ரானித்தேனீக்களாக இருக்கும். ராணித்தேனீக்களின் பிரத்தியேகத் தன்மைகளுக்கு முக்கியக் காரணம், அவற்றின் உணவு முறையில் உள்ள மாற்றம்தான்.

புதிய ராணி வெளியே வரும்போது, ஏற்கனவே இருக்கும் ராணி, கூட்டமான வேலைக்காரத் தேனீக்களுடன் இடத்தை விட்டுச் சென்றிருக்கும். அவை வேறொரு இடத்தில் புதிய கூடமைத்து வாழத் தொடங்குகின்றன. சில சமயம் அறைகளின் மேல் படலத்தைத் திறந்து வெளிவரும் புதிய ராணிகள், இதுபோன்று வேலைக்காரத் தேனீக்களுடன் இடம் விட்டுச் செல்கின்றன. ஒன்றுக்கும் மேற்பட்ட ராணிகள் ஒரே நேரத்தில் வரும்போது, அவற்றுக்கிடையே கடும் சண்டை நடக்கும். ஒரு ராணி மட்டுமே மிஞ்சும்வரை இந்தப் பலப்பரீட்சை தொடரும். புதிதாக வெளியே வந்த ராணிக்கும், கூட்டில் ஏற்கனவே இருந்துகொண்டிருக்கும் ராணிக்கும் இடையே, இரண்டில் ஒன்று வெற்றி பெறும்வரை சண்டை நடக்கிறது. அதனால் ஒரு தேன்கூட்டில், ஒன்றுக்கும் அதிகமான ராணிகள் இருக்கும் நிலை ஏற்படுவதில்லை.

தேனீக்கள், நிறைய தேன் உள்ள பூக்கள் இருக்கும் ஒரு இடத்தைக் கண்டுபிடித்த பிறகு, திரும்பி வந்து அந்தச் செய்தியை மற்ற தேனீக்களிடம் தெரிவிக்கின்றன. இதுபோன்ற கருத்துப் பரிமாற்றத்துக்காக, அவை குறிப்பிட்ட விதமான நடன முறையைக் கடைப்பிடிக்கின்றன. ஒன்று, வட்டத்துக்குள் வட்டமாகப் பறப்பது. இந்த நடன முறைக்கு, தேன் இருக்கும் இடம் கூட்டிலிருந்து நூறு மீட்டர் தொலைவில் உள்ளது என்று அர்த்தம். இந்தச் செய்தியைத் தெரிவிக்கும் நடனத்தை ஆடிக்கொண்டே அந்தத் தேனீக்கள், தாம் சேகரித்த உணவை கூட்டுக்குள் இருக்கும் மற்றத் தேனீக்களுக்குக் கொடுக்கும். இதன் மூலம், நூறு மீட்டர் தொலைவில் அவை கண்டுபிடித்த உணவின் சுவையையும் மணத்தையும் மற்ற தேனீக்கள் புரிந்துகொள்ளும். உடனே அனைத்துத் தேனீக்களும் நாற்புறமும் பறந்து அந்தப் பூக்களைத் தேடிப் போகும். இந்த 'வட்ட நடன'த்திலிருந்து, நூறு மீட்டர் தொலைவில் பூக்கள் இருக்கின்றன என்று தெரிந்துகொள்ளலாமே தவிர, பூக்கள் இருக்கும் சரியான இடத்தைத் தெரிந்துகொள்ள முடியாது. அதனால்தான் அவை குறிப்பிட்ட இலக்கு நோக்கிச் செல்லாமல் நாற்புறமும் பறந்து தேடப் போகின்றன.

தேனுடைய பூக்கள் இருக்கும் இடத்தைச் சரியாகத் தெரிவிக்கும் நடனமுறை ஒன்றும் தேனீக்களிடம் உண்டு. இந்தமுறைக்கு 'வேகல் நடனம்' *(Waggle Dance)* என்று பெயர்.

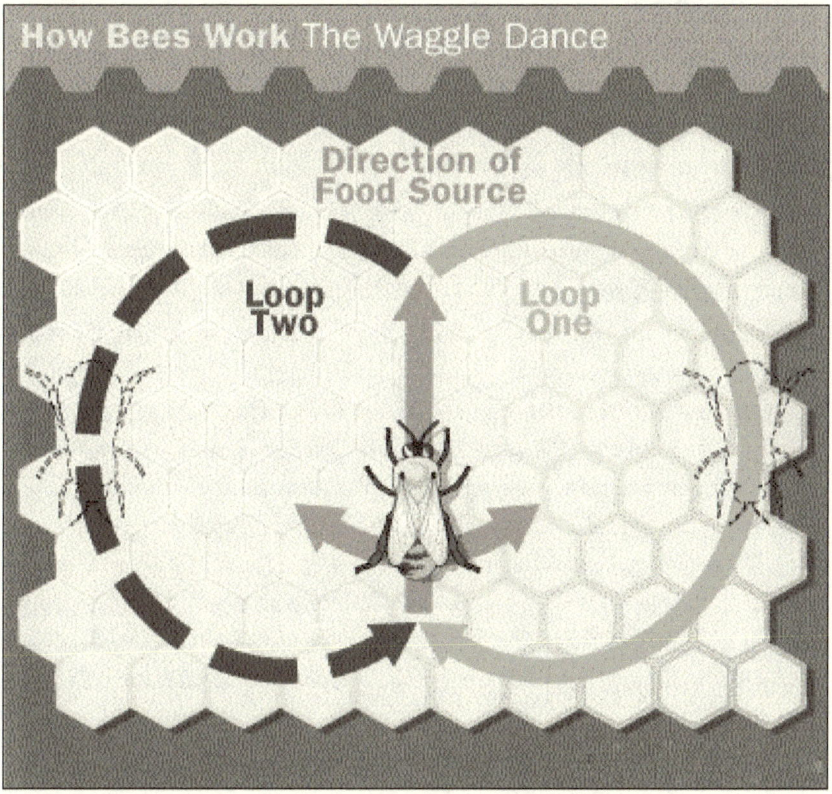

முதலில் தேனீ நேர்க்கோட்டில் பலமாக நடுங்கிச் செல்லும். சற்று மேலாகச் சென்ற பிறகு ஒரு புறமாகத் திரும்பி கீழே வந்து, மீண்டும் முதலாவது நேர்க்கோடு வழியே மேலே செல்கிறது. பிறகு, முதலில் திரும்பியதற்கு எதிர்த் திசையில் திரும்பி கீழே வந்து, மீண்டும் நேர்க்கோட்டில் திரும்பி மேலே செல்கிறது. நடனமாடும் தேனீ, இந்த நடனத்தின் மூலமாக மற்ற தேனீக்களுக்கு இரண்டு விஷயங்களைத் துல்லியமாக அறிவிக்கிறது. ஒன்று - புதிதாகக் கண்டுபிடிக்கப்பட்ட உணவு கிடைக்கும் இடம், கூட்டிலிருந்து எவ்வளவு தொலைவில் இருக்கிறது என்ற விஷயம். இரண்டு – சூரியனையும் கூட்டையும் தொடர்புபடுத்தும் நேர்க்கோட்டிலிருந்து, எந்தத் திசையில், எவ்வளவு சரிவான கோணத்தில் இந்த இடம் அமைந்திருக்கிறது என்பது.

நடனத்தின் வேகத்திலிருந்தும், அந்த நடனத்தைத் திரும்பத் திரும்பச் செய்வதிலிருந்தும் உணவு இருக்கும் இடம் எவ்வளவு தொலைவில் இருக்கிறது என்பது மற்ற தேனீக்களுக்குத்

தெரிந்துவிடும். அது மட்டுமல்ல, போகவேண்டிய இடம் கூட்டிலிருந்து சூரியனுக்கு நேராக இருக்கிறதா, அல்லது எதிர்த் திசையில் இருக்கிறதா, பக்கவாட்டில் இருக்கிறதா என்பதுபோன்ற விவரங்களும் சரியாகப் புரிந்துவிடும். நடனம் அதிக நேரம் நீடித்தால், உணவு மிக அதிகமாக இருக்கிறது என்று அர்த்தம்.

ஆஸ்திரேலியாவைச் சேர்ந்த 'கால் வோன் ஃப்ரிஷ்' *(Nobel laureate Karl von Frisch)* எனும் உயிரியல் விஞ்ஞானிதான் ஆய்வு செய்து, தேனீக்களின் இந்த செய்திப் பரிமாற்றத்தைக் கண்டுபிடித்தார்.

தேனீக்களின் முட்டைகளிலிருந்து வெளிவரும் லார்வாக்களின் முக்கிய உணவு தேன்தான். பூவில் உள்ள தேனும், தேன் கூட்டிலுள்ள தேனும் வித்தியாசமானவை. தேனீ, பூவிலிருந்து தேன் எடுத்த பிறகு அந்தத் தேன் நேராக, தேனீயின் வயிற்றிலுள்ள இரண்டு அறைகளில் முதலாம் அறைக்குச் செல்லும். ஒரு சிறிய வால்வின் செயல்பாட்டால், இந்தத் தேன் இரண்டாவது அறைக்குக் கடப்பதில்லை. பூவிலிருந்து சேகரித்த தேனுடன் கூட்டை அடையும் தேனீ, இந்தத் தேனை கூட்டில் உள்ள சில பிரத்தியேகத் தேனீக்களுக்குக் கொடுக்கிறது. அவை ஒன்றுக்கொன்று இந்தத் தேனைக் 'கைமாற்றி'க்கொள்கின்றன. இந்த செயல்பாடுகளுக்கிடையில் அதில் சில நொதிகள் *(Enzyme)* சேரும்.

அதன் பிறகு இந்தத் தேன், கூட்டின் பிரத்தியேக அறைகளில் பாதுகாக்கப்படுகிறது. சில பிரத்தியேகத் தேனீக்கள், அவற்றின் சிறகுகளை விசிறியாகப் பயன்படுத்தி தேனில் உள்ள நீர்மையின் அளவைக் குறைக்கின்றன. இப்படித்தான் தேன்கூட்டில் தேன் தயாராகிறது. ஒரு சாதாரண தேன்கூட்டில் 45 கிலோகிராம்வரை தேன் சேகரிக்கலாம். ஒரு கிலோகிராம் தேன் உண்டாக்க தேனீ, ஒரு கோடிப் பூக்களிலிருந்து தேன் சேகரிக்க வேண்டும். ஒரு பயணத்தில் ஒரு தேனீ, 600 பூக்களைச் சந்திக்கும். பூக்களிலிருந்து மட்டும் அல்ல, தேன் உண்ணும் சில உயிரினங்களின் எச்சங்களிலிருந்தும் தேனீ தேன் சேகரிப்பது உண்டு. தேனீக்களுக்கு தேன்தான் முக்கிய உணவு. எனவேதான் அவை தேன் சேகரித்து கூட்டில் பாதுகாக்கின்றன. •

19

முதலை

“சும்மா முதலைக் கண்ணீர் விடாதே!" என்று யாரோ யாரையாவது திட்டுவதை நீங்கள் கேட்டிருக்கலாம். அல்லது கேள்விப்பட்டிருக்கலாம். முதலைக் கண்ணீர் என்றால் என்ன? துயரப்படுவதுபோன்று நடிப்பது என்று அர்த்தம். அதாவது, பொய்யாக வருத்தப்படுவது.

ஆனால், உண்மையாகவே முதலைகள் கண்ணீர் விடுவதுண்டு. அந்த முதலைக் கண்ணீர் பற்றி சுவாரஸ்யமான சில கதைகள் இருக்கின்றன. தனக்கு இரையாகப்போகும் பிராணியின் பரிதாப நிலையை நினைத்து முதலைகள் அழுகின்றன என்று ஒரு கதை சொல்கிறது. ‘இந்தப் பிராணியின் உடலை விழுங்கிவிட்டோம், ஆனால் இதன் தலையை விழுங்குவது சிரமமாக இருக்கிறதே’ என்று நினைத்து முதலைகள் அழுவதாக வேறொரு கதையில் வருகிறது. குரங்கின் இதயத்தைத் தின்பதற்காகப் பேராவல் கொண்ட மனைவி முதலையின் பேச்சைக் கேட்டு குரங்கைப்

அலிகேட்டர்

குரோக்கடைல்

பிடிக்கப் புறப்பட்ட ஏமாளி முதலையின் கதையை நீங்கள் படித்திருப்பீர்கள்தானே?

கண்களின் உட்புறத்தை எப்போதும் ஈரமாக வைத்திருப்பதுதான் கண்ணீரின் வேலை. ஆனால், பெரும்பாலும் தண்ணீரிலேயே கிடக்கின்ற முதலைகளுக்கு கண்ணீர் சுரப்பிகளின் அவசியம் மிகவும் குறைவு. ஆனால், கரையில் ஓய்வெடுக்கும்போது முதலைகளின் கண்களில் கண்ணீர் வருவதுண்டு. முதலைகள் உணவை விழுங்கும்போது அவற்றின் கழுத்துக்குப் பக்கத்தில் உள்ள கண்ணீர் சுரப்பிகள் நெரிபடுகின்றன. அதனாலும் அந்தக் கண்ணீர் சுரப்பிகளிலிருந்து நிறையக் கண்ணீர் வெளியேறும். இதுதான் முதலைக் கண்ணீரின் ரகசியம்.

முதலைகள் ஏன் இவ்வளவு கஷ்டப்பட்டு உணவை விழுங்குகின்றன? பெரிய பெரிய பற்கள் இருந்தாலும் முதலைகளால் இப்படித்தான் உணவை விழுங்க முடியும். முதலைகள் உணவு விஷயத்தில் மிகவும் சோம்பேறிகள். உணவு சாப்பிடாமல் எவ்வளவு நாட்கள் வேண்டும் என்றாலும் முதலைகளால் இருக்க முடியும். முற்றிலும் மாமிச உண்ணிகளான முதலைகள், தங்கள் இரையைத் துரத்திப் பிடிப்பதில்லை. இரை நெருங்கி வருவதற்காக தண்ணீரில் காத்திருக்கும். இரை பக்கத்தில் வரும்போது பாய்ந்து ஒரே பிடியாகக் கவ்விவிடும். தவளைகள், மீன்கள், பல்லிகள், பறவைகள் உட்பட - பெரிய பாலூட்டிகளையும் முதலைகள் தின்னும். சமயங்களில் மனிதனையும்கூட முதலைகள் இரையாக்கிக்கொள்ளும். பிடித்த இரையை உடனே தின்றுவிடும்.

ஏறத்தாழ இருபது கோடி வருடங்களுக்கு முன்பு தோன்றியவை முதலைகள். இதே காலகட்டத்தில் தோன்றிய டைனோசர்கள் பூமியிலிருந்து மறைந்துவிட்டன. ஊர்வன பிரிவைச் சேர்ந்த பல்லிகள், பாம்புகள், ஆமைகள் ஆகியவற்றுடன் முதலைகளுக்கு நெருக்கமான தொடர்பு உண்டு. உலகத்தில் எல்லா இடங்களிலும் உள்ள முதலைகள் ஒரே மாதிரி இருப்பதில்லை. முதலை இனத்தில் நான்கு பிரிவுகள் இருக்கின்றன. 'அலிகேட்டர்' *(Alligator)*, 'குரோக்கடைல்' *(Crocodile)*, 'காரியல்' *(Gharial)*, 'கைமன்' *(Caiman)* ஆகியவைதான் அவற்றின் ஆங்கிலப் பெயர்கள்.

தெற்கு மத்திய அமெரிக்காவில் காணப்படும் சிறிய முதலைதான் கைமன். தெற்கு - கிழக்கு அமெரிக்கா, சீனா ஆகிய நாடுகளில் அலிகேட்டர்கள் காணப்படுகின்றன. ஆஸ்திரேலியா, ஆசியா, ஆப்பிரிக்கா, இந்தியா, தெற்கு மத்திய அமெரிக்கா ஆகிய நாடுகளில் பரவலாக குரோக்கடைல்கள் காணப்படுகின்றன. காரியல் வகையைச் சேர்ந்த முதலைகளின் தலையின் முன் பகுதியில் சிறியதொரு புடைப்பு இருக்கும்.

இந்தியாவில் இரண்டு வகையான முதலைகள் இருக்கின்றன. குரோக்கடைல்களும் காரியல்களும். இதில் நன்னீரில் வசிக்கும் குரோக்கடைல்கள், உப்பு நீரில் வசிக்கும் குரோக்கடைல்கள் என்று இரண்டு வகை இருக்கின்றன. காஷ்மீர், இமாசலப் பிரதேசம், பஞ்சாப், ராஜஸ்தான் ஆகிய இடங்களைத் தவிர, இந்தியாவில் எல்லா நதிகளிலும் வசிக்கும் முதலைகளை 'மக்கர்' என்று

காரியல்

அழைக்கிறார்கள். நம் ஊர்களில் உள்ள விலங்குக் காட்சிச் சாலைகளில் நீங்கள் முதலைகளைப் பார்த்திருப்பீர்கள். அவையெல்லாம் மக்கர்கள்தான். ஆனால் இந்தியாவின் கிழக்குக் கடற்கரைகளிலும் அந்தமான் கடற்கரைகளிலும் காணப்படும் உப்புநீர் முதலைகள் பார்ப்பதற்கு முரட்டுத்தனமாக இருக்கும். குணத்திலும் அப்படித்தான். ஒரிசாவில் பித்ரகணிகா, கஹிர்மாதா வனவிலங்குக் காப்பகங்களில் இவை வசிக்கின்றன. வடக்கு இந்தியாவில் சிந்து, கங்கை, பிரம்மபுத்திரா, மகாநதிக் கரைகளில் மட்டுமே காரியல்கள் வசிக்கின்றன.

இந்த முதலைகளை எப்படி இனங்கண்டுகொள்வது? காரியல்களின் தோற்றத்தைப் பற்றி நீங்கள் மேலே படித்தீர்கள். மற்ற முதலைகளை அடையாளம் காண்பதற்கு சற்று அறிவியல் தெரிந்திருக்கவேண்டும். அலிகேட்டரும் கைமனும் அதிக உருவ ஒற்றுமையுடன் இருக்கும். இவற்றின் தலையின் முன் பாகம் நீளம் குறைவாகவும் அகலம் அதிகமாகவும் இருக்கும். இவை வாயை மூடியிருக்கும்போது கீழ் வரிசையில் உள்ள எல்லாப் பற்களும் மேல் வரிசைக் குழிகளில் சேர்வதால் பற்களைப் பார்க்க முடியாது. மேல் வரிசையில் முன்பிலிருந்து நான்காவது பல்தான் மிகவும் பெரிதாக இருக்கும். இவற்றின் பற்கள் உதிர்ந்துபோவதற்கு ஏற்றபடி வாழ்நாள் முழுதும் புதிய பற்கள் முளைத்துக்கொண்டிருக்கும்.

குரோக்கடைல் பிரிவைச் சேர்ந்த முதலைகள் வாயை மூடியிருக்கும்போது, கீழ் வரிசையில் உள்ள நான்காவது பல் வெளியே தெரியும். அது மேல் வரிசையில் உள்ள பிளவில் சேர்ந்திருக்கும். இவற்றின் மேல் வரிசையில் உள்ள ஐந்தாவது பல்தான் பெரியது.

முதலைகளில் ஏறத்தாழ 22 இனங்கள் (Species) இருக்கின்றன. வெயில் காய்வதற்காகவும் முட்டையிடுவதற்காகவும்தான் முதலைகள் கரைக்கு வருகின்றன. இவை வழக்கமாக, மண்ணில் குழி பறித்து, கிடக்கும் குப்பைகூளங்களைச் சேர்த்து வைத்து அதில்தான் முட்டையிடும். பெண் முதலைகள் ஏறத்தாழ 15லிருந்து 80 முட்டைகள்வரை இடும்.

சூரிய வெப்பத்தில்தான் முட்டைகள் பொரிகின்றன. வெப்பத்தின் அளவுக்கு ஏற்றபடிதான், முட்டை பொரிந்து வெளிவரும் குஞ்சுகளில் ஆண் பெண் வித்தியாசம் ஏற்படுகிறது. அதிகமான வெப்பத்திலும் குறைந்த வெப்பத்திலும் பொரிகின்ற

கைமன்

முட்டைகளிலிருந்து வெளிவரும் குஞ்சுகள் பெண் முதலைகளாக இருக்கும். அதிகமாகவும் இல்லாத குறைவாகவும் இல்லாத இடைப்பட்ட வெப்ப நிலையில் முட்டை பொரிந்து வெளிவரும் குஞ்சுகள் ஆண் முதலைகளாக இருக்கும். முதலைகளுக்கு கேட்கும் திறன் மிகவும் அதிகம். சில ஓசைகளை எழுப்பி ஒன்றுக்கொன்று கருத்துப் பரிமாற்றம் நடத்தும் திறமையும் முதலைகளுக்கு உண்டு. இவை சுவாசப்பை மூலம் சுவாசிக்கின்றன.

தண்ணீரில் இருக்கும்போது முதலைகளின் மூக்குத் துளைகள் எப்போதும் மேலே இருக்கும். முதலைகளின் உடல் தடிமனான செதில்களுடைய தோலால் மூடப்பட்டிருக்கிறது. இந்தத் தோல்தான் முதலைகளின் துயரம் என்று சொல்லலாம். ஏனென்றால், முக்கியமாக இந்தத் தோலுக்காகத்தான் மனிதர்கள் முதலைகளை வேட்டையாடுகிறார்கள். இவற்றின் முட்டைக்காகவும் மாமிசத்துக்காகவும் வேட்டையாடுபவர்களும் உண்டு. முதலைகள் பார்ப்பதற்கு பயங்கரமான தோற்றத்துடன் இருந்தாலும், தவிர்க்க முடியாத உணவுத் தேவையால்தான் மனிதர்களைத் தாக்க முற்படுகின்றன.

முதலைகள் இருக்கின்றன என்று உறுதியாகத் தெரியும் நீர் நிலைகளில் இறங்காமல் இருக்கவேண்டும். அது ஒன்றுதான் அவற்றின் தாக்குதல்களிலிருந்து தப்புவதற்கான ஒரே வழி. முதலைகள் கரையில் ஏறி மனிதர்களையோ மற்ற பிராணிகளையோ துரத்திப் பிடிப்பதில்லை. இவை அந்தளவு சோம்பலுடையவை. •

20

இயற்கையுடன் இணைந்த வாழ்க்கை

ஆர்.வி.ஜி.

“இயற்கையுடன் இணைந்து வாழ்வதற்கு நாம் என்ன செய்ய வேண்டும்?”

யாராவது இப்படி ஒரு கேள்வி கேட்டால் உங்களுக்கு வியப்பாகத்தானே இருக்கும்? இயற்கையோடு இணையாமல் நாம் எப்படி வாழ முடியும்? நம் சுவாசம், குடிக்கும் தண்ணீர், சாப்பிடும் உணவு, உணவு சமைப்பதற்குத் தேவைப்படும் பொருட்கள் எல்லாமே இயற்கையிலிருந்துதானே கிடைக்கின்றன. இயற்கையை மறந்து வாழ்வதற்கு நம்மால் முடியுமா? ஆனால், நாம் சுவாசிப்பது, தண்ணீர் குடிப்பது, சமைப்பது, சாப்பிடுவது ஆகியவையெல்லாம் நம்மையறியாது வழக்கமாக நடைபெற்று வருகின்றன. இதன் காரணத்தால் ஒருக்கால் நாம் இயற்கையை மறந்துபோகக்கூடும். அப்படியென்றால், அவ்வப்போதேனும் நாம் இயற்கையை நினைத்துப்பார்ப்பது நல்லது.

இவையெல்லாம் வழக்கமாக நடைபெற்று வருவதுதான் என்றாலும், இதில் ஒன்றில் ஏதாவது தடை ஏற்படும்போதுதான் அது நம் கவனத்தில் படுகிறது. சுவாசிப்பதற்கான காற்று எப்போதும் இருக்கிறது. ஆனால் ஒரு நாள், வீட்டைச் சுற்றிலும் புகை பரவியிருக்கிறது என்று வைத்துக்கொள்ளுங்கள், யாரோ குப்பையைக் கொளுத்திவிட்டார்கள். அப்போதுதான் நாம் குப்பையைப் பற்றி நினைத்து வருத்தப்படுவோம். இந்தக் குப்பையை எரிக்காமல் அழிப்பதற்கு வேறு வழி இல்லையா? ஓ, குப்பையைப் பயன்படுத்தி கலப்பு உரம் (Composting) தயாரிக்கலாமே! பிறகு கலப்பு உரம் தயாரிப்பதைப் பற்றி சிந்திப்போம், விசாரிப்போம். இப்படி நாம் புதியதொரு (அல்லது பழையதொரு) விஷயத்தைக் கண்டுபிடிக்கிறோம்.

பக்கத்தில் ஏதாவது கூட்டம் நடக்கிறது. அப்போது ஒலிபெருக்கியில் மிக உரக்கக் கத்தி நம்மைத் தொந்தரவு செய்கிறார்கள் என்று வைத்துக்கொள்ளுங்கள், அப்போதுதான் நாம் ஒலி மாசுபாட்டைப் பற்றி யோசிக்கிறோம், கவலைப்படுகிறோம். அப்படி அதைப் பற்றிப் படிக்கும்போதுதான் ஒலி மாசுபாட்டின் காரணமாக ஏற்படும் ஆபத்துகளை நாம் அறிந்துகொள்கிறோம்.

ஒலி மாசுபாட்டைக் கட்டுப்படுத்துவதற்கான கடுமையான சட்டங்கள் இப்போதும் உண்டு. ஆனால் இப்போது அந்த சட்டங்களையெல்லாம் சரியானபடி நடைமுறைப் படுத்துவதில்லை. என்ன காரணம்? மிகப் பெரிய ஓசை நம் காதைத் துளைக்கும்போதெல்லாம் நாம் அந்த ஓசை எழுப்புபவர்களைக் குற்றம் சொல்வோம். ஆனால் அந்த ஓசை எழுப்புபவர்கள், 'நம்' ஆட்களாக இருந்தால் (நம் மதத்தைச் சேர்ந்தவர்களாகவோ நம் சாதியைச்சேர்ந்தவர்களாகவோ நம் கட்சியைச்சேர்ந்தவர்களாகவோ இருந்தால்), 'சரி, போய்த்தொலையட்டும்!' என்று விட்டுவிடுவோம். இப்படித்தான் மற்றவர்களும் செய்வார்கள். இதன் காரணத்தால்தான் பல சட்டங்களை நடைமுறைப்படுத்த முடியாதுபோகிறது. ஒவ்வொருவரும் தங்களுக்கு வேண்டியவர்களின் குற்றங்களைத் திரைபோட்டு மறைக்கிறார்கள். இப்படியே எல்லோரும் செய்கிறார்கள்.

காட்டைக் கையகப்படுத்துவதும் இப்படித்தான். கையகப்படுத்துவது என்றால் எடுத்துக்கொள்வது. காட்டைப் பாதுகாக்கவேண்டியதன் அவசியத்தைப் பற்றி நம் எல்லோருக்கும்

தெரியும். காட்டைக் கட்டாயம் பாதுகாத்தே ஆகவேண்டும் என்றுதான் எல்லோரும் சொல்கிறார்கள். ஆனால் அரசியல் செல்வாக்கும் அதிகாரமும் பணபலமும் கொண்டவர் காட்டு நிலத்தைக் கையகப்படுத்தினால், இவரது குற்றத்துக்கு எதிராக நடவடிக்கை எடுக்கமாட்டார்கள். இது அநியாயம்தானே?

தொழிற்சாலைக் கழிவுகளால் ஏற்படும் சுற்றுச்சூழல் மாசுபாடுகளும் இப்படித்தான். தொழிற்சாலைக் கழிவுகளால் ஏற்படும் மாசுபாட்டுக்கு எதிராகத்தான் எல்லோரும் பேசுகிறார்கள். நமக்கு, அல்லது நம் பிள்ளைகளுக்கு, அந்த தொழிற்சாலைகளில்தான் வேலை என்றால் அப்போது நாம் என்ன செய்வோம்? "வேலை முக்கியம்தானே, அதனால் கொஞ்சம் மாசுபாட்டை சகித்துக்கொண்டால்தான் என்ன?" என்று பேசுவோம், வாதிடுவோம். அப்போது, தொழிற்சாலையால் ஏற்படும் மாசுபாட்டுக்கு எதிரான போராட்டமும் வீணாகும். அரசாங்கமும் இந்த மாசுபாடுகளைக் கண்டுகொள்ளாது. சிலர், "தொழிற்சாலைகளெல்லாம் நம் நாட்டுக்குத் தேவைதானே" என்றும் சொல்வார்கள்.

சுருக்கமாக இப்படிச் சொல்லலாம்: எல்லா விஷயங்கள் குறித்தும் நமக்குப் போதுமான அறிவு இருக்கிறது. ஆனால் அதைப் பயன்படுத்தி தேவையான காரியங்களைச் செய்வதற்கு நம்மால் பெரும்பாலும் முடிவதில்லை. அதற்கான காரணம், மேலே சொன்னபடி தங்கள் தங்கள் காரியங்கள்தான். இந்தச் சுயநலத்தையெல்லாம் விட்டுவிட்டு பொது விஷயத்துக்கு முன்னுரிமை கொடுப்பதுதான் நாட்டுக்கு நல்லது. ●

21

இயற்கையை நேசிப்போம்

ஜோஜி கூட்டும்மேல்

நல்ல மழையில் நனைந்திருக்கிறீர்களா? உச்சந்தலையில் விழும் முதல் மழைத் துளி, முடிகளின் வழியாக, கன்னங்கள் வழியாக இறங்கி தாடையிலிருந்து கீழே சொட்டும் அனுபவம் ஏற்பட்டிருக்கிறதா? அடுத்தடுத்து வரும் மழைத் துளிகளால் உடலெல்லாம் நனைந்து குளிர்ந்திருக்கிறதா? குளிரில் நடுங்கியிருக்கிறீர்களா? அவையெல்லாம் அனுபவங்கள்தானே?. இயற்கையுடன் தொடர்புடைய அனுபவங்கள்தானே? நான் இன்னும் கேட்கிறேன், நீங்கள் தரையில் செருப்புப் போடாமல் நடந்து எவ்வளவு காலமாகிறது? கோடையில் வெப்பமான மண்ணில் நடந்து உங்கள் பாதங்களில் சூடு பட்டிருக்கிறதா? மழைக்காலத்தில் ஊறிய மண்ணின் குளிரை அறிந்திருக்கிறீர்களா? அறுவடை முடிந்த வயலின் வைக்கோல் தட்டைகளின் மீது வெறுங்காலுடன் நடந்திருக்கிறீர்களா? அப்போது உங்கள்

உள்ளங்கால்களில் வைக்கோல் தட்டைகள் கிச்சுகிச்சு மூட்டியிருக்கின்றனவா? அப்படி நடந்திருக்காது. செருப்பணிந்து நடப்பதுதானே நம் வழக்கம். எங்காவது சுத்தமான இடங்களில் செருப்பணியாமல் நடந்துபாருங்களேன். உள்ளங்கால்களில் பதியும் மண் உங்களுக்கு புதிய உணர்வைத் தரும்.

இயற்கை நம்மிடம் நிறையப் பேசுகிறது. தன்னைப் பற்றி நிறையக் கதைகள் சொல்கிறது. அந்தக் கதைகளையெல்லாம் கேட்கவேண்டும் என்றால் நம் வாழ்க்கை இயற்கையுடன் கலந்த வாழ்க்கையாக இருக்கவேண்டும். நாமெல்லாம் இயற்கையுடன் ஒன்றிய வாழ்க்கையைத்தான் வாழ்கிறோம். ஆனால், இயற்கையை ரசித்து அனுபவித்துக் கொண்டாட வேண்டும். அதைப் பாதுகாக்க வேண்டும். இயற்கையை எப்படிக் கொண்டாடுவது? தகுந்த துணையுடன் நீங்கள் ஒரு ஏரிக்குச் செல்லுங்கள். அங்கே துள்ளும் மீன்கள், அங்குமிங்கும் பறக்கும் நீர்ப்பறவைகள், மென் காற்றில் அசைந்தாடும் கரையோர மரங்கள், மேகக் கூட்டங்களுடன் நீரில் பிரதிபலிக்கும் நீல வானம் ஆகியவற்றையெல்லாம் ரசியுங்கள். பிறகு உடைகளைக் கழற்றி வைத்துவிட்டு ஏரியில் குதியுங்கள். ஆஹா! எவ்வளவு அருமையாக இருக்கிறது! ஏரியைப் பார்த்து ரசித்தால் மட்டும் போதாது. அதன் குளிரையும் அனுபவிக்கவேண்டும். எத்தனை ஆறுகளின், ஏரிகளின், குளங்களின் குளிர் உங்களுக்குத் தெரியும்?

இயற்கையை அனுபவிப்பது என்பதற்கு நாம் இன்னொரு உதாரணம் பார்க்கலாம். ஒரு பெரிய பூங்காவுக்குச் செல்லுங்கள். அந்தப் பூங்காவில் பொதுவாக மக்கள் செல்லாத இடங்களுக்குச் செல்லுங்கள். அங்குள்ள உயிரினங்களைப் பாருங்கள். இதுவரை நீங்கள் பார்க்காத ஒரு தும்பியை, அல்லது ஒரு வண்ணத்துப்பூச்சியை, இல்லையென்றால் ஒரு பூச்சி, புழுவைக் கண்டுபிடிக்க முடியுமா என்று பாருங்கள். அப்படி ஒன்றை நீங்கள் கண்டுபிடித்துவிட்டீர்கள் என்றால் பிறகு அதைப் பற்றித் தெரிந்துகொள்ள முயற்சிக்க வேண்டும்.

நாம் இதுவரைப் பார்க்காத இயற்கையின் அம்சங்களை நாம் இப்படித் தெரிந்துகொள்ளலாம். நிறம், மணம், சுவை, ஓசை, குளிர், வெப்பம், வடிவம் முதலிய நிறையப் புலன் அனுபவங்களை இயற்கை நமக்குத் தரும். நீங்கள் இப்படிப்பட்ட அனுபவம் தரும் இடங்களுக்கு அடிக்கடி செல்லவேண்டும். கடற்கரைக்கோ,

புல்வெளிக்கோ, மலைப் பிரதேசத்துக்கோ எங்குவேண்டுமானாலும் போகலாம்.

இப்படிச் செல்வதால் என்ன பயன்? இயற்கை நமக்குப் புதிய அனுபவம் தரும். இயற்கை இதுவரை நமக்குக் காட்டாமல் மறைந்து வைத்திருந்த அதன் முகம் ஒன்றை நமக்குக் காட்டும். இந்த வகையில் நாம் இயற்கையுடன் இன்னும் நெருக்கம் கொள்வோம். இந்த நெருக்கம், நாம் என்றும் இயற்கையை நேசிக்கச்செய்யும், அதை சீர்கெடாமல் காக்க வேண்டும் எனும் உணர்வைத் தரும்.

அனைவரும் பரபரப்பான வாழ்க்கை வாழ்ந்துகொண்டிருக்கிறோம். இந்தப் பரபரப்பில் நாம் இயற்கையை மறந்துவிடுகிறோம். இந்த மறதியை நாம் வெல்லவேண்டும். இயற்கையை என்றும் நினைவுகொள்ள வேண்டும். ●

22

ஜூன் 5: உலக சுற்றுச்சூழல் தினம்

(WORLD ENVIRONMENT DAY)

வி.வி. வினோத்குமார் குட்டமத்து

நாம் நமக்குச் சுற்றிலும் உள்ளவற்றைப் பற்றி, அவற்றுக்கு இடையிலான பரஸ்பர தொடர்பைப் பற்றி, நிலைநிற்பைப் பற்றி தீவிரமாக யோசிக்க, உணர்ந்து செயல்பட மீண்டும் மீண்டும் நினைவுபடுத்தும் தினம் இது. 'நமக்குச் சுற்றிலுமுள்ள' என்று சொன்னால் உயிருள்ளவை உண்டு, உயிரற்றவையும் உண்டு. மனிதர்கள் இருக்கிறார்கள்; விலங்குகள், பறவைகள், பூச்சிகள், நுண்ணுயிரிகள் ஆகியவையும் இருக்கின்றன. பல விதமான தாவரங்கள் இருக்கின்றன. குன்றும் நதியும் வயலும் குளமும் எல்லாம் இருக்கின்றன. நாம் உருவாக்கிய வீடும் வாசலும் சாலையும் உண்டு. இவை அனைத்தையும் சேர்த்துதான் நாம், 'சுற்றுச்சூழல்' என்று அழைக்கிறோம்.

சுற்றுச்சூழலைக் கற்றுக்கொள்வோம்

பூமியில் பிறந்த உடனே ஒரு குழந்தை சுற்றுச்சூழலைப் பற்றி அறியத் தொடங்குகிறது. அம்மாவின் குரலையும் தீண்டலையும் அறிவதில் ஆரம்பித்து, மெல்ல மெல்ல, வாசலில் மலர்ந்திருக்கும் பூக்களைக் காணும்போது, அவற்றில் ஒட்டிக்கொண்டிருக்கும் பனித்துளிகளின் குளிர்ச்சியை அறியும்போது, உத்தரத்தில் இருக்கும் பல்லியைத் தெரிந்துகொள்ளும்போது, மழையில் நனைவதில் மகிழ்ச்சிகொள்ளும்போது... இப்படியெல்லாம் நாம் நேரடியாக உணர்கிற, அனுபவிக்க முடிகிற, தொடர்புகொள்ள முடிகிற வகையில் சுற்றிலும் உள்ளவற்றைத்தான் 'உடனடி சுற்றுச்சூழல்' *(Imminent Environment)* என்கிறோம். வீடும் நிலமும் வயலும் பாதையோரமும் பள்ளிக்கூட சுற்றுப்புறமும் இதில் சேர்ந்தவை. இந்த சுற்றுச்சூழலில் ஏற்படும் மாற்றங்கள் நம் வாழ்க்கையின் மீது மிக விரைவாகத் தாக்கம் செலுத்தக் கூடியவை. கிணற்றில் தண்ணீர் கீழே போவது, வயல்களைச் சமப்படுத்துவது, பக்கத்து கல் குவாரியிலிருந்து தூசுப் படலம் எழுவது, வாகனங்கள் பெருகுவதுபோன்ற பல விஷயங்கள் நம் வாழ்க்கையில் மிக விரைவாக தாக்கம் ஏற்படுத்துபவை.

ஆனால், இன்னும் விசாலமான பெரிய பரப்பளவில் ஏற்படும் தாக்கங்கள், 'பெரும்சுற்றுச்சூழ' லின் *(Macro Environment)* பகுதியாகும். நம் மாநிலம் அல்லது நாடு எதிர்கொள்ளும் வறட்சி, அதன் மூலம் ஏற்படும் தண்ணீர்ப் பஞ்சமும் அதைத் தொடர்ந்த பிரச்சினைகளும், கழிவுப் பொருட்களின் குவியல்களால் ஏற்படும் நெருக்கடிகள், காடு அழிப்பின் விளைவுகள் முதலியவையெல்லாம் பெரும்சுற்றுச்சூழல் பிரச்சினைகள். நாம் இருக்கும் பூமி சார்ந்த பொதுவான பிரச்சினைகளைக் குறிப்பிடும்போது, 'உலகளாவிய சுற்றுச்சூழல்' *(Global Environment)* என்று சொல்கிறோம். பருவநிலை மாற்றம், புவி வெப்பமயமாதல், துருவப் பகுதிகளில் பனி உருகுவது, கடல் மட்டம் உயர்வது, ஓசோன் படலத்தின் சிதைவு என்றெல்லாம் உலகம் எதிர்கொள்ளும் சவால்கள் உலகளாவிய சுற்றுச்சூழல் தொடர்பானவை.

சுற்றுச்சூழலைப் பாதிக்கும் முக்கியமான பல விஷயங்களை உலக மக்களின் முன்னால் கொண்டு வருவதற்குத்தான் ஐக்கிய நாடுகள் சபை, *UNEP (United Nations Environment Programme)* யின் தலைமையில் உலக சுற்றுச்சூழல் தினம் கடைப்பிடித்து வருகிறது.

'நாம் நம் வாழ்க்கை முறையில், நம் தேவையற்ற ஆடம்பரங்களில் மாற்றம் ஏற்படுத்தாமல் உலகம் முன்னேற முடியாது' என்பதுதான், சுற்றுச்சூழல் தினங்களின் பொதுவான கருத்து. 2018க்கான சுற்றுச்சூழல் தின செய்தி மிகவும் முக்கியத்துவம் வாய்ந்ததாக இருந்தது. 'நெகிழியால் ஏற்படும் மாசுபாட்டை எதிர்ப்போம்' *(Peat Plastic Pollution)* என்பதுதான் அந்த செய்தி. 2018க்கான சுற்றுச்சூழல் தின அனுசரிப்பில் ஆதரவு நாடாக *(Host)* இந்தியா இருந்தது என்பதும், நாம் நெகிழியை வென்ற மக்கள் என்பதும் இந்த விஷயத்தில் நம் பொறுப்பை மிகவும் அதிகரிக்கிறது. நெகிழி மாசுபாடு விஷயத்தில் உடனடி சுற்றுச்சூழல், நுட்ப சுற்றுச்சூழல் *(Micro Environment)*, பெரும் சுற்றுச்சூழல், உலகளாவிய சுற்றுச்சூழல் என்ற எந்தப் பாகுபாடும் இல்லை. இது தொடர்பாக ஐக்கியநாடுகள் சபை வெளியிட்ட குறிப்பில் சொல்லப்பட்ட விஷயங்களைக் கேளுங்கள்.

நாம் பயன்படுத்தும் நெகிழிப் பொருட்களில் பாதியளவு, ஒருமுறை மட்டுமே பயன்படுத்தி தூக்கி எறியக்கூடிய பொருட்கள்தான்.

கடந்த ஒரு நூற்றாண்டில் நாம் பயன்படுத்திய நெகிழிப் பொருட்களின் அதே அளவு, கடந்த பத்து வருடத்தில் நாம் பயன்படுத்தியிருக்கிறோம்.

நெகிழியால் ஏற்படும் பின்விளைவுகளுக்கு நம் பதில் என்ன?

சுற்றுச்சூழல் பாதுகாப்புக்காகவும் மலினங்களைத் துப்புரவு செய்யவும் நாம் தனியாகவும் குழுவாகவும் செய்ய முடிகிற காரியங்கள் எவை? 'சுற்றுச்சூழல் மலினமாகாமல் காப்பாற்றும் செயலை நம் வாழ்வின் பகுதியாக்கி, ஒரு பழக்கம் என்பதுபோல, குணம் என்பதுபோல அதைத் தொடர்ந்து செய்துவர வேண்டும்.' இதுதானே நாம் சொல்லும் பதிலாக இருக்க வேண்டும்? அதை நாம் 'பசுமைச் சட்டம்', அல்லது 'பசுமை நடைமுறை' *(Green protocol)* என்று சொல்லலாம். வீட்டிலும் பள்ளிக்கூடங்களிலும் இதைச் செயற்படுத்த நம்மால் முடியவேண்டும். குப்பைகளின் அளவைக் குறைப்பது, குப்பைகளே இல்லாத நிலையை ஏற்படுத்த முயற்சிப்பது, குப்பைகளைத் தரம் பிரித்து அறிவியல்பூர்வமான முறையில் அழிப்பது ஆகியவையெல்லாம் இந்தப் பசுமை நடைமுறையின் பகுதிகளாகும்.

வீட்டிலும் பள்ளியிலும் குப்பைகள் உருவாவதை நம்மால் முடியும் வகையிலெல்லாம் குறைத்துவர வேண்டும் என்பதுதான் முக்கியம். சில நாட்கள் மட்டும் பயன்படுத்திவிட்டு எறியும் பால்பாய்ண்ட் பேனாக்களுக்குப் பதிலாக, நீண்டகாலம் பயன்படுத்தக்கூடிய மசிப் பேனாக்களைப் பயன்படுத்திப் பழகலாம். மிகவும் சிறிய குழந்தைகளுக்கு பென்சில்கள் போதும். நெகிழிப் பைகளை முற்றிலும் தவிர்க்க வேண்டும். அவற்றுக்குப் பதிலாக துணிப் பைகளையோ சணல் பைகளையோ பயன்படுத்தலாம்.

ஒருமுறை மட்டும் பயன்படுத்தக்கூடிய நெகிழிப் பொருட்கள் வேண்டாம். டம்ளர்கள், தட்டுகள், பைகள் ஆகியவையெல்லாம், சுத்தப்படுத்தி மீண்டும் மீண்டும் உபயோகிக்கக்கூடியதாக இருக்க வேண்டும். வீட்டிலும் பள்ளியிலும் மட்டுமல்ல, நிகழ்ச்சிகளிலும் விழாக்களிலும் இதை நாம் நடைமுறைப்படுத்த முயற்சிக்க வேண்டும். ஸ்டீல்போன்ற உலோகப் பாத்திரங்களில் உணவு கொண்டு வருவதுதான் நல்லது. வீட்டிலும் பள்ளியிலும் கிடைக்கும் உணவு வீணாகாமல் பார்த்துக்கொள்ள வேண்டும்.

மக்கும் குப்பைகளையும் மக்காத குப்பைகளையும் இனம் பிரித்து சேகரிக்க, ஒவ்வொரு வகுப்பிலும் தனித்தனியாக குப்பைக்கூடைகள் இருக்க வேண்டும். மக்கும் குப்பைகளைப் பயன்படுத்தி இயற்கை உரம் தயாரிக்கும் வசதியும், உயிரி எரிபொருள் (Biofuel) உருவாக்கும் வசதியும் பள்ளிக்கூடங்களில் இருக்க வேண்டும். மக்காத (Non organic) குப்பைகளாக இருந்தால் வகை பிரித்து கழுவிச்சுத்தப்படுத்தி மறு உருவாக்கம் (Recycling) செய்யக் கொடுக்க வேண்டும்.

மின்னணு குப்பைகளை (Electronic waste), அதற்கென்று இருக்கும், அங்கீகரிக்கப்பட்ட முகமைகளிடம் (Agencies) கொடுக்க வேண்டும்.

பள்ளியிலும் வீட்டிலும் முக்கியமான நிகழ்ச்சிகள் நடக்கும்போது, ஃபிளக்ஸ் பதாகைகள் (Flex banner) வைப்பதை முற்றிலும் தவிர்க்க வேண்டும். அவற்றுக்குப் பதிலாக, துணியில் தயாரித்த பதாகைகளையும் இயற்கைக்கு இசைவான பொருட்களால் ஆன அலங்காரங்களையும் பயன்படுத்தலாம்.

பள்ளி மற்றும் வீடு இருக்கும் பிரதேசத்தின் தன்மைக்கு ஏற்றபடி, சைக்கிளில் செல்வதை வழக்கமாக்கிக்கொள்ளலாம்.

பள்ளியில், உயிரியற் பல்வகைமை (Biodiversity) உள்ள தோட்டத்தின் மூலம், சுற்றுச்சூழலை அறிவதற்கும் காப்பதற்கும்

அதனுடன் இசைந்து வாழ்வதற்குமான நிறைய செயல்பாடுகளுக்கு வாய்ப்பு இருக்கிறது. இயற்கையைப் பார்த்தும் தொட்டும் கவனித்தும் கற்றுக்கொள்வதற்கான வாய்ப்புகள் அவை. இயற்கையிலிருந்தே இயற்கையைப் பற்றிப் படிப்பது என்பதும், இயற்கைக்காகப் படிப்பது என்பதும் முக்கியமானது. அப்படிப் படிக்கும்போது, மனிதர்களைப்போலவே, இயற்கையில் உள்ள மற்ற உயிரினங்களுக்கும் அவற்றுக்கான இடம் உண்டு என்றும், உரிமை உண்டு என்றும் நமக்குப் புரியும். ஒரு சங்கிலியின் கண்ணிகள்போல நாம் ஒருவருடன் ஒருவர் பிணைக்கப்பட்டிருக்கிறோம் எனும் அறிவு ஏற்படும். இந்த அறிவுதான், களங்கமற்ற இயற்கைக்கான, மாசற்ற சுற்றுச்சூழலுக்கான எல்லா முயற்சிகளுக்கும் உயிர். ●

23

நெகிழி *(Plastic)*

இ. என். ஷீஜா

சித்திரம்: சதீஷ்

அம்மா ஏதோ முக்கிய வேலையில் ஈடுபட்டிருக்கிறார். அப்பாவின் பழைய முழுக்காற்சட்டையையும் *(Pants)*, மேற்சட்டையையும் பல வகையாக வெட்டுகிறார். செல்வி பார்த்துக்கொண்டிருக்கும்போதே, அப்பாவின் முழுக்காற்சட்டை ஒரு துணிப் பையாக மாறியது.

செல்வி, அம்மாவின் கழுத்தில் கையணைத்துக் கொஞ்சலாகக் கேட்டாள்: "இது எதற்கு அம்மா?"

"இது, நாம் மார்க்கெட்டுக்கு எடுத்துச் செல்வதற்காகத்தான்."

"மார்க்கெட்டுக்குப் போகும்போது துணிப் பை எதற்கு? அங்கே நிறைய நெகிழிப் பை *(Plastic carry bags)* கிடைக்குமே, அம்மா."

"நெகிழிப் பை கிடைக்கும்தான். ஆனால், அதையெல்லாம் நாம் எங்கே போடுவது? நெகிழிப் பையை மண்ணில் எறிய முடியாதல்லவா..."

அம்மா ஒரு சட்டையை எடுத்தார்.

செல்வி புரியாமல் கேட்டாள்: "நெகிழிப் பையை மண்ணில் எறிந்தால் என்ன பிரச்சினை, அம்மா? இன்று காலையில்தானே நீங்கள் வெள்ளரிக்காய்த் தோலையும் வெங்காயத் தோலையும் எல்லாம் தென்னை மரத்தடியில் போட்டீர்கள்?"

"அதெல்லாம் மண்ணில் மக்கிக் கரைந்துவிடும் செல்வி. நெகிழி அப்படி அல்ல. எத்தனை வருடம் ஆனாலும் அது மக்கி மண்ணுடன் கலக்காது. அதன் அமைப்புக்கு எந்த மாற்றமும் வராது. இந்த நெகிழியெல்லாம் மண்ணுக்குக் தீங்கு செய்யும்." அம்மா, பைக்கு கைப்பிடி தைக்கத் தொடங்கினார்.

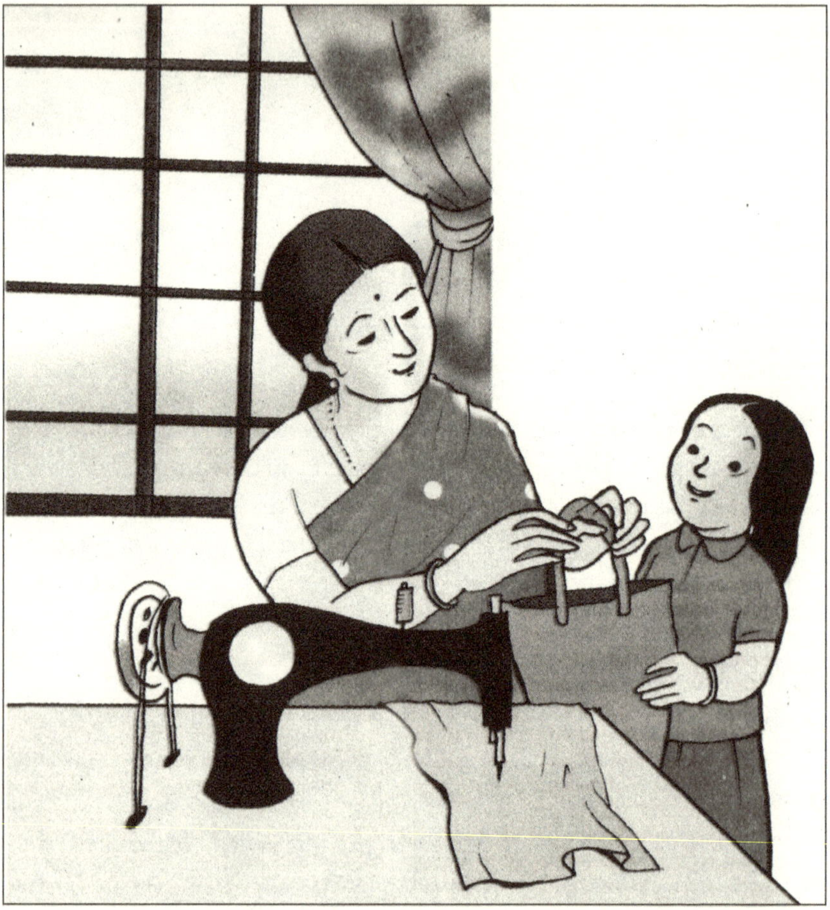

"எந்த நெகிழியையும் மண்ணில் போடக் கூடாதா, அம்மா? மிட்டாய்க் காகிதங்களைக்கூட (Chocolate wrappers) போடக் கூடாதா?" செல்வியின் மனம் நிறைய வர்ணக் காகிதங்கள் இருந்தன. அருணா தன் பிறந்த நாளுக்கு வகுப்பில் உள்ள அத்தனை பேருக்கும் மிட்டாய் கொடுத்தாள். அவர்களெல்லாம் குப்பைக்கூடையில் போட்ட மிட்டாய்க் காகிதங்களை செல்விதான் கொண்டு போய் பள்ளிக்கூடத்துக்குப் பின்னால் கொட்டிவிட்டு வந்தாள்.

"மிட்டாய்க் காகிதமும் நெகிழிதானே, செல்வி? கொஞ்சம் யோசித்துப் பாரேன். நாம் எத்தனை எத்தனை நெகிழிகளை மண்ணில் போடுகிறோம்! ஒரு வீட்டில், ஒரு நாளில் எவ்வளவு நெகிழிக் கழிவுகள் உருவாகின்றன! நேற்று நாம் வாங்கி வந்த பொருட்களையே எடுத்துக்கொள்வோமே. அரிசி, சர்க்கரை,

தேங்காய் எண்ணெய், கடலை, பருப்பு, ஜீரகம், வெந்தயம், அப்பளம்... இவையெல்லாம் நெகிழி உறைகளில்தானே இருந்தன?"

அம்மா மற்றொரு பழைய முழுக்காற்சட்டையை எடுத்து வெட்டத் தொடங்கினார்.

செல்வி சொன்னாள்: "அது மட்டுமல்ல, அம்மா. சோப்பும் பற்பசையும் ரொட்டியும் பாலும் எல்லாம் நெகிழி உறையில்தானே கிடைக்கின்றன. அப்புறம், எனக்கு வாங்கிய பிரஷ், ஸ்கெட்ச் பேனாக்கள், பேனா, ஸ்கேல்... இவையெல்லாம் நெகிழிதானே?" செல்வியின் முகத்தில் கவலை நிறைந்தது.

"ஆமாம், செல்வி. அன்றாட வாழ்க்கையில் நாம் பயன்படுத்தும் நெகிழிப் பொருட்களைக் கணக்கெடுத்தால் நமக்கு வியப்பாக இருக்கும். அதன் மூலம் ஏற்படும் நெகிழிக் கழிவுகள் மண்ணில் கிடக்கும் நிலையைக் கொஞ்சம் நினைத்துப்பார். நினைக்கும்போதே பயமாக இருக்கிறது."

"இது மிகப் பெரிய பிரச்சினையாக இருக்கிறதே, அம்மா. இனி நெகிழி வேண்டாம் என்று நாம் முடிவெடுத்தால் என்ன?"

செல்வி ஒரு துணித் துண்டை எடுத்து மடக்கினாள். அம்மா தைத்த பைக்கு ஒரு பாக்கெட் இருந்தால் நன்றாக இருக்கும் என்று நினைத்தாள் அவள்.

"நெகிழி வேண்டாம் என்று திடீரென்று தீர்மானிக்க முடியாது மகளே. ஆனால் நாம் நினைத்தால் பல வேலைகள் செய்ய முடியும். நெகிழியின் பயன்பாட்டைக் கட்டுப்படுத்தலாம். குறைக்கலாம். நெகிழிக்கு மாற்று ஏற்பாடு கண்டுபிடிக்கலாம். நெகிழிக் கழிவுகளை நிலத்திலும் நதியிலும் எறியாதிருக்கலாம். நெகிழியை எரிக்காதிருக்கலாம்..."

அம்மா இன்னொரு பையும் தைத்து முடித்துவிட்டார்.

"அம்மா, நெகிழிப் பயன்பாட்டைக் கட்டுப்படுத்துவது, குறைப்பது, மாற்று ஏற்பாடு கண்டுபிடிப்பது என்றெல்லாம் சொன்னீர்கள். எனக்குப் புரியவில்லை. இன்னும் கொஞ்சம் விளக்கமாகச் சொல்லுங்கள்."

"நெகிழிக் கழிவுகளைக் குறைப்பதற்கான வழிகளைக் கண்டுபிடிக்கவேண்டும். பயன்படுத்தி முடித்த பிறகு அதைத் தூக்கி எறிவது எனும் எண்ணத்தை நாம் முதலில் மாற்றவேண்டும். தூக்கி எறிவதற்குப் பதிலாக அதை வேறு வகையில் பயன்படுத்த முடியுமா என்று பரிசோதிக்கவேண்டும். நீ பார்த்தாயல்லவா, நம் வீட்டில் இருக்கும் பழைய நெகிழி வாளிகளிலும் நெகிழிப் பாத்திரங்களிலும் நான் காய்கறிச் செடி நட்டிருக்கிறேன். இப்படிச் செய்தாலே நிறையக் கழிவுகளைக் குறைக்கலாம். அப்புறம், சிறு சிறு நெகிழிப் பாத்திரங்களிலெல்லாம் சிறிய செடிகள் வளர்க்கலாம். பறவைகள் தண்ணீர் குடிப்பதற்கான பாத்திரமாகத் தொங்கவிடலாம். மற்ற பல நெகிழிக் கழிவுகளை அழகான கலைப் பொருட்களாக மாற்றலாம்."

பையைத் தைத்த பிறகு அம்மா அதன் பிசிறுகளையெல்லாம் வெட்டி சீர்படுத்துவதில் ஈடுபட்டார்.

செல்வி ஆர்வத்துடன் அம்மாவைப் பார்த்துக் கேட்டாள்: "ஒரு சந்தேகம், அம்மா. நெகிழி உறைகளை என்ன செய்வது? நீங்கள் அதையெல்லாம் காயவைத்து சுத்தமாக வைத்திருக்கிறீர்களே?"

"அதையெல்லாம் மறுசுழற்சி தொழிற்சாலைகளுக்கு (Recycle factories) கொடுத்து அனுப்புவதற்காக வைத்திருக்கிறேன். ஒவ்வொரு வீட்டிலும் இப்படி பாதுகாத்து வைத்தால் ஒன்றாகக் கொடுத்து அனுப்பலாம். வருடத்துக்கு மூன்று நான்கு முறை இப்படிச் செய்தால் போதும். நெகிழிக் கழிவுகளைக் குறைக்கவும் கட்டுப்படுத்தவும் இயற்கைக்குத் தீங்கற்ற வகையில் அதை அழிக்கவும் இன்னும் பல விஷயங்களைச் செய்யவும் முடியும். என்னென்ன செய்யலாம் என்று நீயே யோசித்துக் கண்டுபிடியேன்." அம்மா குறும்புச் சிரிப்புடன் செல்வியின் கன்னத்தில் தட்டினார்.

"சரி, அம்மா. நான் இதை ஒரு முக்கிய வேலையாகவே எடுத்துக் கொள்கிறேன். நம் மண்ணைக் காப்பாற்றுவதற்காக, நம் நீர்நிலைகளைக் காப்பாற்றுவதற்காக, அப்படி நம் பூமியைக் காப்பாற்றுவதற்காக இந்த வேலையை நான் ஏற்றுக்கொள்கிறேன்."

"மிகவும் நல்லது. நீ உன் நண்பர்களையும் துணைக்கு அழைத்துக்கொள். இந்த வேலையில் குழந்தைகள் இறங்கினால் பெரிய நன்மைகள் ஏற்படும்."

"அப்புறம் அம்மா, நான் உங்களிடம் மன்னிப்புக் கேட்கவேண்டியிருக்கிறது. நீங்கள் நெகிழி பாட்டிலை வெட்டி அதில் கீரை நட்டபோது நான் உங்களைக் கேலி செய்தேன். அதற்காக மன்னிப்புக் கேட்டுக்கொள்கிறேன், அம்மா. இனி நான் அப்படிச் செய்யமாட்டேன். நெகிழிப் பைகளுக்கு மாற்றாக என் அம்மா துணிப் பை தயாரித்துப் பயன்படுத்துகிறார்கள் என்று எல்லோரிடமும் நான் பெருமையாகச் சொல்வேன்."

செல்வி, அம்மாவைக் கட்டிப்பிடித்து முத்தமிட்டாள். •

24

அழியாத நெகிழி *(Plastic)*

பிளாஸ்டிக்கின் வரவு

1846 ஆம் ஆண்டு. நாடு, சுவிட்சர்லாந்து. பேராசிரியர் கிறிஸ்டியன் ஸ்கோன்பீன் *(Christian friedrich schonbein),* வீட்டில் ஒரு ஆராய்ச்சி செய்துகொண்டிருந்தார். அவர் ஒரு பாத்திரத்தில், நைட்ரிக் அமிலமும் சல்ஃபூரிக் அமிலமும் *(Sulfuric acid)* சேர்ந்த கலவையை சூடுபடுத்திக்கொண்டிருந்தார். அப்போது திடீரென்று பாத்திரம் கீழே விழுந்து உடைந்தது. அவர் உடனே மனைவியின் பழைய உடை ஒன்றை எடுத்து கீழே கொட்டிய கலவையைத் துடைத்தார். பிறகு அந்த உடையைத் துவைத்து, அடுப்பருகே உலரப்போட்டார். உடனே அந்தத் துணி தீப்பிடித்து உருகி மறைந்துபோனது!

ஸ்கோன்பீனின் கண்டுபிடிப்பு

பருத்தித் துணி, அமிலங்களுடன் சேர்ந்து 'கன்காட்டன்' *(Guncotton:* வெடிப்பஞ்சு அல்லது வெடிப்பாற்றலுள்ள நீர்மங்களில் தோய்த்த பஞ்சு) எனும் ரசாயனப் பொருளாகிவிட்டது! புகையில்லாத வெடிபொருள்தான் கன்காட்டன். செல்லுலோஸ் *(cellulose),* நைட்ரிக்

அமிலத்துடன் சேர்ந்தால், 'செல்லுலோஸ் நைட்ரேட்' *(Cellulose nitrate)* எனும் ரசாயனப் பொருளாக மாறும். அதைப் பயன்படுத்தி கன்காட்டனை நிறைய உற்பத்தி செய்யலாம் என்று ஸ்கோன்பீன் கண்டுபிடித்தார். ஆஸ்திரியா, பிரிட்டன் முதலிய நாடுகள் இந்தப் புதிய தொழில் நுட்பத்தை ஸ்கோன்பீனிடமிருந்து வாங்கி, வெடிபொருள் தயாரிக்கத் தொடங்கின.

கண்ணாடிபோன்ற 'கொளோடியோன்' *(Collodion)*

பிரான்ஸ் நாட்டைச் சேர்ந்த 'லூயிஸ் மெனார்ட்' *(Louis – Nicolas Menard)* எனும் விஞ்ஞானி, ஈதர் *(Ether)*, சாராயம் *(Alcohol)* ஆகிய ரசாயனப் பொருட்களில் செல்லுலோஸ் நைட்ரேட்டைக் கலந்து காற்றில் வைத்தார். அப்போது அது கண்ணாடிபோன்ற பொருளானது. அதன் பெயர்தான் கொளோடியோன். கொளோடியோன், இன்றைய நெகிழியின் சில தன்மைகளைக் கொண்டிருந்தது.

பந்து தயாரிப்பதற்கு ஏற்ற பொருள்

பிறகு மெனார்ட், ஆராய்ச்சிகள் ஏதும் செய்யவில்லை. அப்போது ஒரு அமெரிக்க நிறுவனத்தினர் மிகவும் சிக்கலான நிலையில் இருந்தார்கள். பில்லியர்ட்ஸ் விளையாடுவதற்கான சிறு பந்துகள் செய்பவர்கள் அவர்கள். யானைத் தந்தத்தால்தான் அந்தப் பந்துகளைச் செய்துவந்தார்கள். ஒரு யானைத் தந்தத்திலிருந்து எட்டு பந்துகள் மட்டும்தான் செய்ய முடியும். மிக அதிக எண்ணிக்கையில் பந்துகள் செய்வதற்கு எவ்வளவு யானைத் தந்தங்கள் தேவைப்படும்? அந்தளவு யானைகள் கொல்லப்படும்தானே? எனவே யானைகளின் அழிவைத் தடுக்கவேண்டியிருந்தது. இரண்டாவது, யானைத் தந்தங்களால் செய்யப்பட்ட பந்துகளின் விலை அதிகமாக இருந்தது. இந்தக் காரணங்களால், பில்லியர்ட்ஸ் பந்துகள் செய்வதற்கு, விலையுயர்ந்த யானைத் தந்தங்களுக்குப் பதிலாக வேறு ஏதாவது பொருள் கண்டுபிடித்தால் பெருந்தொகை தருவதாக அவர்கள் வாக்களித்தார்கள். நியூயார்க்கைச் சேர்ந்த அச்சுத் தொழிலாளி ‘ஜான் வெஸ்லி ஹாட்’ *(John Wesley Hyatt)*, பில்லியர்ட்ஸ் பந்துகள் செய்வதற்கான ஒரு பொருளைக் கண்டுபிடிக்கும் முயற்சிகளில் ஈடுபட்டார். அவர் கொளோடியோனையும் கற்பூரத்தையும் *(Camphor)* கலந்து ஆய்வுகள் செய்தார். கடைசியில், எவ்வளவு பெரிதாக

நீட்டவும் வளைக்கவும் பந்துபோல உருட்டவும்கூடிய ஒரு பொருளைக் கண்டுபிடித்தார். அதற்கு 'செல்லுலாய்டு' (Celluloid) என்று பெயரிட்டார். அது பட்டென்று உடைந்துவிடும் என்பதுதான் அதில் உள்ள பிரச்சினை. இதுதான் முதல் நெகிழி.

முதல் விஞ்ஞானி

நெகிழியைப் பயன்படுத்தி புதிய பொருட்கள் செய்வது எப்படி என்று முதலில் அறிந்துகொண்டவர் பெல்ஜியம் நாட்டைச் சேர்ந்த 'பெக்லான்ட்' (Leo Henricus Arthur Baekeland) எனும் விஞ்ஞானிதான். இவர் புதிய ஆராய்ச்சிகள் செய்து புது வகையான நெகிழிகளை உருவாக்கத் தொடங்கினார். இன்று பூமியை மாசுபடுத்தியவாறு எங்கெங்கும் பரவி நிலைத்துவிட்டது இந்த நெகிழி. நெகிழி, எத்தனைக் காலம் ஆனாலும் மக்கி மண்ணுடன் கலக்காது. அதன் அமைப்புக்கு எந்த மாற்றமும் வராது. இது, மண்ணுக்குப் பெரிதும் தீங்கு செய்யும். நெகிழி வேண்டாம் என்று உடனடியாகத் தீர்மானிக்க முடியாது. நெகிழியின் பயன்பாட்டைக் கட்டுப்படுத்தலாம். மாற்று ஏற்பாடுகள் கண்டுபிடிக்கலாம். நெகிழிக் கழிவுகளை நிலத்திலும் நீர்நிலைகளிலும் எறியக் கூடாது; அவற்றை எரிக்கவும் கூடாது. நம் மண்ணைக் காப்பாற்றுவதற்காக, நம் நீர்நிலைகளைக் காப்பாற்றுவதற்காக, அவ்வாறு நம் பூமியைக் காப்பாற்றுவதற்காக முடிந்தளவு நாம் நெகிழிப் பயன்பாட்டைக் குறைக்க வேண்டும்.

●

25

அபூர்வ கடற்பயணம்

மாலினி

கேப்டன் ராபர்ட் ஃபிட்ஸ்ரோய் *(Robert FitzRoy)* சற்றுப் பரபரப்பாக இருந்தார். அவர், நீண்டதொரு கடல் பயணத்துக்கு ஆயத்தம் செய்துகொண்டிருந்தார். அப்போதுதான், அவர் மிகவும் மதிக்கும் பேராசிரியர் ஹென்ஸ்லோ *(Frofessor John Stevens Henslow)* கொடுத்த சிபாரிசுக் கடிதத்துடன் ஓர் இளைஞர் வந்தார். சார்லஸ் எனும் பெயருடைய அந்த இளைஞருக்கும் கப்பலில் இடம் கொடுக்கவேண்டும் என்று அந்தக் கடிதத்தில் எழுதப்பட்டிருந்தது. ஆனால், ஆபத்தான அந்தப் பயணத்தில் இன்னொருவரை அழைத்துச் செல்ல கேப்டனுக்கு விருப்பமில்லை.

கேப்டன், சார்லஸிடம் சொன்னார்: "பாருங்கள், மிஸ்டர், நீங்கள் கப்பலில் ஒரு மிகச்சிறிய அறையில் இருக்கவேண்டியிருக்கும். இது மூன்று வருடம் நீடிக்கும் பயணம். உணவுக்கும் மற்ற

சார்லஸ் டார்வின்

செலவுகளுக்குமான பணத்தை நீங்கள்தான் ஏற்பாடு செய்துகொள்ளவேண்டும். அது மட்டுமல்ல, உங்களுக்கு ஏதாவது நோய் வந்துவிட்டால் உங்களை அருகே இருக்கும் ஏதாவது தீவு ஒன்றில் இறக்கிவிட்டுவிட்டுப் போய்விடுவோம்.''

அந்த இளைஞருக்கு அவநம்பிக்கை ஏற்படுத்தி திருப்பி அனுப்பிவிடவேண்டும் என்ற நோக்கத்துடன்தான் கேப்டன் அப்படிச் சொன்னார். ஆனால், அவரது அச்சுறுத்தல் எதுவும் அந்த இளைஞரைப் பாதிக்கவில்லை. அவர் கேப்டனுக்கு நன்றி சொல்லிப் போனார். அவர் சென்ற பிறகு கேப்டன் தன் உதவியாளரிடம் சொன்னார்: "இந்தப் பையன் விஞ்ஞானியாக விரும்புகிறான். ஆனால், அவன் மூக்கைப் பார்த்தாலே தெரிகிறது, அது நடக்காது என்று.''

பல நாட்களுக்குப் பிறகு பிரிட்டனிலிருந்து புறப்பட்ட 'பீகில்' எனும் கப்பலில் *(Beagle)* கேப்டனுடன் சார்லஸும் இருந்தார். மூன்று வருடப் பயணமாகப் புறப்பட்ட அந்தக் கப்பல் பல நாடுகளுக்குச் சென்று ஐந்து வருடங்களுக்குப் பிறகு திரும்பி வந்தது. அதில் வந்த சார்லஸ் அந்த ஐந்து வருட காலத்தில், உயிரினங்கள் உருவானதைப் பற்றி பல விஷயங்கள் கண்டுபிடித்திருந்தார். பிறகு அவர் அறிவியல் உலகத்தில் மாபெரும் அறிஞராக மதிக்கப்பட்டார்.

பரிணாமக் கொள்கையைக் கண்டுபிடித்த சார்லஸ் டார்வின்தான் *(Charles Darwin)* அந்த இளைஞர். அப்படி இவர் எழுதிய 'பீகில் கடற்பயணம்' *(The Voyage of the Beagle)* உலகப் புகழ் பெற்ற நூலாக விளங்குகிறது.

●

26

ஆழ்கடல் புதையல்கள்

அலைகடலைப் பார்ப்பதற்கு நமக்கு மிகவும் பிடிக்கும். அந்தக் கடலின் அடியில் என்னவெல்லாம் ஒளிந்திருக்கின்றன தெரியுமா? பயணத்தின்போது எத்தனை எத்தனை கப்பல்கள் கடலில் உடைந்து மூழ்கியிருக்கின்றன! அவற்றில் விலை உயர்ந்த பொருட்கள், செல்வங்கள் நிறைய இருக்கின்றன.

“இந்தக் கப்பலைக் கடவுளால்கூட உடைக்க முடியாது!” என்று ‘டைட்டானிக்’ கப்பலை தயாரித்தவர்கள் சொன்னார்கள். மிதக்கும் அரண்மனைபோன்ற டைட்டானிக், *1912* ஏப்ரல் *14* ல் அட்லாண்டிக் கடலில் ஒரு பனிமலையில் மோதி உடைந்துபோனது. அன்றுவரை தயாரிக்கப்பட்ட கப்பல்களிலேயே மிகவும் அதிகமான செலவில் தயாரிக்கப்பட்டது இந்த ஆர்.எம்.எஸ். டைட்டானிக்.

டைட்டானிக் கப்பல்

அன்று முதல், கடலிலிருந்து டைட்டானிக்கை மீட்பதற்கான முயற்சிகள் தொடங்கப்பட்டன. 'ஜார்ஜ் டள்ளக்' எனும் புதையல் வேட்டைக்காரர், டைட்டானிக் மூழ்கிய இடத்தில் 44 முறை மூழ்கித் தேடி ஏறத்தாழ 4000 த்துக்கும் அதிகமான பொருட்களை கண்டுபிடித்தார். ஆனால், அவர் டைட்டானிக்கை நேரடியாகப் பார்க்கவில்லை.

ஆனால், 1985 – ல் அமெரிக்க – பிரெஞ்சு ஆய்வுக் குழு டைட்டானிக்கைக் கண்டுபிடித்தது. அமெரிக்காவில் இருக்கும் 'வுட்ஸ்ஹோல் ஓஷ்யானோகிராபிக் இன்ஸ்டிட்யூட்'டைச் சேர்ந்த 'ராபர்ட் டி பல்லார்டு'ம், பிரெஞ்சு கடல் விஞ்ஞானி 'ழாங் மிஷே'லும்தான் அந்தக் குழுவுக்குத் தலைமை வகித்தார்கள். அவர்கள் அந்தக் கப்பலை ஆயிரக்கணக்கான ஒளிப்படங்களும் (Photographs) காணொளிகளும் (Videos) எடுத்தார்கள்.

அந்தக் காலத்தில் சுரங்கங்களில்தான் புதையல் வேட்டை நடத்திவந்தார்கள். ஆனால் இப்போது பல நிறுவனங்கள் கடலில் புதையல் தேடுகின்றன.

வாஸ்கோடகாமாவும் கொலம்பஸும் புதிய பிரதேசங்கள் தேடி கப்பலில் உலகம் சுற்றிக்கொண்டிருந்த காலத்தில் (அதாவது,

ஏறத்தாழ 500 – 600 வருடங்களுக்கு முன்பு), மூழ்கிய ஒரு கப்பல் 2008 -ல் கண்டுபிடிக்கப்பட்டிருக்கிறது. 'ஸீ பிர்ஸ்' எனும் நிறுவனம் நபீயா கடற்கரை அருகே இந்தக் கப்பலைக் கண்டுபிடித்தது.

அந்தக் கப்பலிலிருந்து, ஆயிரக்கணக்கான தங்க நாணயங்களும் வெள்ளி நாணயங்களும் ஆறு வெண்கல பீரங்கிகளும் 50 க்கும் அதிகமான யானைத் தந்தங்களும் கிடைத்தன. கிடைத்த தங்க நாணயங்களில் 70 சதவிகிதம் போர்ச்சுகீஸ் மற்றும் ஸ்பானிய நாணயங்கள். சில, 1525 அக்டோபரில் வெளியிடப்பட்ட நாணயங்களாம்! தவிர, 13 டன் செம்பும் எட்டு டன் தகரமும் கிடைத்தன. இந்தக் கப்பல் போர்ச்சுகீஸ் ஆராய்ச்சியாளரான பார்த்தலோமியா டயஸினுடையதாக இருக்கலாம் என்று கருதப்படுகிறது. தேசிய கடல் ஆராய்ச்சி சட்டத்தின்படி இந்தப் புதையல் இப்போது நபீயா அரசின் சொத்தாக இருக்கிறது.

அமெரிக்க கடல் ஆய்வுக் குழு 2009-ல் கானா கடற்கரையிலிருந்து 40 மைல் தூரத்தில், 800 அடி ஆழத்தில் 'ப்ளூ பரோன்' எனும் கப்பலைக் கண்டுபிடித்தது. ப்ளூ பரோன், பிரிட்டனின் சரக்குக் கப்பலாகும். இரண்டாம் உலகப் போர் காலத்தில் இது ஜெர்மன் நீர்மூழ்கிக் கப்பலின் தாக்குதலால் உடைந்திருக்கும் என்று கருதப்படுகிறது. மூழ்கிய இந்தக் கப்பலில் என்னென்ன பொருட்கள் இருந்தன தெரியுமா? 70 டன் பிளாட்டினம், ஒன்றரைக் கிலோ வைரம், 16 மில்லியன் விலை கொண்ட ரத்தினக் கற்கள், 10 டன் தங்கக் கட்டிகள். இவை தவிர, ஆயிரக்கணக்கான டன் தகரமும் செம்புக் கட்டிகளும் இருந்தன.

3000 வருடம் பழமையான ஒரு கப்பல் 2010 – இல் கண்டுபிடிக்கப்பட்டது. பிரிட்டனின் டவன் கடற்கரைக்குப் பக்கத்தில்தான் இது கண்டுபிடிக்கப்பட்டது. இந்தக் கப்பலிலிருந்து நூற்றுக்கணக்கான தகரக் கட்டிகளும் செம்புக் கட்டிகளும் கிடைத்தன. இந்தக்கப்பல் கி.மு. 900– இல் தயாரிக்கப்பட்டிருக்கலாம் என்று பழம்பொருள் ஆய்வாளர்கள் கருதுகிறார்கள். இதில் கிடைத்த பொருட்கள், ஜெர்மனியிலிருந்து பிரிட்டனில் இறக்குமதி செய்யக் கொண்டு சென்ற பொருட்களாக இருக்கும் என்று சொல்லப்படுகிறது. அந்தப் பொருட்களுடன் ஒரு வெண்கல வாளும் மூன்று தங்க மாலைகளும் இருந்தன.

2011 செப்டம்பர் 26 - இல் 'எஸ். எஸ். கயர்ஸோப்பா' (s.s. Gairsoppa) எனும் பிரிட்டிஷ் கப்பல் கண்டுபிடிக்கப்பட்டது. இதை ஒடிசி எனும்

அமெரிக்க ஆய்வுக் குழு கண்டுபிடித்தது. இந்தக் கப்பல்1941 – பிப்ரவரியில் இந்தியாவிலிருந்து பிரிட்டனுக்குச் செல்லும்போது ஜெர்மன் தாக்குதலில் மூழ்கிப்போனது. அட்லாண்டிக் கடலில் ஏறத்தாழ 5 கிலோமீட்டர் ஆழத்தில் இது கண்டுபிடிக்கப்பட்டது. இந்தக் கப்பலிலிருந்து 210 மில்லியன் டாலர் விலையுள்ள 200 டன் வெள்ளி கிடைத்தது.

கடலின் அடியில் தூங்கிக்கொண்டிருக்கும் எத்தனையோ கப்பல்களை இன்னும் கண்டுபிடிக்கவேண்டியிருக்கிறது. அவற்றில் எவ்வளவோ தங்கங்களும் வைரங்களும் ரத்தினங்களும் இருக்கலாம் என்று எதிர்பார்க்கப்படுகிறது. ●

27

சுவரொட்டி *(Poster)*

சி.கே. அனிதா

தெருச்சுவரில் ஒட்டப்பட்டிருந்த ஒரு சுவரொட்டி, பள்ளிவிட்டு வந்துகொண்டிருந்த அப்துல்லாவை அழைத்துப் பேசியது:

"நண்பனே, இங்கே கொஞ்சம் திரும்பிப் பாரேன். இதோ, இந்த சுவர்ப் பக்கமாகப் பார்."

"ஓ, நீதான் என்னை அழைத்தாயா, சுவரொட்டி? உன்னை நான் தினமும் பார்த்துக்கொண்டுதான் இருக்கிறேன். ஆனால் நீ பேசுவாய் என்று நான் எதிர்பார்க்கவில்லை."

"பொதுவாக நான் எல்லோருடனும் பேசுவது இல்லை. நான் இந்தச் சுவரில் ஒட்டப்பட்டு நீண்ட நாட்களாகின்றன. நீ தினமும் பள்ளிக்குப் போவதையும் திரும்பி வருவதையும் நான் பார்த்துக்கொண்டுதான் இருக்கிறேன். உன்னை எனக்கு மிகவும் பிடித்துவிட்டது. இப்போதுதான் எனக்கு, என்னைப் பற்றிய விஷயங்களை உன்னுடன் பகிர்ந்துகொண்டால் என்ன என்று தோன்றியது. அதனால்தான் உன்னை அழைத்தேன்."

"சொல், சுவரொட்டி! உன்னைப் பற்றிக் கேட்பதற்கு நான் மிகவும் ஆவலாக இருக்கிறேன்!"

"நீ இப்படி உன் புத்தகப் பையைத் தூக்கிக்கொண்டு நிற்காதே. முதலில் அதை இறக்கிக் கீழே வை."

"சரி. புத்தகப் பையைக் கீழே இறக்கி வைத்துவிட்டேன். இனி சொல்."

"நண்பனே! சுவரொட்டிகளாகிய எங்களைப் பற்றி நீ என்ன நினைக்கிறாய்?"

"இது என்ன கேள்வி! சுவரொட்டிகளைப் பற்றி எனக்கு நல்ல அபிப்பிராயம்தான். மக்கள் பார்க்கக்கூடிய இடத்திலெல்லாம், பல

விஷயங்களைப் பற்றி அவர்களுக்குத் தெரிவிக்கிறீர்கள் அல்லவா. சரியாகச் சொன்னால், ஒரு குறிப்பிட்ட விஷயத்தைப் பற்றி சரியாகத் தெளிவுபடுத்த உதவும் சித்திரம்தான் சுவரொட்டி. மக்களை ஈர்ப்பது, பிறகு ஒரு கருத்தை அவர்களுக்குச் சொல்வது. இதுதான் சுவரொட்டியின் நோக்கம் என்று சொல்லலாம்."

"நீ மிகவும் புத்திசாலிதான். இனி நான் சில விஷயங்கள் சொல்கிறேன். சுவரொட்டிகளை, உலகமெங்கும் பொது இடங்களில் காட்சிப்படுத்தத் தொடங்கி 200 வருடங்கள் ஆகின்றன என்று பிரெஞ்சு வரலாற்றாசிரியர் 'மாக்ஸ் காலோ' *(Max Gallo)* குறிப்பிடுகிறார். ஒரு கருத்தை மக்கள் அறியச்செய்வது, ஒரு பிரத்தியேக நிகழ்ச்சியில் கலந்துகொள்ளத் தூண்டுவது, ஒரு பொருளை வாங்குவதற்கான ஆர்வத்தை ஏற்படுத்துவது முதலிய பல விஷயங்கள் சுவரொட்டிகளின் நோக்கங்களாக இருக்கின்றன."

"இந்த விஷயங்களெல்லாம் உனக்கு எப்படித் தெரியும், சுவரொட்டியே?"

"எனக்கு எப்படித் தெரியும் என்று நீ கவலைப்படவேண்டாம். நான் சொன்னதைக் கேட்டுக்கொண்டால் போதும்."

"சரி, சரி. கோபித்துக்கொள்ளாதே. பாக்கியைச் சொல்."

"சுவரொட்டி வடிவமைப்பு *(Poster Design)* என்பது இன்று கலையும் அறிவியலுமாக இருக்கிறது. ஒரு கருத்து அல்லது

செய்தியை, எவ்வளவு அதிகம் கவரக்கூடிய வகையில் வெளிப்படுத்துகிறது என்பதில்தான் ஒரு சுவரொட்டியின் வெற்றி அடங்கியிருக்கிறது. சட்டென்று பார்வையில் படும்விதமாகத்தான் சுவரொட்டியை வடிவமைக்க வேண்டும். எழுத்துகள் மட்டுமோ, அல்லது சித்திரங்கள் மட்டுமோ, அல்லது இரண்டும் இணைந்ததாகவோ சுவரொட்டியை வடிவமைக்கலாம். ஒரு கருத்தை சுலபமாகப் புரிந்துகொள்ளக்கூடிய வகையில் இருக்கவேண்டும் என்பதுதான் முக்கியம். உனக்குத் தெரியுமா? இன்று கல்வித்துறை உட்பட பலதுறைகளிலும் சுவரொட்டிகளுக்கு முக்கியப் பங்கு இருக்கிறது. அப்படியென்றால், சுவரொட்டிகளான நாங்களும் திறமைசாலிகள்தானே!"

"ஆமாம், சுவரொட்டி. இதில் சந்தேகம் இல்லை. சரி, நான் புறப்படவா, பள்ளிக்கு நேரமாகிவிட்டது."

"போய்வா, நண்பனே. உன்னைச் சந்தித்ததில் மிகவும் மகிழ்ச்சி. நாளையும் உரையாடுவோம்!"

●

28

காகிதப் பற்றி *(Paper Clip)*

டி.ஐ. லாலு

கணினியின் (Computer) விசைப்பலகைப் (Keybord) பித்தான்களுக்கிடையில் சிறிய மணி ஒன்று சிக்கிக்கொண்டிருக்கிறது. அதை வெளியே எடுப்பதற்கு நான் மிகவும் முயற்சி செய்து பார்த்தேன். ஆயினும் அதை எடுக்க முடியவில்லை. விசைப் பலகையைக் கவிழ்த்து வைத்து தட்டினேன். அப்படியும் அந்த மணி வெளியே வரவில்லை. திடீரென்று எனக்கு ஒரு எண்ணம் தோன்றியது. மேசை மீது இருந்த ஒரு காகிதப் பற்றியை எடுத்து நிமிர்த்தி மிகச் சுலபமாக அந்த மணியைத் தோண்டி வெளியே எடுத்துவிட்டேன்.

காகிதங்களைச் சேர்த்து வைப்பதற்கான சிறிய கருவியான காகிதப் பற்றியைக் கண்டுபிடித்தவர், இதனால் இப்படி ஒரு பயன் இருக்கும் என்று நினைத்துப்பார்த்திருக்க மாட்டார். உண்மையில், ஒரு கண்டுபிடிப்பு என்று சிறப்பித்துச் சொல்வதற்குத் தகுதியற்ற ஒரு அற்பப் பொருள்தான் காகிதப் பற்றி. ஆயினும், காகிதங்களைச் சேர்த்து வைப்பதற்கு அப்பாற்பட்டு நம் அன்றாட வாழ்க்கையில்

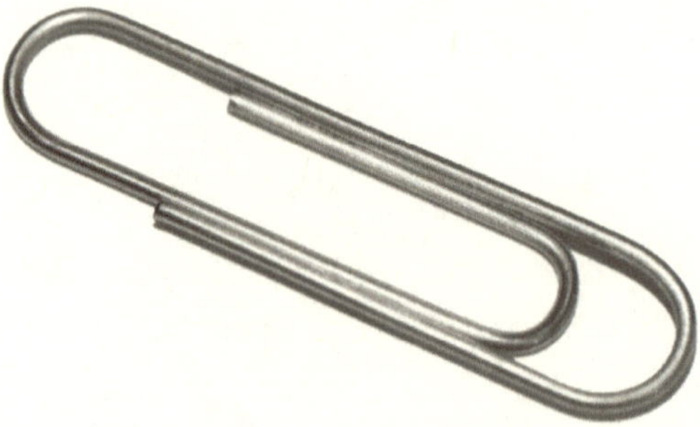

பல விதமான தேவைகளுக்கு காகிதப் பற்றியைப் பயன்படுத்த முடியும்.

நீளமான கயிற்றில் அலங்காரங்களைத் தொங்கவிடும்போது, சிறிய பற்றிகளாக காகிதப் பற்றிகளைப் பயன்படுத்துகிறார்கள். மருந்துப் புட்டிகளின் மேல் துளையிடுவதற்கு, நிமிர்த்திய காகிதப் பற்றி போதும். புத்தகங்களில் பக்கங்களை அடையாளப்படுத்தி வைப்பதற்கு (Bookmarks) பலவிதமான காகிதப் பற்றிகளைப் பயன்படுத்துவது உண்டு. சீப்புகளில் இருக்கும் முடியையும் அழுக்கையும் எடுத்து சுத்தப்படுத்துவதற்கு, காங்கிரீட் கலவை காய்வதற்குள் எழுதுவதற்கு, நாணயங்களிலும் மற்ற பொருட்களிலும் இருக்கும் கறைகளைச் சுரண்டிப் போக்குவதவற்கு, பொம்மைகளுக்குக் கம்மல்கள் செய்வதற்கு, பறவைக் கூடுகளுக்குப் பூட்டு செய்வதற்கு என்றெல்லாம் பல வேலைகளுக்கு நாம் காகிதப் பற்றியைப் பயன்படுத்தலாம். கொஞ்சம் யோசித்துப் பார்த்தால், காகிதப் பற்றியை வைத்துக்கொண்டு வேறு என்னவெல்லாம் செய்யலாம் என்று உங்களுக்கே தோன்றும்.

அந்தக் காலத்தில் காகிதங்களை ஒன்றாகச் சேர்த்து வைப்பதற்கு, ஊசி நூல் கொண்டு தைப்பார்கள். அல்லது, குண்டூசியால் குத்தி வைப்பார்கள். இப்படிச் செய்வது பெரும்பாலும் காகிதங்களை வீணாக்கிவிடும். இதற்கு ஒரு மாற்று வழி காணும் முயற்சியில்தான் காகிதப் பற்றி கண்டுபிடிக்கப்பட்டது.

இப்போது நாம் பார்ப்பதுபோன்ற காகிதப் பற்றியை, நார்வே நாட்டைச் சேர்ந்த 'ஜொஹான் வாலர்' (Johan Vaaler) என்பவர் கண்டுபிடித்தாராம். வாலரின் காகிதப் பற்றி வருவதற்கு முன்பு, காகிதப் பற்றியின் பல வித மாதிரிகள் இருந்தன. அதனால், காகிதப் பற்றியைக் கண்டுபிடித்தது ஜொஹான் வாலர் அல்ல என்றும் சொல்கிறார்கள். இது எப்படி இருந்தாலும், நார்வேயைச் சேர்ந்த ஜொஹான் வாலர் காகிதப் பற்றியைக் கண்டுபிடித்ததன் நினைவுச்சின்னமாக, நார்வே தலைநகர் ஓஸ்லோவில் ஏழு மீட்டர் உயரமுள்ள ஒரு பெரிய காகிதப் பற்றியை நிறுவியிருக்கிறார்கள்.

1940களில் நாஜி ஜெர்மனியின் குடியேற்றத்தை எதிர்ப்பதற்கு, ஓஸ்லோ பல்கலைக்கழக மாணவர்கள் மேலங்கியின் காலருக்குக் கீழே காகிதப் பற்றியைக் குத்தியிருந்தார்களாம். நார்வே மக்களைப் பொறுத்தவரை காகிதப் பற்றி என்பது, அந்தக் காலத்தில் நாட்டுப் பற்றின் அடையாளமாக இருந்தது. •

29

பறந்த கதை

கே.என். குட்டி

பறத்தலின் ஆரம்பம்

நீண்ட நெடுங்காலத்துக்கு முன்பிருந்தே மனிதர்களுக்குப் பறப்பதற்கான ஆசை உண்டு. காற்றைவிட பாரம் குறைந்த ஒரு வாயுவை பலூனில் நிறைத்தால் அது ஆகாயத்தில் பறக்கும் என்று அவர்கள் வெகுகாலத்துக்கு முன்பே அறிந்திருந்தனர். ஆனால், அப்படிப்பட்ட ஒரு வாயுவைக் கண்டுபிடிப்பதுதான் சவாலாக இருந்தது. கடைசியில், 1783ல் அதற்கு ஒரு விடை கிடைத்தது. அது என்ன தெரியுமா? சாதாரண காற்றைவிட சூடான காற்றுக்கு எடை குறைவாக இருக்கும் என்பதுதான் அது! அப்படி 1783ல் பிரெஞ்சுக்காரர்கள் இருவர், பலூனில் பறப்பதைத் தொடங்கிவைத்தனர். 'ஜோசப் மிச்சல் மோன்ட்கோல்ஃபியர்' *(Joseph michel montgolfier)*, 'ஜாக்வஸ் எடின்னி மோன்ட்கோல்ஃபியர்' *(Jacques etienne montgolfier)* எனும் பெயருடைய அவர்கள்,

கிளைடர்

'மோன்ட்கோல்ஃபியர் சகோதரர்கள்' *(Montgolfier brothers)* என்று அறியப்பட்டார்கள்.

ரகசியம் அறிந்த லியனார்டோ டாவின்ஸி *(Leonardo da vinci)*

பறக்கும் ரகசியத்தைத் தெரிந்துகொள்ள முயன்றவர்களில், உலகப்புகழ் பெற்ற ஓவியர் லியனார்டோ டாவின்ஸி முக்கியமானவர். பறவைகள் பறப்பதைப் பற்றி நுட்பமாகவும் விரிவாகவும் ஆராய்ந்த டாவின்ஸி, பறக்கும் எந்திரங்களின் வரைபடங்களைத் தயாரித்தார். பிற்காலத்தில் வந்த விஞ்ஞானிகள், அவரது படங்களின்படி எந்திரங்களை உருவாக்கினாலும் அவற்றைப் பயன்படுத்திப் பறக்க முடியாது என்று கண்டுபிடித்தனர்.

ஆகாயக் கப்பல்கள் *(Airships)*

ஒரு இடத்திலிருந்து மற்றொரு இடத்துக்கான பயணங்களுக்குப் பலூன் போதவில்லை. ஏனென்றால், பலூனின் அசைவைக் கட்டுப்படுத்துவதற்கு வழி ஏதும் இல்லை. அதற்கு மாற்றாகத்தான் 'ஆகாயக் கப்பல்கள்' வந்தன. பறக்கும் பலூனுக்கும் ஆகாயக் கப்பலுக்கும் என்ன வித்தியாசம்? பறக்கும் பலூனின் போக்கைக் கட்டுப்படுத்த முடியாது. ஆகாயக் கப்பலின் போக்கை சில எந்திரங்களின் உதவியுடன் கட்டுப்படுத்தலாம். 1852ல், 'ஹென்றி

ஆகாயக் கப்பல்

கிஃப்ஃபார்டு' *(Henri giffard)* எனும் பிரெஞ்சுப் பொறியாளர் *(Engineer)*, பறக்கும் பலூன்களில் சிறியதொரு நீராவி எந்திரத்தைப் பொருத்தி அதன் போக்கைக் கட்டுப்படுத்தினார். இதுவே ஆகாயக் கப்பலாகும்.

'கோன்ட் ஃபெர்டினாட் வான் செப்பலின்' *(Count ferdinand von zeppelin)* எனும் ஜெர்மானியர், ஆகாயக் கப்பல்களைப் புதுப்பித்தார். 'செப்பலின் ஆகாயக் கப்பல் நிறுவனம்' *(Zeppelin airship company)* எனும் பெயரில், ஆகாயக் கப்பல்கள் தயாரிக்கும் நிறுவனத்தையும் நடத்தினார். பிற்காலத்தில் இப்படிப்பட்ட ஆகாயக் கப்பல்களுக்கு 'செப்பலின்' என்று பெயர் வந்தது. முதல் உலகப் போரில் இந்த ஆகாயக் கப்பல்களும் பயன்படுத்தப்பட்டன. ஜெர்மன் படையின் செப்பலின்களைப் பார்த்து எதிரிப் படைகள் அஞ்சின.

இவை, விமானங்களைப்போலத் தரையில் இறங்காது. ஆகாயக் கப்பலை நிறுத்துவதற்காக அமைக்கப்பட்டிருக்கும் உயரமான கோபுரத்தில், நங்கூரமிட்டு ஆகாயக் கப்பலை நிறுத்திய பிறகுதான் பயணிகள் இறங்க முடியும். ஆகாயக் கப்பல்களுக்கு வேகம் குறைவு. ஆபத்துகள் அதிகம். விமானங்கள் வந்தபிறகு ஆகாயக் கப்பல்களின் காலம் முடிந்துவிட்டது.

ஜார்ஜ் கெய்லியின் கிளைடர் *(George cayley's glider)*

பலூன்போன்ற கருவிகள், மனிதன் பறப்பதற்குச் சிறகுகள் வேண்டாம் என்று நிரூபித்த காலத்தில் 'ஜார்ஜ் கெய்லி' எனும் இங்கிலாந்து பொறியாளர் மீண்டும், பறப்பதற்கு சிறகுகளைப் பயன்படுத்துவது குறித்து ஆராய்ந்தார். அவர்தான் உலகத்தில் முதன் முதலாக கிளைடரை *1849*ல் உருவாக்கினார். அதன் பிறகு *1890*ல் 'ஓட்டோ லியந்தால்' *(Otto Lilienthal)* எனும் ஜெர்மானிய விஞ்ஞானி, கட்டுப்படுத்தக்கூடிய கிளைடர்களை உருவாக்கினார்.

பறவைகள்தான் முன்மாதிரிகள்

பறக்கும் எந்திரங்களை உருவாக்க, விஞ்ஞானிகளும் அறிஞர்களும் பல நூற்றாண்டுகளாக முயற்சி செய்துவந்தார்கள். அவர்களில் பெரும்பாலானோர் பறவைகளைத்தான் முன்மாதிரியாகக் கொண்டார்கள். பறவைகள் எப்படிப் பறக்கின்றன என்று தெரிந்துகொண்டால் பறக்கும் எந்திரங்கள் தயாரித்துவிடலாம் என்று அவர்கள் உறுதியாக நம்பினார்கள்.

ரைட் சகோதரர்கள்

ரைட் சகோதரர்களின் *(Wright brothers)* **விமானம்**

கிளைடர்களைப் பற்றி மேலே பார்த்தோம். ஜெர்மானிய விஞ்ஞானி ஓட்டோ லியந்தால் *1896*ல் கிளைடர் விபத்தில் மரணமடைந்தார். இது நடந்து ஏழு வருடங்களுக்குப் பிறகு, *1903*ல் மிகப் பெரிய கண்டுபிடிப்பு நிகழ்ந்தது. 'ஓர்வில் ரைட்' *(Orville wright)*, 'வில்பர் ரைட்' *(wilbur wright)* எனும் ரைட் சகோதரர்கள் விமானத்தைக் கண்டுபிடித்தார்கள். அதன் பிறகுதான் மனிதன் ஆகாயத்தையும் ஆளத் தொடங்கினான்!

30

ராக்கெட்டின் தந்தை

செல்வி

சித்திரம்: கி.சொக்கலிங்கம்

ஒரு பனிக்கால இரவு. மிகவும் குளிராக இருந்தது. அந்தக் குளிரிலும் ஒருவன் மாஸ்கோ நகரத் தெருக்களில் சுற்றிக்கொண்டிருந்தான். அவனுக்கு வயது பதினாறு. அவனது காதுகள் கேட்கும் திறனை இழந்தவை. அடிக்கடி அவன் ஆகாயத்து நட்சத்திரங்களைப் பார்த்துக்கொண்டிருந்தான். அவன் கம்பளி ஆடைகள் எதுவும் அணிந்திருக்கவில்லை. எனவே, அவன் உடல் குளிரால் நடுங்கியது. பசியாகவும் இருந்தது. ஆனால், அவன் எதையும் பொருட்படுத்தவில்லை. அவன் எதைப் பற்றியோ தீவரமாக சிந்தித்துக்கொண்டிருந்தான்.

திடீரென்று அவன் மனதில் ஒரு கருத்து உதித்தது. கயிற்றில் கட்டி சுழற்றி எறியப்பட்ட கல், கயிற்றிலிருந்து விடுபட்டு தூரத்தில் சென்று விழுவதை அவன் பலமுறை பார்த்திருக்கிறான். 'அப்படியென்றால், பூமியுடன் சேர்ந்து சுற்றிக்கொண்டிருக்கும் என்னை, விண்வெளியில் எறிய பூமியால் முடியுமா? அப்படியென்றால் மனிதன் நட்சத்திரங்களை அடைந்துவிடலாமே!' இந்த சிந்தனையால் அவன் திடீரென்று உணர்ச்சிவசப்பட்டான்.

அந்தச் சிறுவனின் பெயர், கான்ஸ்டான்டின் சையோல்கோவ்ஸ்கி *(Konstantin Tsiolkovsky)*. பிற்காலத்தில் இவன்தான், மனிதர்களால் பூமியை விட்டுப் பறந்து போக முடியும் என்று நம்பி, அதைச் சாத்தியமாக்க முயன்ற விஞ்ஞானியாக மாறினான்.

ரஷ்யாவில் உள்ள 'இஷஸ்க்' எனும் சிறு நகரத்தில் 1857, செப்டம்பர் 5ல் சையோல்கோவ்ஸ்கி பிறந்தார். அவரது குடும்பம் மிகவும் வறுமைப்பட்ட குடும்பம். பத்தாம் வயதில் அவர் கடுமையான காய்ச்சலால் பாதிக்கப்பட்டார். இந்தக் காய்ச்சலின் காரணமாக அவர் காதுகள் கேட்கும் திறனை இழந்தன. அதன் பிறகு

அவர் வாழ்க்கையே சிதைந்துபோயிருக்கவேண்டும். ஆனால், சவால்களை எதிர்கொள்வதற்கான மன வலிமையை அவரது தாய் தந்தை அவருக்கு ஏற்படுத்தினார்கள். சிறு வயதிலிருந்தே அவர் புத்தகங்கள் படிப்பதில் ஆர்வம் கொண்டிருந்தார்.

சையோல்கோவ்ஸ்கியின் அறிவியல் ஆர்வத்தைப் புரிந்துகொண்ட தந்தை, படிப்பதற்காக அவரை மாஸ்கோவுக்கு அனுப்பினார். சையோல்கோவ்ஸ்கி, இயற்பியலிலும் கணிதத்திலும் நிறைந்த அறிவு பெற மாஸ்கோ நூலகம் உதவியது.

'மனிதனை விண்வெளியை அடையச் செய்வது' எனும் கனவை அந்த இளைஞன் கைவிடவில்லை. நியூட்டனின் மூன்றாவது அசைவுவிதியைப் பயன்படுத்தினால் விண்வெளியில் ராக்கெட்டைச் செலுத்தலாம் என்று நினைத்தார் சையோல்கோவ்ஸ்கி. அந்தக் கருத்தை முன்வைத்து ஆய்வு நடத்த முயற்சி செய்தார்.

சையோல்கோவ்ஸ்கி, 1879ல் பள்ளிக்கூட ஆசிரியரானார். குழந்தைகளின் அன்பிற்குரிய ஆசிரியராக இருந்தார் அவர். விண்வெளிப் பயணம் தொடர்பான வாசிப்பும் சிந்தனையும் அப்போதும் தொடர்ந்தன. 1880ல் மூன்று கட்டுரைகள் எழுதி, செயின்ட் பீட்டர்ஸ்பர்க்கில் உள்ள 'இயற்பியல் மற்றும் வேதியியல் சங்கம்' *(Society of physics and chemistry)* எனும் நிறுவனத்துக்கு அனுப்பினார்.

கட்டுரைகளின் முக்கியத்துவத்தை உணர்ந்துகொண்ட சங்கம் அவருக்கு உறுப்பினர் பதவி அளித்தது. அவர், விண்வெளிக்கு ராக்கெட் அனுப்புவதற்கான முயற்சியில் தொடர்ந்து ஈடுபட்டார்.

1903ல், 'சயின்டிஃபிக் ரிவ்யு' எனும் புகழ் பெற்ற பத்திரிகையில் அவரது ஒரு கட்டுரை பிரசுரமானது. அது, ராக்கெட்டைப்

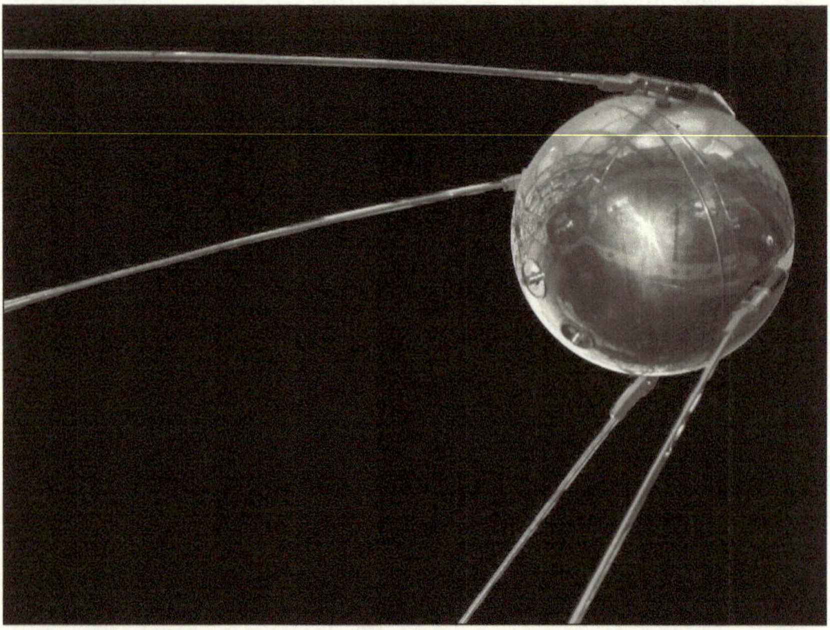

ஸ்புட்னிக் 1. ரஷ்யாவிலிருந்து ராக்கெட் மூலம் பூமியின் சுற்றுப்பாதையில் செலுத்தப்பட்ட முதலாவது செயற்கைக்கோள்.

காண்ஸ்டான்டின் சையோல்கோவ்ஸ்கி

பயன்படுத்தி விண்வெளியில் நடத்தக்கூடிய ஆராய்ச்சிகளைப் பற்றிய கட்டுரை. அதில், நவீன ராக்கெட்டைப் பற்றிய அற்புதமான விவரங்கள் இருந்தன. ராக்கெட்டின் முன்மாதிரி, பயன்படுத்தவேண்டிய பொருட்கள், எரிபொருள் ஆகியவற்றைப் பற்றியெல்லாம் அதில் எழுதியிருந்தார். விண்வெளி என்றால் என்ன என்றும் விளக்க முயற்சி செய்திருந்தார். விண்வெளியில் ஏற்படக்கூடிய பிரச்சினைகளைப் பற்றியும், பிறகு திரும்பி பூமியின் வாயு மண்டலத்தில் நுழையும்போது ஏற்படக்கூடிய கஷ்டங்களைப் பற்றியுமெல்லாம் அதில் விரிவாக விவாதித்திருந்தார். பிற்காலத்தில் இந்தக் கட்டுரையின் அடிப்படையில் உண்மையான ராக்கெட் தயாரிப்பது, ரஷ்ய விஞ்ஞானிகளுக்கு சுலபமாக இருந்தது.

ஆனால், அன்றைக்கு அந்தக் கட்டுரை வெளிவந்த காலத்தில் அதைப் பற்றி யாரும் எதுவும் பேசவில்லை. அது மட்டுமல்ல, அந்தக் கட்டுரை வெளிவந்த பத்திரிகையும் விரைவிலேயே நின்றுவிட்டது. 1918ல், பதினைந்து வருடத்துக்குப் பிறகு ரஷ்யாவில் கம்யூனிச ஆட்சி வந்த பிறகுதான், அவரது கட்டுரைக்கு அங்கீகாரம் கிடைத்தது. தொடக்கத்தில் தனக்கு ஏற்பட்ட தோல்விகளையெல்லாம் பொருட்படுத்தாமல் அவர் தொடர்ந்து தன் ஆய்வில் ஈடுபட்டதும், பத்திரிகைகளில் தனது ஆய்வுகளைப் பற்றி எழுதிவந்ததும்தான் இந்த வெற்றிக்குக் காரணம். ●

31

வருவார்களா வேற்றுக் கிரகவாசிகள்?

அஸ்வின் நாயர்

'**எ**க்ஸோபயோலஜி' (*Exobiology*) என்று கேள்விப்பட்டிருக்கிறீர்களா? வேற்றுக் கிரகங்களில் இருக்கக்கூடிய உயிரினங்களைப் பற்றிய படிப்பு இது. வேற்றுக் கிரகவாசிகளைக் குறித்து மேலும் சில தகவல்கள் இங்கே...

எங்கும் ஒலிக்கும் பயங்கரமான ஓசை. என்ன செய்வதென்று தெரியாமல் மனிதர்கள் திகைத்து நிற்கிறார்கள். அவர்களையெல்லாம் மூடும்படி புழுதியைக் கிளப்பிக்கொண்டு விண்கலங்கள் (*Spacecrafts*) இறங்கி வந்து தரையில் நிற்கின்றன. விசித்திர உருவம் கொண்ட வேற்றுக் கிரகவாசிகள் அவற்றிலிருந்து இறங்குகிறார்கள். அவர்களின் கைகளில் இதுவரை பார்த்திராத ஆயுதங்கள் பளபளக்கின்றன. ஒருவருக்கொருவர் ஏதோ சங்கேத வார்த்தையைச் (*Code word*) சொல்லிக்கொண்ட பிறகு அவர்கள் படபடவென்று

சுடுகிறார்கள். அதோ, மனிதர்களெல்லாம் செத்து விழுந்துவிட்டார்கள்... நகரங்களெல்லாம் தூள்தூளாகிவிட்டன...

இப்படி வெளிநாட்டுத் திரைப்படங்கள் பலவற்றில், வேற்றுக் கிரகவாசிகள் பூமிக்கு வந்து மனிதர்களைத் தாக்கும் காட்சிகளைப் பார்த்திருப்போம்.

வேற்றுக் கிரகங்களில் பிராணிகள் இருக்கின்றன என்பதற்கோ, மனிதனைப்போன்றவர்கள் இருக்கிறார்கள் என்பதற்கோ தெளிவான ஆதாரம் எதுவும் இதுவரை கிடைக்கவில்லை. ஆயினும், வேற்றுக் கிரகவாசிகள் இருக்கிறார்கள் என்பது மனிதர்களின் மிகப் பெரிய அச்சங்களில் ஒன்றாக இருக்கிறது. அறிவியல் இதை நம்புகிறதா?

'Wow! சமிக்ஞை' (Wow! Signal)

வருடம் 1977. அமெரிக்காவில் உள்ள ஓகியோ மாநிலப் பல்கலைக்கழகத்தில், கதிரியக்கத் தொலைநோக்கி *(Radio telescope)* வழியே கிடைக்கும் சமிக்ஞைகளை *(Signals)* ஆராய்ந்துகொண்டிருந்தார் ஜெர்ரி ஆர். எஹ்மான் *(Jerry R. Ehman)* எனும் விஞ்ஞானி. சாதாரணமாகக் காணப்படும் சமிக்ஞைகளைவிட தீவிரமான ஒரு சமிக்ஞை அவரது கவனத்தில் பட்டது. பூமியிலிருந்து வரும் சமிக்ஞைகள் எதுவும் இப்படி இருக்கவே இருக்காது. பூமிக்கு வெளியிலிருந்துதான் இந்த சமிக்ஞை வருகிறது என்று அவர் தீர்மானித்தார். அவர் தன் வியப்பையும் அதிர்ச்சியையும் காட்டுவதற்காக, அந்த சமிக்ஞை தெரியும் இடத்தில் சிவப்பு வட்டமிட்டு *'Wow!'* என்று எழுதினார். இப்போது அந்த சமிக்ஞை,

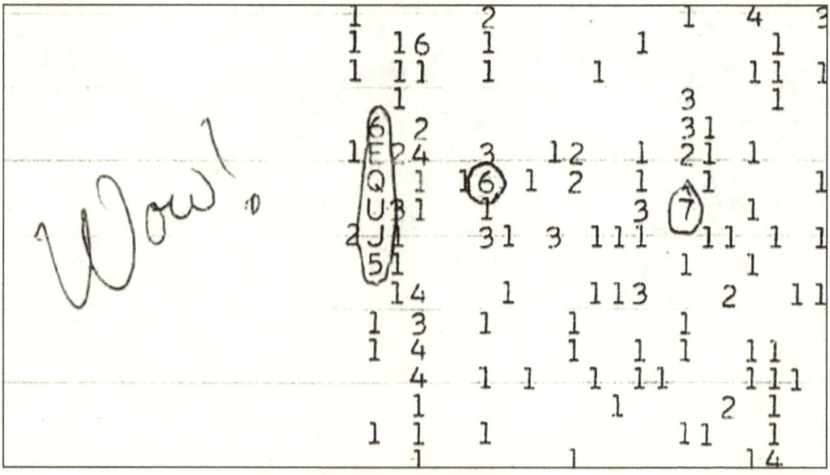

'WOW ! சமிக்ஞை'

'Wow! சமிக்ஞை' என்று அறியப்படுகிறது. பிறகு பலரும் Wow! சமிக்ஞை எங்கிருந்து வந்தது என்று ஆராய்ந்தார்கள். ஆயினும் அவர்களால் எதுவும் கண்டுபிடிக்க முடியவில்லை.

நாமும் சேரலாம்

பூமிக்கு வெளியிலிருந்து வரும் சமிக்ஞைகளைப் பற்றி ஆராய்வதற்காக SETI@Home என்று ஒரு திட்டம் இருக்கிறது. நாமும் அதில் பங்கு பெறலாம். உலகத்தில் பல இடங்களில் நிறுவப்பட்டிருக்கும் தொலைநோக்கிகளிலிருந்து கிடைக்கும் விவரங்களை ஆராய்ந்து, பூமிக்கு வெளியிலிருந்து சமிக்ஞைகள் வந்திருக்கின்றனவா என்று பரிசோதிக்க வேண்டும். அமெரிக்காவின் கலிஃபோர்னியாவில் உள்ள பெர்க்லே (Berkeley) பல்கலைக்கழகம்தான் இந்தத் திட்டத்தை நடத்துகிறது. இதன் வழியாக, உலகத்தில் எங்கிருந்தும் ஒருவர் இணையத்தின் மூலம் தகவல்களின் ஒரு பகுதியைத் தரவிறக்கம் செய்து, ஆராய்ந்து அறிக்கை கொடுக்கலாம். விருப்பமுள்ள எவரும் பூமிக்கு வெளியே இருக்கும் உயிர்களைக் குறித்தான ஆராய்ச்சியில் பங்கு பெறலாம்.

அமெரிக்க - இத்தாலிய இயற்பியல் விஞ்ஞானி என்ரிகோ ஃபெர்மியின் (Enrico Fermi) சில வார்த்தைகளைப் பார்க்கலாம். 'ஃபெர்மி புதிர்' (Fermi paradox) என்று அறியப்படும் ஃபெர்மியின் இந்தக் கேள்விதான், வேற்றுக்கிரக உயிர்களைப் பற்றிய ஆராய்ச்சிகள் விறுவிறுப்பாக நடைபெறுவதற்குத் தூண்டுதலாக இருந்தது.

எங்கே அவர்கள்?

"பிரபஞ்சத்தில் கோடிக்கணக்கான நட்சத்திரக் கூட்டங்கள் (Galaxies) இருக்கின்றன. இவற்றில் பல கோடி நட்சத்திரங்கள் சூரியனைப்போன்று இருப்பவை. இவற்றில் பலவற்றை கிரகங்கள் சுற்றிக்கொண்டிருக்கலாம். இவற்றில் சில கிரகங்கள் பூமியைப்போல இருக்காதா? இப்படிப்பட்ட கிரகங்களில் மனிதர்களைப்போன்ற, அல்லது மனிதர்களைவிடவும் அறிவுடைய ஜீவிகள் (உயிரினங்கள்) இருக்கலாம். அவர்கள் கிரகங்களுக்கு இடையிலும் நட்சத்திரக் கூட்டங்களுக்கு இடையிலும் பயணிக்கும் திறன் பெற்றிருக்கலாம். அப்படியென்றால், அவர்கள் பலமுறை இங்கே வந்திருக்கலாம். அப்படியென்றால்... எங்கே அவர்கள்?" - இதுதான் ஃபெர்மியின் கேள்வி.

ஃபெர்மியின் இந்தக் கேள்விக்குப் பலர் பலவிதமாகப் பதில் சொல்லியிருக்கிறார்கள்:

1. வேற்றுக் கிரகவாசிகள் நாம் பார்க்கக்கூடிய இடத்தில் இருக்கமாட்டார்கள். வேறு எங்காவது இருப்பார்கள்.

2. அவர்களுக்கு மனிதர்களைவிட அறிவு குறைவாக இருக்க வேண்டும். அப்படி இருந்தால், நாம் தயாரித்திருப்பதுபோல செயற்கைக்கோள்களும் (*Satellite*) சேணளவிகளும் (*Radar*) உணர்கொம்புகளும் (*Antenna*) தயாரிப்பதற்கு அவர்களுக்குத் தெரிந்திருக்காது. அதனால் அவர்களைக் கண்டுபிடிப்பதற்கான வாய்ப்புகள் குறைவு.

3. இந்தப் பிரபஞ்சத்தில் உயிருடையவர்களாக நாம் மட்டும்தான் இருக்கிறோம்.

4. வேற்றுக் கிரகவாசிகள் நம்மைவிட அதிக அறிவும் திறமையும் கொண்டவர்களாக இருப்பார்கள். அவர்களின் சமிக்ஞைகளைக் கிரகிப்பதற்கான ஏற்பாடுகள் நம்மிடம் இல்லை.

5. ஒருக்கால், அவர்கள் நம்மைப் பார்த்துக்கொண்டும் கேட்டுக்கொண்டும் இருக்கலாம். நாம் அவர்களைப் பற்றித் தெரிந்துகொள்வதை வேற்றுக் கிரகவாசிகள் விரும்பவில்லை.

6. அவர்கள் மிகமிகவும் தூரத்தில் இருக்கலாம்.

7. வேற்றுக் கிரகவாசிகள் இருக்கிறார்கள் என்று அரசாங்கங்களுக்குத் தெரியும். அவர்கள் பூமிக்கு வருகிறார்கள். ஆனால், மிகவும் ரகசியமான இந்தப் பயணங்கள் மக்களுக்குத் தெரிவதில்லை.

மீண்டும் குழப்பம். வேற்றுக் கிரகவாசிகள் இருக்கிறார்களா? அவர்கள் நம்மைவிடவும் வலிமையானவர்களா? அவர்கள் எங்கே மறைந்திருக்கிறார்கள்?

இந்தக் கேள்விக்கு, அமெரிக்க விண்வெளி ஆய்வு நிறுவனமான நாசாவில் விஞ்ஞானியாக இருந்த அலன் ஸ்டெர்ன் (*Alan Stern*) இப்படிப் பதில் சொல்கிறார்:

"சூரியமண்டலம் உட்பட பல கிரகங்களின் மேற்பரப்புக்குக் கீழே இருக்கும் கறுப்புக் கடல்களில் ஜீவிகள் இருப்பதற்கான வாய்ப்பு இருக்கிறது. இந்த அமிலக் கடல்கள் ஆபத்தான கதிர்வீச்சிலிருந்தும் (*Radiation*) வெப்பத்திலிருந்தும் ஜீவிகளைக்

காக்கும். இந்த இடங்களில் இருக்கும் வேற்றுக் கிரகவாசிகளுக்கு மனிதர்களுக்கு இருக்கும் அளவு அறிவு இருக்க வாய்ப்பு இல்லை. அதனால் அவர்கள் நம்மைத் தேடுவதற்கான வாய்ப்புகளும் குறைவு.''

அலன் ஸ்டெர்னின் இந்தக் கருத்துக்கு, காரணகாரிய அடிப்படையிலான ஆதாரம் (Logical proof) குறைவு. பிரபஞ்சத்தைக் குறித்து இதுவரை அறிந்தவற்றை வைத்து, வேற்றுக் கிரகவாசிகள் இருப்பதற்கு வாய்ப்புள்ள சில இடங்களை விஞ்ஞானிகள் சுட்டிக்காட்டியுள்ளனர்.

உண்மையில் இவர்கள் யார்?

வேற்றுக் கிரகவாசிகள், நொடி நேரத்தில் மனிதர்களை தூள்தூளாக்கிவிடும் அளவு மிகப் பெரிய சக்தி கொண்டவர்கள் என்று சிலர்வாதிடுகிறார்கள். வேறு சிலர், அவர்கள் அன்பு, கருணைபோன்ற நிறைய நல்ல குணங்கள் உள்ளவர்கள் என்று சொல்கிறார்கள். மற்ற சிலர், வேற்றுக் கிரகவாசிகள் எனப்படுபவர்கள் அதிகபட்சம் அமீபா, பாக்டீரியாபோன்ற நுண்ணுயிர்களைப்போன்றுதான் இருப்பார்கள் என்று நம்புகிறார்கள்.

உலகப் புகழ்பெற்ற விஞ்ஞானி ஸ்டீபன் ஹாகிங் இந்த விஷயத்தில் வித்தியாசமான கருத்துக் கொண்டவர். வேற்றுக் கிரகவாசிகள் இருக்கிறார்களா என்று தெரிந்துகொள்வதற்காக அவர் தலைமையில், 'தடை தகர்த்த வழி அவதானித்தல்' (Breakthrough Listen) எனும் ஒரு திட்டம் ஆரபிக்கப்பட்டிருந்தது.

வேற்றுக் கிரகவாசிகளைப் பற்றி ஹாகிங்குக்கு நல்ல அபிப்பிராயம் இல்லை. அவர் இப்படிச் சொல்கிறார்: ''அறிவுள்ள வேற்றுக் கிரகவாசிகள், பெரிய கொள்ளைக்காரர்களாக இருக்கமாட்டார்கள் என்று என்ன நிச்சயம்? நம் பூமியின் வளங்களும் தாதுக்களுமெல்லாம் அவர்களுக்குத் தேவைப்படும். என்றாவது ஒரு கிரகத்திலிருந்து நமக்கு ஒரு செய்தி கிடைக்கலாம். ஆனால் அதற்கு ஒருபோதும் பதில் கொடுத்துவிடாதீர்கள். அவர்கள் அறிவிலும் வலிமையிலும் நம்மைவிட மேம்பட்டவர்களாக இருக்கலாம். நமக்காகக் காத்திருப்பது, கொலம்பஸின் பார்வையில் பட்ட செவ்விந்தியர்களின் விதியாக இருக்கலாம்.''

வேற்றுக் கிரகவாசிகளின் வாகனம்

பல காலமாக வேற்றுக் கிரகவாசிகளின் வாகனமாக கருதப்படுபவை பறக்கும்தட்டுகள்தான். ஆனால் பறக்கும்தட்டு

வடிவத்திலுள்ள வாகனத்தால், விண்வெளியில் அல்ல, வானத்தில்கூட வெற்றிகரமாகப் பறக்க முடியாது என்று விண்வெளி ஆய்வாளர்கள் சொல்கிறார்கள். சிலர் இந்தக் கருத்தை ஆராய்ச்சிகளின் மூலம் நிரூபிக்கவும் செய்திருக்கிறார்கள்.

வேற்றுக் கிரகவாசிகள் இருக்கிறார்களா என்று ஆராய்வது, நாசாவின் முக்கியமான நோக்கங்களில் ஒன்று. வேறு கிரகங்களுக்கு செய்திகள் அனுப்பும்போது நாசா இந்த விஷயத்தையும் நுட்பமாக மதிப்பிடும். வேற்றுக் கிரகஜீவிகளைத் தேடும் செயல்பாடுகளுக்கெல்லாம் பொதுவான பெயர், 'சேட்டி' *(SETI – Search for extraterrestrial intelligence)*. வேறு உலகங்களிலிருந்து வேற்றுக் கிரகவாசிகளின் கதிரியக்கச் செய்திகள் *(Radio message)* வருகின்றனவா என்று ஆராய்வதுதான் இவற்றின் முக்கியமான வேலை. இந்த வகையில், அமெரிக்காவில் இருக்கும் சேட்டி நிறுவனம் மிகவும் முக்கியமானது. இந்த நிறுவனத்தினர் அமெரிக்கா, சிலி முதலிய நாடுகளில் பெரிய கதிரியக்கத் தொலைநோக்கிகளை அமைத்திருக்கிறார்கள். பூமிக்கு வெளியில் உள்ள கிரகங்களுக்கும் நட்சத்திரக் கூட்டங்களுக்கும் கதிரியக்கச் செய்திகள் அனுப்பும் வகையில் சேட்டி செயல்பாடுகள் வளர்ந்திருக்கின்றன. இப்படிச் செய்திகள் அனுப்புவது 'மேட்டி' *(METI – Messaging to for extraterrestrial intelligence)* எனப்படுகிறது. ●

32

வேற்றுக் கிரகவாசிகள் தீ கக்குவதில்லை.

மஞ்சு ஜோஸப்

நீளக் கொம்புகளும் உருண்டை விழிகளும் கொண்ட வேற்றுக் கிரகவாசிகள் (சூரிய குடும்பத்துக்கு அப்பாற்பட்ட புறக்கோள்வாசிகள்)... தீ கக்கும் ஆயுதத்தால் அவர்கள் மனிதர்களை எதிர்கொள்கிறார்கள். இப்படிப்பட்ட காட்சிகளை நாம் திரைப்படங்களில் பார்த்திருப்போம். ஆனால், திரைப்படங்களில் வருவதுபோல வேற்றுக்கிரகவாசிகள் பயங்கரமானவர்கள் அல்ல. நண்பர்களைப்போலத்தான் அவர்கள் நடந்துகொள்கிறார்கள் என்று சிலர் சொல்கிறார்கள். வேற்றுக்கிரகவாசிகளை நேரடியாகப் பார்த்தவர்கள் என்ன சொல்கிறார்கள் என்று பார்ப்போம்.

மலைத்தொடர்களுக்கு மேலே பறந்துகொண்டிருந்தது அந்த விமானம். திடீரென்று அதோ, சற்று தூரத்தில் விசித்திரமான இரண்டு பொருட்கள்! அந்தக் காட்சியைப் பார்த்து விமானி கென்னத்

ஆர்னால்டு அதிர்ச்சியடைந்தார். அவை அதிவேகத்தில் பறந்து சென்றுகொண்டிருந்தன, மிகப் பெரிய இரண்டு தட்டுகளைப்போல!

அவர் அந்த தட்டுகளையே பார்த்துக்கொண்டிருந்தார். அவை பட்டென்று மறைந்துவிட்டன. அவர் உடனே தான் பார்த்த அதிசயக் காட்சியைப் பற்றி கட்டுப்பாட்டு அறைக்குத் தகவல் கொடுத்தார். உடனே அந்தச் செய்தி காட்டுத்தீபோல நாடெங்கும் பரவியது.

கீழே இறங்கிய கென்னத் ஆர்னால்டைப் பார்ப்பதற்கு பத்திரிகையாளர்கள் படையெடுத்தார்கள். அப்படி, பறக்கும் தட்டைப் பற்றிய அந்தச் செய்தி பத்திரிகைகளில் வெளியானது. இது, 1947, ஜூன் 24ல் நடந்தது.

இது மட்டுமல்ல, பறக்கும் தட்டில் வந்து இறங்கிய வேற்றுக் கிரகவாசிகளை நேரடியாகப் பார்த்ததாக நிறையப்பேர் சொல்லியிருக்கிறார்கள். வேறொரு சமயத்தில் ஒரு விவசாயிக்கு ஏற்பட்ட அனுபவத்தைக் கேளுங்கள்.

"ஒருநாள் நான் வயலில் உரம் போட்டுக்கொண்டிருந்தேன். திடீரென்றுதான் அதைப் பார்த்தேன். அங்கே தூரத்தில் காட்டு ஓரத்தில் பளபளப்பாக மின்னிக்கொண்டிருக்கும் ஏதோ ஒன்று! நான் கவனித்துப் பார்த்தேன். முட்டை வடிவம் கொண்ட மிகப் பெரிய தட்டு! அது ஏறத்தாழ 20 அடி நீளமும் 15 அடி அகலமும் இருக்கும். நான் அதன் பக்கத்தில் சென்றேன். அதைத் தொட்டுப் பார்த்தேன். உண்மையிலேயே அது உலோகத் தட்டுதான். அதிலிருந்து, நான்கு அடி உயரம் கொண்ட இரண்டு பேர் வெளியே வந்தார்கள். உலோகம்போன்ற வெள்ளை உடையை அவர்கள் அணிந்திருந்தார்கள். உடல் உறுப்புகள் எதுவும் வெளியே தெரியவில்லை. மெல்ல மெல்ல அவர்கள் என்னை நோக்கி நடந்து வந்தார்கள்.

" 'பயப்பட வேண்டாம். நாங்கள் இதற்கு முன்பும் மனிதர்களுடன் பேசியிருக்கிறோம்' என்று அவர்கள் விசித்திரமான குரலில் சொன்னார்கள். எனக்கு ஒரு விஷயம் உறுதியாகத் தெரிந்தது, அவர்கள் வேற்றுக் கிரகவாசிகள்தான்!"

இந்த சம்பவம் நடந்தது 1964 ஏப்ரல் 24ல். நியூயார்க்கைச் சேர்ந்த விவசாயி காரி வில்கோக்ஸ் எனும் இளைஞர்தான் வேற்றுக் கிரகவாசிகளை நேரில் பார்த்தவர். "நாங்கள் செவ்வாய் கிரகத்திலிருந்து வருகிறோம். இரண்டு வருடத்துக்கு ஒருமுறை பூமிக்கு வருவோம்" என்று அவர்கள் சொன்னார்களாம்!

விண்வெளிப் பயணிகளான ஜோன்க்லென், விர்ஜின் க்ரிசோம், மேலும் இரண்டு ரஷ்ய விண்வெளிப் பயணிகள் ஒரு வருடத்துக்குள் இறப்பார்கள் என்று அவர்கள் எச்சரிக்கையும் செய்தார்கள். அவர்கள் சொன்னது பலிக்கவில்லை. ஆனால் மூன்று வருடங்களுக்குப் பிறகு விர்ஜின் க்ரிசோம், எஸ்வைட், ரோஜர் ஷாபெ, ரஷ்யரான விளாதிமிர் கொமரோவ் ஆகியோர் விபத்துகளில் கொல்லப்பட்டார்கள். காரி, செவ்வாய் கிரகவாசிகளைப் பார்த்த செய்தி அறிந்து போலீஸார் வந்தார்கள். காரியிடம் கேள்வி கேட்டார்கள். அப்போதும் அவர், தான் சொன்ன விஷயங்களில் உறுதியாக இருந்தார்.

லோன் ஸமோரா எனும் போலீஸ்காரர் காவல் பணிக்குப் புறப்பட்டார். அப்போது ஒரு கார் கடுமையான வேகத்தில் பாய்ந்து வந்தது. உடனே ஸமோரா அதைப் பின்தொடர்ந்தார். திடீரென்று முன்னால், காதைச் செவிடாக்கும் ஓசையுடன் பெரியதொரு தீக்கோளம் ஆகாயத்திலிருந்து இறங்கி வந்தது.

பக்கத்திலிருக்கும் வெடி மருத்துச்சாலையில் தீப்பிடித்திருக்கும் என்று நினைத்தார் ஸமோரா. பிறகுதான் தெரிந்தது அது ஒரு வாகனம். நான்கு கால்களுடைய பறக்கும் வாகனம். நீள் வட்ட வடிவத்திலிருந்தது.

காரிலிருந்து இறங்கிய ஸமோரா அதை நோக்கிச் சென்றார். அதன் பக்கத்தில், நான்கு அடி உயரமுள்ள இரண்டு விசித்திர ஜீவிகள்! உடல் முழுதும் மூடிய ஒரு பிரத்தியேக உடை அணிந்திருக்கிறார்கள். ஸமோரா பக்கத்தில் வந்ததும் அவர்கள் மறைந்துவிட்டார்கள். அப்போது அந்த வாகனத்திலிருந்து வினோத ஓசை கேட்கத் தொடங்கியது. திடீரென்று நீலம் மற்றும் ஆரஞ்சு நிறத் தீப்பிழம்பு எழுந்தது. இப்போது அந்த வாகனம் வெடித்துச் சிதறப்போகிறது என்று அவர் நினைத்தார். ஆனால் அடுத்த நொடியே வாகனம் ஆகாயத்தில் பறந்து உயர்ந்தது.

இந்த சம்பவம் அமெரிக்காவின் நியூமெக்ஸிகோவில் 1964 ஏப்ரல் 24ல் நடந்தது. காரி வில்கோக்ஸ் செவ்வாய் கிரக ஜீவிகளுடன் பேசிய அதே நாள்!

தண்ணீரிலும்!

கேப்டன் ரோச்சாவும் அவர் மனைவியும் தங்கள் கடற்கரையோர வீட்டில் இருந்தார்கள். அப்போது தூரத்தில் ஒரு தீவு இருப்பதை அவர்கள் பார்த்தார்கள்.

“இந்தத் தீவு புதிதாக இருக்கிறதே...” என்று சொன்ன கேப்டன் தன் தொலைநோக்கியை எடுத்து அந்தத் தீவைப் பார்த்தார். தீவு பெரிதாகிக்கொண்டிருக்கிறது. அப்போது அந்த வழியாக ஒரு படகு வந்தது. அதிசயம்! தீவுபோன்ற விசித்திரமான அந்தப் பொருள் உடனே தண்ணீருக்குள் மூழ்கியது. படகு அந்த இடத்தைக் கடந்து சென்ற சிறிது நேரத்துக்குப் பிறகு மீண்டும் தண்ணீருக்குள்ளிருந்து மேலே வந்தது. அது, ஒரு பீங்கான் தட்டின் மேலே மற்றொரு பீஞ்ஞான் தட்டை மூடி வைத்ததுபோன்ற வடிவத்தில் இருந்தது. அதன் மீது பளபளக்கும் கண்ணாடிக் குழாய்கள் பிணைக்கப்பட்டிருந்தன. விரைவிலேயே அது தண்ணீருக்கடியில் மறைந்து போனது.

அந்த விமானமும் விமானியும் எங்கே?

அந்த விமானம் ஆஸ்திரேலியாவின் மொராபின் விமானநிலையத்திலிருந்து இரவு ஏழு மணிக்குப் புறப்பட்டது. பெட்ரிக் வாலன்ரிச் எனும் இருபது வயது இளைஞர்தான் அதன் விமானி. மேலே பறந்து ஒரு மணி நேரம் ஆன பிறகு வாலன்ரிச், கட்டுப்பாட்டு அறைக்கு ஒரு செய்தி அனுப்பினார்:

“என்னை நோக்கி அதோ ஒரு மிகப் பெரிய விமானம் பறந்து வருகிறது. இல்லை, அது விமானமல்ல. ஒளிரும் விசித்திரமான நீள வாகனம்! அது பச்சை நிறத்தில் ஒளி வீசுகிறது.”

இந்த செய்தியைக் கேட்டு கட்டுப்பாட்டு அறையிலிருந்தவர்கள் திடுக்கிட்டார்கள். ஏனென்றால் பூமியிலிருந்து அப்படிப்பட்ட ஒரு வாகனம் அனுப்பப்படவில்லை!

அப்போது வாலன்ரிச்சிடமிருந்து மீண்டும் ஒரு செய்தி வந்தது:

“இப்போது அது எனக்கு மேலே வட்டம் சுற்றுகிறது.” அவர் பயந்து நடுங்கிக்கொண்டுதான் அப்படிப் பேசினார். அவர் சொல்லி முடிக்கும் முன்பு, கட்டுப்பாட்டு அறையுடனான அந்த விமானத்தின் தொடர்பு துண்டிக்கப்பட்டுவிட்டது. 1971 அக்டோபர் 21ல் இது நடந்தது.

பிறகு யாரும் வாலன்ரிச்சையும் அவர் விமானத்தையும் பார்க்கவில்லை. ●

33

பூமியில் வேற்றுக் கிரகவாசிகள்!

நீண்ட நெடுங்காலமாகவே, அதாவது பூமியில் மனிதர்கள் தோன்றிய காலத்திலிருந்தே வான் கோளங்களைப் பற்றி பல வகையான சிந்தனைகளும் தொடங்கிவிட்டன. பிறகு வெகுகாலம் கடந்தபின்னர் மனிதர்கள், 'வான் கோளங்களில் நம்மைப்போன்றோ, அல்லது நம்மைவிட வித்தியாசமாகவோ உயிரினங்கள் இருக்கக்கூடும்' என்று நினைத்தார்கள். அப்படி இதைப் பற்றி விசித்திரமான கற்பனைகளும் கதைகளும் உருவாயின.

அறிவியல் வளர்ச்சியடைந்தபோது சில புதிய கருத்துகள் தோன்றின. செவ்வாய் கிரகத்தில் பச்சை நிறத்தில் சிறிய மனிதர்கள் இருக்கிறார்கள் என்றும் அவர்கள் அங்கே கால்வாய்களும் ஓடைகளும் ஏற்படுத்தியிருக்கிறார்கள் என்றும் ஒரு காலத்தில் மனிதர்கள் நம்பிக்கொண்டிருந்தார்கள். ஆனால் இந்த நம்பிக்கைகளுக்கெல்லாம் அறிவியல் ரீதியான ஆதாரம் எதுவும் இதுவரை கிடைக்கவில்லை. ஆனால், இதை வைத்து பிரபஞ்சத்தில்

எங்கும் வேறு உயிரினங்கள் இல்லை என்ற முடிவுக்கும் வந்துவிட முடியாது. நம்மால் அவற்றைப் பார்க்க முடியவில்லை என்பதுதான் விஷயம்.

உதாரணமாக, செவ்வாய் கிரகத்தில் ஒரு காலத்தில் வெள்ளப் பெருக்கு ஏற்பட்டதாக நமக்கு ஆதாரங்கள் கிடைத்திருக்கின்றன. அதனால், செவ்வாயில் ஏதாவது நுண்ணுயிர்கள் உருவாகியிருப்பதற்கான வாய்ப்பையும் மறுக்க முடியாது. வியாழனின் சந்திரனான யூரோபாவிலும் சனி கிரகத்தின் சந்திரனான என்சிலாடஸிலும் பனிப் படலங்களுக்கு அடியில் பெரிய கடல்கள் இருக்கின்றன. அப்படிப்பட்ட கடல்களில் ஏதாவது உயிரினங்களை கண்டுபிடிக்க முடியக்கூடும்.

சூரிய மண்டலத்துக்கு வெளியில் நாம் இதுவரை ஏறத்தாழ 4000 கிரகங்களைக் கண்டுபிடித்திருக்கிறோம். அவற்றில் சில கிரகங்கள், பூமியைப்போல உயிர்வாழ்க்கைக்கு ஏற்ற தன்மைகள் கொண்டவை. அங்கே மனிதர்களைப்போன்றோ, அல்லது மனிதர்களைவிடத் தாழ்ந்த, அல்லது உயர்ந்த உயிரினங்கள் இருப்பதற்கான வாய்ப்புகள் உண்டு. ஆனால் அந்தக் கிரகங்கள், கோடிக்கணக்கான கிலோமீட்டர் தொலைவில் இருக்கின்றன. அதனால் நாம் சுலபமாக அங்கே போய் கண்டுபிடிக்க முடியாது.

அப்படிப்பட்ட கிரகங்களைக் கண்டுபிடிப்பதற்கும், அங்கே உயிரினங்கள் இருந்தால் அவற்றுடன் கருத்துப் பரிமாற்றம் செய்யவும் அறிவியல் உலகம் இன்று தீவிரமாக முயற்சி செய்து வருகிறது. ●

34

சீன நிலவும் நட்சத்திர ஒளித் தடுப்பானும் *(Starshade)*

ஸாபு ஜோஸ்

நகரங்களை ஒளி நிறைந்ததாக்க மூன்று செயற்கை நிலவுகளை உருவாக்கத் தயாராகிறது சீனா. உயிரினங்கள் வாழக்கூடிய வேற்று கிரகங்களைக் கண்டுபிடிப்பதற்காக 'ஸ்டார்ஷேட்' எனும் புதிய தொழில்நுட்பத்தை பரிசோதிக்கத் தயாராகிறது அமெரிக்காவின் விண்வெளி ஆய்வு நிறுவனமான 'நாசா' [தேசிய வானூர்தியியல் மற்றும் விண்வெளி நிர்வாகம்*(National Aeronautics and Space Administration - NASA)]*. இவை இரண்டையும் பற்றிய கட்டுரை இது.

இரவைப் பகலாக்கும் செயற்கை நிலவு

தெருவிளக்குகள்இல்லாதஒருநகரத்தைப்பற்றியோசித்துப்பார்க்க முடியுமா? நகரத்தின் அழகை அதிகரிப்பது தெருவிளக்குகள்தானே! ஆனால் ஒரு பெரிய நகரத்தில் தெருவிளக்குகள் ஒருநாள்

ஒளிவீசுவதற்குத் தேவையான மின் செலவைக் கணக்கிட்டுப் பார்த்தால் மிகமிகவும் அதிகமாக இருக்கும். கிராமங்களின் தெருவிளக்குகளையும் சேர்த்துக்கொண்டால், மின்சாரப் பயன்பாட்டின் அளவும் அதற்கான செலவும் இன்னும் பல மடங்கு அதிகமாகும்.

ஆனால், நாம் தெருவிளக்குகள் வேண்டாம் என்று கைவிட முடியாது. மக்களின் பாதுகாப்புக்கும் இரவு நேரங்களில் குற்றங்கள் நடக்காமல் இருப்பதற்கும் தெருவிளக்குகள் நமக்கு மிகவும் அவசிம். தெருவிளக்குகள் இல்லாத ஒரு தெருவைப் பற்றி இன்று நாம் நினைத்துப் பார்ப்பதே கஷ்டம்தானே? ஆனால் அதற்குத் தேவையான மின்சார செலவைப் பற்றி சிந்தித்துப் பார்க்கும்போது, இன்னும் நாம் எவ்வளவு காலம் தெருவிளக்குகளைப் பயன்படுத்த முடியும் எனும் கேள்வி எழுகிறது. கிராமங்களெல்லாம் நகரங்கள் ஆகிக்கொண்டிருக்கும் இந்தக் காலத்தில், இந்தக் கேள்விக்கான பதில் நம்மிடம் இல்லை.

நல்ல நிலவொளி உள்ள இரவு நேரங்களில் வெளியே நடப்பவர்கள் ஒருக்கால் இப்படி சிந்தித்திருப்பார்கள், ‘இந்த நிலவுக்கு இன்னும் கொஞ்சம் வெளிச்சம் அதிகமாக இருந்தால் தெருவிளக்குகளைச் சார்த்திருக்காமல் நல்லபடியாக பயணிக்கலாம்.’ சீன விஞ்ஞானிகளும் இப்படித்தான் சிந்திக்கிறார்கள். அவர்களின் இந்த எண்ணம் நிறைவேறிக்கொண்டிருக்கிறது.

2022 முதல் சீனத்துத் தெருக்களுக்கு வெளிச்சம் தரப்போவது தெருவிளக்குகள் அல்ல, செயற்கை நிலவுதான்! அதுவும் ஒரு நிலவு அல்ல, மூன்று நிலவுகள்! சீனாவில் மூன்று விண்வெளிக் கண்ணாடிகள் தயாராகிக்கொண்டிருக்கின்றன. இந்த தயாரிப்புப் பணி 2020ல் முடிவடையும் என்று எதிர்பார்க்கப்படுகிறது. 2022 முதல் இந்த மூன்று கண்ணாடிகள் செயற்கை நிலவுகளாக சீனத் தெருக்களுக்கு இரவில் வெளிச்சம் கொடுக்கும். அதுவும் உண்மை நிலவொளியைவிட எட்டு மடங்கு அதிகப் பிரகாசம்! அன்றிலிருந்து சீனத் தெருக்கள் மின்சாரச் செலவு இல்லாமலேயே பால் வெளிச்சத்தில் குளிக்கும்!

இதற்கு முன்பு யாரும் இப்படி முயற்சி செய்து பார்க்கவில்லையா? நாசாவும், ஐரோப்பிய விண்வெளி நிறுவனமும் (European space agency), ரஷ்ய விண்வெளி நிறுவனமும் (Russian space agency) இப்படி

முயற்சி செய்து தோற்றுப்போயின. அதனால் இந்த ஆராய்ச்சியைக் கைவிட்டன. இந்த விஷயத்தை இப்போது சீன விண்வெளி நிறுவனம் (China space agency) சாத்தியமாக்கியிருக்கிறது.

செயற்கை நிலவு என்றால் என்ன?

2022ல் சீனா விண்ணில் செலுத்தவிருக்கும் மூன்று விண்வெளிக் கண்ணாடிகளைத்தான் செயற்கை நிலவுகள் என்று குறிப்பிடுகிறார்கள். இயற்கையான நிலவு பூமியிலிருந்து 3,80,000 கிலோ மீட்டர் தூரத்தில் இருக்கிறது. ஆனால் செயற்கை நிலவுகள் பூமியிலிருந்து 500 கிலோமீட்டர் உயரத்தில்தான் இருக்கும். இந்த மூன்று விண்வெளிக் கண்ணாடிகளும் சேர்ந்து 360 டிகிரி சுற்றுப் பாதைத் தளத்தைப் (Orbital Plane) பகிர்ந்துகொள்ளும். இந்தக் கண்ணாடிகள், 3,600 கிலோமீட்டர் முதல் 6,400கிலோமீட்டர்வரையுள்ள நிலப்பரப்புக்கு ஒளி கொடுக்கும். நிலவு பிரதிபலிக்கும் சூரிய ஒளியைவிட எட்டு மடங்கு அதிகமாகப் பிரதிபலிக்க இந்தக் கண்ணாடிகளால் முடியும்.

இரவும் பகலும் ஒரேபோன்று வெளிச்சம் கிடைப்பது, மனிதர்கள் மற்றும் பிராணிகளின் வாழ்க்கை முறையைப் பாதிக்கும் என்று ஒரு வாதம் எழுந்தது. இதற்கு சீன விண்வெளி விஞ்ஞானிகள், 'ஒளியின் தீவிரத்தை முறைப்படுத்தி, உயிரினங்களின் இயல்பான உயிர்க் கடிகாரத்துக்கு (Biological clock) பிரச்சினை ஏற்படாதவாறு பார்த்துக்கொள்ள முடியும்' என்று கூறுகிறார்கள். அது மட்டுமல்ல, பூமியிலிருந்து பார்த்தால் இந்தக் கண்ணாடிகள் அழகான மூன்று நட்சத்திரங்கள்போன்றுதான் காணப்படும். நிலவைப்போல பெரிய வட்ட வடிவமாகத் தெரியாது. இந்த செயற்கை நிலவுகளின் சேவை, மக்கள் வசிக்கும் பகுதிகளிலும் நகரங்களிலும் மட்டுமே பயன்படுத்தப்படும்.

50 சதுர கிலோமீட்டர் பரப்பளவில் செயற்கை நிலவுகளின் ஒளியைப் பயன்படுத்த முடிந்தால், வருடம்தோறும் மின் செலவில் 1.2 பில்லியன் யுவான் (Yuan: சீனப் பணம். இந்திய மதிப்பில் 1272 கோடி ரூபாய்) மிச்சப்படுத்த முடியும் என்று கணக்கிட்டிருக்கிறார்கள். புயல், பெருமழை, வெள்ளம், நிலநடுக்கம் முதலிய இயற்கைச் சீற்றங்கள் ஏற்படும்போது மின் விநியோகம் தடைப்படுவது இயல்புதான். இப்படிப்பட்ட நெருக்கடியான காலங்களில் செயற்கை நிலவுகள் மிகப் பெரிய அளவில் பயன்படும்.

*1999*ல் ரஷ்யா, 'பானர்' *(Banner)* எனும் பெயரில் இப்படிப்பட்ட ஒரு விண்வெளிக் கண்ணாடியை ஏவ முயன்றது. ஆனால் அந்த செயல் தொடர்ந்து தோல்வியடைந்ததால் அது முயற்சியைக் கைவிட்டுப் பின்வாங்கியது. சீனாவின் விண்வெளிக் கண்ணாடி, ஒவ்வொரு எண்பது சதுர கிலோமீட்டருக்கும் துல்லியமாக வெளிச்சம் கொடுக்கும்; நிலவொளி பொழிவதைப்போல அழகாக மாற்றும். இருந்தாலும் இதனால் சில சுற்றுச்சூழல் பிரச்சினைகள் ஏற்படும் என்று சூழலியல் விஞ்ஞானிகள் *(Environmental scientists)* சந்தேகப்படுகிறார்கள். ஆனால் சீன விண்வெளி விஞ்ஞானிகள், 'சுற்றுச்சூழல் சீர்கேடு ஏற்படுத்தாத சக்தி மூலத்தை வளர்த்தெடுக்க முடியும்' என்று பதில் சொல்லிவிட்டு தங்கள் நோக்கத்தில் முன்னேறிக்கொண்டிருக்கிறார்கள்.

புதிய உலகத்தைத் தேடி ஸ்டார்ஷேடு (Starshade)

பிரபஞ்சத்தில் உயிரினங்கள் வாழக்கூடிய ஒரே ஒரு கிரகம் பூமி மட்டும்தான் என்று நாம் நினைத்துக்கொண்டிருக்கிறோம். பிரபஞ்சம் குறித்த ஆய்வுகளும் நம் எண்ணத்தை வலுப்படுத்துகின்றன. மனித இனம் தோன்றுவதற்கு ஏற்ற விதத்தில்தான் இயற்கை நியதிகள் அமைக்கப்பட்டிருக்கின்றன. இப்போது இருப்பதைப்போல அல்லாமல் பிரபஞ்சம் வேறு மாதிரி அமைந்திருந்தால், பூமியில் உயிர் தோன்றியிருக்காது. இந்த

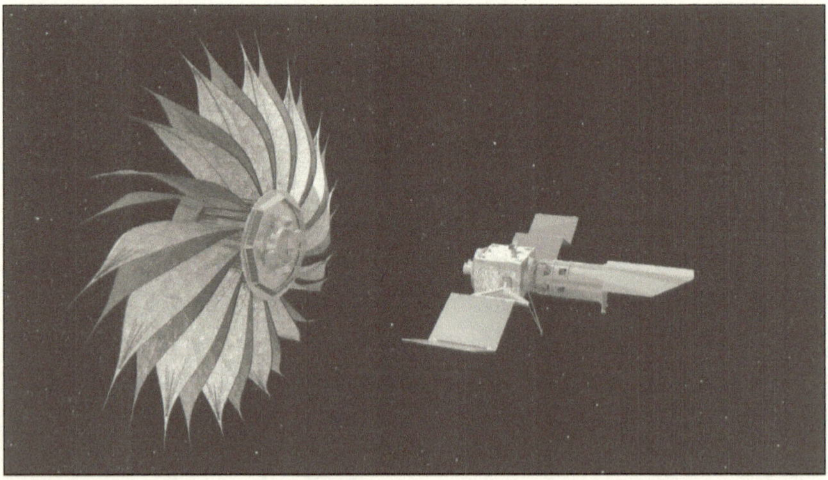

நிலையில், பிரபஞ்சம் உருவாக்கப்பட்டிருப்பது மனிதனுக்காகத்தான் என்று மானுடவியல் சொல்கிறது. பிரபஞ்சத்தில் எங்காவது வேற்றுக் கிரகவாசிகளைக் கண்டுபிடிப்பதுவரை இந்த நம்பிக்கை இருக்கும்.

விண்வெளித் தொலைநோக்கிகள் இதற்குள் நிறைய வேற்றுக் கிரகங்களை, அதாவது சூரியகுடும்பத்துக்கு வெளியே உள்ள கோள்களைக் *(Extrasolar planets)* கண்டுபிடித்திருக்கின்றன. அவற்றில் பல, பூமியைப்போன்ற சூழல்கள் கொண்டவை. ஆனால், இப்படிக் கண்டுபிடிக்கப்பட்ட கிரகங்கள் எல்லாம் பூமியிலிருந்து நிறைய ஒளியாண்டுத் தொலைவில் இருக்கின்றன. இப்போது நம்மிடமுள்ள தொழில்நுட்பங்களைக் கொண்டு இந்தக் கிரகங்களின் வாயுமண்டல அமைப்பையும் மேற்பரப்பின் சிறப்புகளையும் கண்டுபிடிப்பதில் நிறைய கஷ்டங்கள் இருக்கின்றன. பூமியைப்போன்ற கிரகங்கள் எனும் பெயரில் நமக்குக் கிடைக்கும் படங்களெல்லாம், கலைஞர்களின் கற்பனையில் உருவானவைதான். உண்மையில் அத்தகைய கிரகங்கள், சாதாரண மனிதர்களால் ஒருபோதும் இனங்காண முடியாத அளவு மங்கிய ஒளித் துணுக்குகளாகத்தான் காணப்படுகின்றன. பிறகு இவை மீண்டும் உண்டாகின்றன. இந்த சிக்கலைத்தான் அறிவியல் உலகம், தொழில் நுட்பத்தைப் பயன்படுத்தி வெல்ல முயற்சிக்கிறது.

சூரியமண்டலத்துக்கு வெளியில் உள்ள கிரகங்களைக் கண்டுபிடிப்பதற்கு விஞ்ஞானிகள் நிறைய வழிமுறைகளைப் பயன்படுத்துகிறார்கள். 'வான்பொருளியக்க அளவியல்' *(Astrometry)*, 'ஆரத் திசைவேகம்' *(Radial velocity)*, கிரகப் போக்குமுறை *(Astronomical transit)*, 'கிரகத்தின் சுழற்சி மற்றும் கதிரலைகளை வெளியிடும் நேர அளவு' *(Pulsar timing)*, 'ஈர்ப்பு நுண்நிலை' *(Gravitational microlensing)*, 'கதிர்வீச்சு அவதானம்' *(Radiational observation)* ஆகிய வழிமுறைகளைப் பயன்படுத்தி வேற்றுக் கிரகங்களைத் தேடுகிறார்கள். ஆரத் திசைவேகத்தைப் பயன்படுத்தித்தான் மிக அதிகமான வேற்றுக் கிரகங்களைக் கண்டுபிடித்திருக்கிறார்கள். நட்சத்திரத்தைச் சுற்றும் ஒரு கிரகம் இருந்தால், அவை இரண்டின் கோள மையத்தைச் சுற்றி நட்சத்திரத்துக்கு ஒரு சிறிய, 'சுற்றுப்பாதை அசைவு' *(Orbital motion)* ஏற்படும். இந்த அசைவைத் துள்ளியமாகக் கணக்கிட்டு, ஆரத் திசைவேகத்தின் அடிப்படையில் கிரகத்தின் இருப்பைக் கண்டுபிடிக்கிறார்கள்.

தடைகளும் தீர்வுகளும்

2009ல் நாசா விண்ணில் செலுத்திய கெப்ளர் விண்கலம், கிரகப் போக்குமுறையைப் பயன்படுத்தித்தான் வேற்றுக் கிரகங்களைக் கண்டுபிடிக்கும் ஆய்வை நடத்துகிறது. நட்சத்திரத்துக்கும் அவதானிப்பவருக்கும் (அவதானம்: கூர்மையாகக் கவனித்தல்) இடையில் ஒரு கிரகம் இருந்தால், நட்சத்திரத்திலிருந்து வெளிப்படும் ஒளியில் மெல்லிய வித்தியாசம் இருக்கும். இந்தக் குறைபாட்டைக் கணக்கிட்டு, கிரகப் போக்குமுறை மூலம் கிரகத்தின் இருப்பைக் கண்டுபிடிக்கிறார்கள். ஆனால் இப்படிப்பட்ட அடையாளங்களைப் பயன்படுத்தி கண்டுபிடிக்கும் கிரகங்களில் பெரும்பாலானவை, வியாழனைவிடப் பெரிதான வாயுக் கோளங்களாக இருக்கும். பொதுவாக சிறிய கிரகங்கள் தாய் நட்சத்திரத்தின் அருகில்தான் காணப்படும். நட்சத்திரங்களுக்குப் பக்கத்தில் உள்ள கிரகங்களால், தாய் நட்சத்திரத்திலிருந்து வெளிப்படும் ஒளியில், தெரியும்படியான குறைவு ஏற்படுத்தவோ அவற்றின் சுற்றுப்பாதை அசைவில் முக்கியமான மாற்றம் ஏற்படுத்தவோ முடியாது. தாய் நட்சத்திரத்தின் அமைவிடப் பிரதேசங்களில் பொதுவாக சிறிய கிரகங்களே காணப்படுகின்றன. இப்படிப்பட்ட கிரகங்களில் உயிர்கள் இருப்பதற்கான வாய்ப்புகள் அதிகம். ஆனால் இப்போதுள்ள தொழில்நுட்பத்தைக் கொண்டு அவற்றைப் பற்றி அதிகமாகத் தெரிந்துகொள்ள முடியாது.

நாசா இதற்கு ஒரு தீர்வு கண்டுபிடித்திருக்கிறது. சூரியகாந்திப் பூவின் வடிவத்திலுள்ள பெரியதொரு பிரதிபலிப்பானை (Occulter) விண்வெளியில் நிறுவி, வேற்றுக் கிரகங்களைத் தேடும் பணியை எளிதாக்கும் திட்டம் இது. 'ஸ்டார்ஷேடு' என்று பெயரிடப்பட்டிருக்கும் இந்தப் பிரதிபலிப்பான், நாசாவின் நியூவேர்ல்ட்ஸ் மிஷனின் பகுதியாக 2019ல் விண்ணில் செலுத்தப்படவிருக்கிறது. விண்வெளித் தொலைநோக்கியான ஹபிளின் தொடர்ச்சி என்று அறியப்படும் 'ஜேம்ஸ் வெப் விண்வெளித் தொலைநோக்கி'யுடன் சேர்ந்துதான் ஸ்டார்ஷேடு செயல்படும். இவற்றை விண்ணில் ஏவும் செயலும் ஒன்றாக நடப்பதற்கு வாய்ப்பிருக்கிறது. ஸ்டார்ஷேடு, ஜேம்ஸ் வெப் தொலைநோக்கியின்அவதான எல்லைக்குட்பட்ட நட்சத்திரங்களின் வெளிச்சத்தை குறிப்பிடத்தக்க அளவில் தடுக்கும். அந்த நேரத்தில் தொலைநோக்கியின் கேமராக்கள், நட்சத்திரத்துக்குச் சுற்றிலுமுள்ள

கிரகங்களைத் தெளிவாகப் படங்கள் எடுக்கும். சூரியனுக்கு நேராக நின்று தூரத்திலுள்ள பொருளைப் பார்க்கும்போது உள்ளங்கை கொண்டு பார்வையைப் பாதியளவு மறைத்துக்கொள்வதுபோலத்தான் ஸ்டார்ஷேடு செயல்படுகிறது.

கொளராடோ பல்கலைக்கழகத்தைச் சேர்ந்த வானியல் விஞ்ஞானி 'வெப்ஸ்டர் காஷ்' *(Webster cash)* என்பவர்தான் ஸ்டார்ஷேடை வடிவமைத்தவர். ஸ்டார்ஷேடின் தொலைநோக்கி, ஜேம்ஸ் வெப் தொலைநோக்கியாகவோ *(JWST)*, டெஸ் தொலைநோக்கியாகவோ *(Transiting Exoplanet Survey Telescope)*, புதிதாகச் செலுத்தப்படும் வேறு ஏதாவது ஒரு விண்வெளித் தொலைநோக்கியாகவோ இருக்கும். அவதானத்துக்குத் தேர்ந்தெடுக்கப்படும் நட்சத்திரத்துக்கும் தொலைநோக்கிக்கும் இடையில், தொலைநோக்கியிலிருந்து 80,000 மைல் தூரத்தில்தான் ஸ்டார்ஷேடு அமைந்திருக்கும். பூமியிலிருந்து ஏறத்தாழ 2,38,600 மைல் தூரத்தில். ஸ்டார்ஷேடின் ஏழு மீட்டர் நீளமுள்ள, சூரியகாந்திப்பூவின் வடிவத்திலுள்ள 28 இதழ்கள், நட்சத்திர வெளிச்சத்தை 1000 கோடியில் ஒரு பாகமாகத் தடுத்து நிறுத்தும். ஸ்டார்ஷேடு 34 மீட்டர் குறுக்களவு கொண்டது. ஸ்டார்ஷேடு செயல்படும் காலம் ஐந்து வருடங்கள். இந்தக் கால அளவில் 75 கோள் குடும்பங்களை அவதானத்துக்கு உட்படுத்தும்.

நாசாவின் நியூ வேர்ல்ட்ஸ் மிஷனின் பகுதியாகத்தான் ஸ்டார்ஷேடை விண்ணில் செலுத்துகிறார்கள். *NIAC (NASA Institute for Advanced Concepts)* இந்த திட்டத்தை முன்னின்று செயற்படுத்துகிறது. *Ball Aerospace & Technologies corp., Northrob Grumman, Southwest Research Institute* ஆகிய நிறுவனங்கள் சேர்ந்து ஸ்டார்ஷேடை உருவாக்குகின்றன. இந்த திட்டத்தின் செலவு ஏறத்தாழ 300 கோடி டாலர் வருமென்று எதிர்பார்க்கப்படுகிறது. 2019ல் செலுத்தப்படும் ஸ்டார்ஷேடு 2020 முதல் செயல்படத் தொடங்கும்.

செயல்பாடு

முதலாவதாக, தொலைநோக்கியின் அவதான எல்லைக்குட்பட்ட நட்சத்திரத்தின் ஒளியை ஸ்டார்ஷேடு தடுக்கும். இந்த சந்தர்ப்பத்தில் தொலைநோக்கி, நட்சத்திரத்துக்குச் சுற்றிலுமுள்ள வேற்றுக் கிரகக் குடும்பங்களைக் கண்டுபிடிக்கும். தொடர்ந்து இந்த கிரகக் குடும்பங்களை முழுமையாகப் படம் எடுக்கும். அதி நவீன கேமராக்கள் கொண்டு நடத்தப்படும் இந்தப் படப்பிடிப்பில்

கிரகங்கள் நட்சத்திரங்கள்போலக் காணப்படும். தொடர்ந்து கிரகங்களின்சுற்றுப் பாதையை துல்லியமாக அளக்கும். கிரகங்களின் ஒளியையும் நிறத்தையும் அவற்றின் சூழ்நிலையையும் பற்றிய துல்லியமான விவரணை தரும். பிறகு ஒவ்வொரு கிரகத்தையும் தேடிப்பிடித்து அவற்றின் சிறப்பம்சங்களை ஒவ்வொன்றாக வெளிப்படுத்தும். இதற்காக, 'நிறமாலையியல்' *(Spectroscopy)* 'ஒளிச்செறிவளவை' *(Photometry)* ஆகிய தொழில்நுட்பங்கள் பயன்படுத்தப்படுகின்றன. கிரகத்தின் சூழ்நிலை மற்றும் கிரக மேற்பரப்பின் ரசாயன அமைப்பை அளவிடுவதற்கு நிறமாலையியல் பயன்படுகிறது. கிரகங்களில் நீர் இருப்பு, மேகங்கள், துருவப் பகுதிகளில் பனிப் படலங்கள் ஆகியவற்றைப் பற்றி ஆராய்வதற்கு ஒளிச்செறிவளவை பயன்படுத்தப்படுகிறது. பிறகு தொலைநோக்கியில் உள்ள கேமராக்கள் கிரகங்களை மிகத் தரமான வகையில் படங்கள் எடுக்கின்றன. கடைசியில், கிரகம் வசிக்கத் தகுந்ததா, அதில் உயிர்கள் இருக்கின்றனவா என்று முடிவு செய்யும்.

பூமியைப்போன்ற கிரகங்களைக் கண்டுபிடிப்பது மட்டுமல்ல, வாயுப் பெருங்கிரகங்களையும் அவற்றின் உப கிரகங்களையும் கண்டுபிடிப்பதும் அவற்றின் சிறப்பம்சங்களை ஆராய்வதும் நியூ வேர்ல்ட்ஸ் மிஷனின் நோக்கமாகும். வாயுப் பெருங்கிரகங்களின் உப கிரகங்களிலும் உயிர்கள் தோன்றுவதற்கும் நிலைநிற்பதற்கும் வாய்ப்பு இருப்பதுதான் இதற்குக் காரணம். ஒன்றுக்கும் மேற்பட்ட தொலைநோக்கிகளைப் பொறுத்தி ஸ்டார்ஷேடின் செயல்பாடுகளை விரிவுபடுத்தவும் நாசா திட்டமிடுகிறது. அவதானிப்புகளுக்கு இடையில் ஏற்படும் நேர இழப்பை தவிர்ப்பதற்காகத்தான் இது.

●

35

சந்திரனில் முயல்

சுனில்தேவ்

கோடைகால மதியப் பொழுது எவ்வளவு சூடாக இருக்கிறது! ஆகாயத்தில் ஒரே ஒரு சூரியன்தான் இருக்கிறது. ஆயினும் இப்படி வெப்பமாக இருக்கிறது. அப்படியென்றால் பத்து சூரியன்கள் இருந்தால் எப்படி இருக்கும்?

அப்படி ஒருமுறை நடந்தது. ரொம்ப ரொம்ப காலத்துக்கு முன்னால் சீனாவில் இப்படி நடந்தது. அப்போது தாங்க முடியாத வெப்பமாக இருந்திருக்கும் என்று உங்களால் ஊகிக்க முடியும்தானே. நாடு வெப்பத்தில் கொதித்தது. நாட்டு மக்கள் சூடு பொறுக்காமல் தவித்தார்கள். கடைசியில், 'யீ' எனும் பெயருடைய வில்வீரன், ஆகாயத்தில் ஜொலித்துக்கொண்டிருந்த சூரியன்களில் ஒன்றைத்தவிர மற்றவற்றையெல்லாம் அம்பெய்து வீழ்த்திவிட்டான். எரியும் சூரியன்கள் பூமியில் விழுந்தால் பூமி பொசுங்கிவிடாதா என்று கேட்காதீர்கள்? கதையில் கேள்வி உண்டா?

இந்தப் பெரும் வீரச் செயலுக்காக அந்த வில்வீரனுக்கு ஒரு பரிசு கிடைத்தது. அது என்ன? அமிர்தம். இதை உண்பவருக்கு மரணம் இல்லை. ஆனால், யீ அதைச் சாப்பிடவில்லை. தன் அன்புக்குரிய மனைவி 'சாங்'இ' இல்லாமல் வாழ்வதற்கு அவனுக்கு விருப்பம் இல்லை. அவன் அமிர்தத்தை சாங்'இக்குக் கொடுத்தான். யீ வேட்டைக்குச் சென்றிருந்தபோது மங்மங் எனும் பெயருடைய சீடன் அனுமதியில்லாமல் வீட்டுக்குள் நுழைந்து, அமிர்தத்தைக் கேட்டு சாங்'இயிடம் சண்டை போட்டான். அமிர்தத்தை இழக்காமல் இருப்பதற்கு சாங்'இக்கு ஒரு வழிதான் தெரிந்தது. அவள் அமிர்தத்தை விழுங்கிவிட்டாள்! பிறகு அவள் ஆகாயத்துக்கு உயர்ந்தாள். யீ தன்னுடன் இருக்க வேண்டும் என்று விரும்பிய சாங்'இ, அதிக தூரம் போகவில்லை. சந்திரனிலேயே இருந்துவிட்டாள்.

வேட்டையாடிவிட்டு வீடு திரும்பிய யீ, நடந்ததையெல்லாம் புரிந்துகொண்டான். அவன் சாங்'இக்குப் பிடித்த கேக்குகளையும் பழங்களையும் சந்திரனை நோக்கி உயர்த்திக் காட்டி சமாதானப்படுத்தினான்.

யீயையும் சாங்'இயையும் சீனர்கள் விரும்புகிறார்கள். அதனால் அவர்கள் இப்போதும் இலையுதிர்காலத்தின் நடுப் பகுதியில், முழுநிலவு இரவில், பழங்களையும் பலகாரங்களையும் நிலவுக்குப் படைத்து வணங்குகிறார்கள். சீனாவின் முக்கியமான அறுவடைத் திருநாள் இது. இப்படி சாங்'இ, சீனத்தின் நிலவுக்கடவுளாக ஆனாள்.

சாங்'இ மட்டுமல்ல. அவளது வளர்ப்புப் பிராணியான முயலும் இப்போது சந்திரனில்தான் இருக்கிறது என்பது சீனர்களின் நம்பிக்கை. அந்த வெள்ளை முயல், அங்கே ஒரு மரத்தினடியில் அமர்ந்து, மனிதர்களாகிய நமக்கு அமிர்தம் தயாரித்துக்கொண்டிருக்கிறதாம். சீனத்தில் மட்டுமல்ல, பல

நாடுகளில் சந்திரனில் மான் இருக்கிறது என்றும் முயல் இருக்கிறது என்றும் கதைகள் இருக்கின்றன.

சந்திரனின் மேல்தளத்தில் உள்ள மேடுபள்ளங்களால் உண்டாகும் நிழல்கள்தான், மனிதர்கள் இப்படிப்பட்ட உருவங்களைக் கற்பனை செய்யக் காரணமாக இருந்திருக்கும்.

இந்தக் கற்பனைக்குச் சிறகு முளைக்க உதவும் இன்னொரு விஷயமும் இருக்கிறது. தோன்றி மறைகின்றன என்றாலும், நாம் சந்திரனில் ஒரே குழிகளையும் குன்றுகளையும்தான் எப்போதும் பார்க்கிறோம். மிகப் பெரிய புவியீர்ப்பு விசையின் காரணத்தால், பூமியுடன் பிணைக்கப்பட்டதுபோலத்தான் சந்திரனின் நிலை இருக்கிறது. பூமிக்கு நேராக வரும் சந்திரகோளத்தின் பகுதி அப்படித்தான் எப்போதும் இருக்கிறது. அதாவது, புவியின் ஈர்ப்பு விசையின் காரணமாக, சந்திரன் பூமியை நோக்கி எப்போதும் தன் ஒரு பக்கத்தையே காட்டுகிறது. இந்தப் பகுதியைத்தான் நாம் பூமியிலிருந்து பார்க்க முடியும். ஆனால், சந்திரனைச்சுற்றிப் பறக்கும் பல ஆராய்ச்சி விண்கலங்கள், சந்திரனின் மறு பாகத்தின் படங்களையும் விவரங்களையும் நமக்குக் கொடுத்திருக்கின்றன. அவற்றிலிருந்து, பூமிக்கு நேராக உள்ளதைவிட மிக வித்தியாசமாகத்தான் அந்த மறு பாகம் இருக்கிறது என்று தெரிந்திருக்கிறது.

சூரிய மண்டலம் உருவானபோது சிதிலமடைந்த நிறைய கிரகங்கள் மிச்சமிருந்தன. இவை நீண்ட காலம் பூமியிலும் சந்திரனிலும் வந்து (விண்கல் வீழ்ச்சி) மோதிக்கொண்டிருந்தன. இப்படி ஏற்பட்ட பள்ளங்கள் பூமியில் இப்போது காணப்படவில்லை. பூமியின் மேற்பரப்பை காற்றும் நீரும் எப்போதும் சமப்படுத்திக்கொண்டிருக்கின்றன அல்லவா. ஆனால், சந்திரனில் இந்த அடையாளங்கள் தெரிகின்றன. பூமிக்கு மறுபுறத்தில் உள்ள சந்திர பாகத்தில்தான் இவை அதிகம் இருக்கின்றன; அதிகம் மாற்றமடையாமல் இருக்கின்றன. அங்கே போய்ப் பார்த்தால் இந்த விண்கல் வீழ்ச்சியைப் பற்றி அதிகம் தெரிந்துகொள்ளலாம். இந்த ஆராய்ச்சியில் மற்றொரு சுவாரஸ்யமான விஷயமும் இருக்கிறது. இந்த விண்கல் வீழ்ச்சிகள் ஏற்பட்ட கொஞ்சம் காலத்துக்குப் பிறகுதான் பூமியில் உயிர் தோன்றியது. இதுபோல அறிவியலாளர்களுக்கு ஆர்வமூட்டும் நிறைய விஷயங்கள் சந்திரனின் மறுபுறத்தில் இருக்கின்றன.

சந்திரனுக்கு மனிதர்கள் சென்றிருக்கிறார்கள். நம் ஆராய்ச்சி விண்கலங்கள் பலமுறை அங்கே சென்று இறங்கியிருக்கின்றன. அங்கிருந்து கல்லும் மண்ணும் சேகரித்து வந்திருக்கின்றன. ஆனால் இந்தச் செயல்களெல்லாம் சந்திரனில், பூமிக்கு நேராக உள்ள பாகத்தில்தான் நடந்திருக்கின்றன. சந்திரனின் மேற்தளத்தில் இறங்கி ஆராய்ச்சி நடத்தக்கூடிய விண்கலங்கள் மிகவும் கவனமாக, மெதுவாக, எந்தப் பிரச்சினையும் இல்லாமல் சந்திரனில் இறங்க வேண்டும். இதற்கு ஒரு கட்டம்வரை பூமியிலிருந்து அவற்றைக் கட்டுப்படுத்த முடிய வேண்டும். பூமிக்கு அந்தப் பக்கம் உள்ள சந்திர பாகத்துக்குச் சென்றால், சந்திரனின் மறைவில் ரேடியோ தொடர்பு துண்டிக்கப்பட்டுவிடும். பூமியிலிருந்து கட்டுப்படுத்துவதும் நடக்காது.

சந்திரனுக்கு அந்தப் பக்கம், அதன் மறு புறத்தையும் பூமியையும் பார்க்கும்படி ஒரு செயற்கைக்கோள் *(Satellite)* இருந்தால் இந்த பிரச்சினைக்குத் தீர்வு காணலாம் அல்லவா. இந்த செயற்கைக்கோள் பூமியிலிருந்து அனுப்பப்படும் கட்டளைகளை, சந்திரனுக்கு மறு பக்கம் இருக்கும் ஆராய்ச்சி விண்கலத்துக்கும், விண்கலத்திலிருந்தான செய்திகளைபூமிக்கும் பரிமாற்றம் செய்தால் போதுமே. இதுபோன்று செய்கிற செய்தி விநியோக செயற்கைக்கோள்கள் நமக்கு இருக்கின்றனதானே. புவிநிலைச் சுற்றுப் பாதைகளில் *(Geostationary orbit)*, பூமி சுழலும் வேகத்துக்கு இணையான வேகத்தில் பயணித்துக்கொண்டு இவை இந்தச் செய்தி விநியோகச் செயல்களைச் செய்கின்றன. பூமியிலிருந்து பார்த்தால், செயற்கைக்கோள் அசையாமல் இருப்பதுபோலத் தோன்றும். ஆனால் சந்திரன், பூமியின் ஈர்ப்பு விசைப் பிணைப்பில் இருக்கிறது என்று முன்பே பார்த்தீர்கள். பூமியைச் சுற்றும்போது தன் அச்சில் தன்னைத்தானே சுற்றிக்கொள்ளத்தான் சந்திரனால் முடியும். அதாவது, அது ஒரு முறை சுழல ஒரு மாதம் ஆகும். இந்த நிலையில், அதன் சுழற்சி வேகத்துக்கு இணையான சுற்றுப் பாதையில், துணைக்கோள் பயணிப்பது சாத்தியமல்ல.

இதற்கு வேறொரு வழி இருக்கிறது. பூமியும் சந்திரனும் சேர்ந்து செலுத்தும் புவியீர்ப்பு விசையின் சக்தியும் செயற்கைக்கோளின் சுழற்சி மூலம் ஏற்படும் மையவிலக்கு விசையும் *(Centrifugal Force)* சமச்சீராக இருக்கும் சில இடங்கள் இருக்கின்றன. சந்திரனையோ பூமியையோ சுற்றாமல் இந்த நிலைகளில் செயற்கைக்கோள்கள் சுற்றலாம். சந்திரனுக்கு அந்தப் பக்கம் உள்ள, *L2* எனும் மையம்

இப்படிப்பட்டதுதான். இந்த மையத்துக்கு செயற்கைக்கோள் அனுப்ப, அப்பல்லோ திட்டத்தின்போது (இது, 1961 – 1972 வரை ஐக்கிய அமெரிக்க நாட்டினால் நடைமுறைப்படுத்தப்பட்ட, ஒரு தொடரான மனித விண்வெளிப் பறப்புத் திட்டமாகும்) ஆலோசிக்கப்பட்டது. தொழில்நுட்ப சிரமங்களின் காரணத்தால் அன்று அதற்கு முயற்சி செய்யப்படவில்லை. அப்பல்லோ திட்டம், பூமியிலிருந்து பார்த்தால் தெரியும் சந்திரனின் பகுதியிலேயே முடிந்தது.

2018 மே மாதத்தில்தான் L2 ஒளிவட்ட சுற்றுப் பாதையில் (Halo Orbit), சீனாவின் நிலவுத் திட்டத்தின் (China's Moon Mission) பகுதியாக, ஒரு செயற்கைக்கோள் அனுப்பப்பட்டது. அதைக் கட்டுப்படுத்துதல் தொடர்பான பிரச்சினைகளை சரிசெய்த பிறகு, டிசம்பர் எட்டாம் தேதி, 'யூட்டு 2' (YUTU 2) எனும் தானியங்கி வாகனத்துடன் (Robotic lander) 'சாங்'இ 4' (Chang'e 4) எனும் செயற்கைக்கோள் புறப்பட்டது. முன்னர் பார்த்த கதையில் வரும் 'யீ' யின் மனைவி 'சாங்'இ' யின் பெயரைத்தான் இந்த செயற்கைக்கோளுக்கு வைத்திருக்கிறார்கள். சந்திரனில் காத்திருக்கும் யீயின் மனைவியிடம், யீயின் சந்ததியினர் அனுப்பிய செயற்கைக்கோள். இது நான்கு நாட்களில் சந்திரனைச் சுற்றியுள்ள சுற்றுப் பாதையை வந்தடைந்தது. எல்லா விஷயங்களும் சரியாக இருக்கின்றன என்று உறுதிப்படுத்திக்கொண்ட பிறகு 31 ஆம் தேதி, சாங்'இ சந்திரனில் தாழ்ந்து இறங்கத் தொடங்கியது. அது சந்திரனின் மேற்பரப்புக்கு நூறு மீட்டர் உயரத்திலிருந்து, அங்கே பெரிய பாறைகள் இருப்பதையும் மேற்தளத்தின் சரிவையும் பரிசீலித்து, பொருத்தமான இடத்தில் இறங்கியது. அவ்வாறு, 2019 ஜனவரி 3 ஆம் தேதி, விண்வெளி ஆராய்ச்சி வரலாற்றின் ஒரு முக்கியமான நாளாக ஆனது.

யூட்டு, சூரிய சக்தியைப் பயன்படுத்தி இயங்கக்கூடியது. 200 சரிவுவரை அது மேலே ஏறும். 8 அங்குலம்வரை உயரமுள்ள தடைகளைத் தாண்டும். ஆறு சக்கரங்கள் கொண்ட யூட்டு, மணிக்கு 200 மீட்டர் வேகத்தில் பயணிக்கும். 'யூட்டு' எனும் வார்த்தைக்கு 'பச்சை மாணிக்கக் கல்லால் செய்யப்பட்ட முயல்' (Jade Rabbit) என்று அர்த்தம். சாங்'இயின் முயல் தயாரிக்க முயற்சி செய்துகொண்டிருக்கும் அமிர்தம் ஒரு கற்பனைதான். ஆனால், யூட்டுவும் சாங்'இ 4 திட்டமும் நமக்கு அரிய பல தகவல்களைத் தரும் என்று எதிர்பார்க்கலாம். ●

36

அரிஸ்டாட்டில் முதல் கலிலியோவரை

எம். கீதாஞ்சலி

இயற்கை மனிதனைவிடச் சக்தி வாய்ந்தது. அதனால் புராதன காலத்து மனிதர்கள், இயற்கையில் இருப்பவை எல்லாம் கடவுள்கள் என்று நம்பினார்கள். சூரியன், சந்திரன், நட்சத்திரங்கள், காற்று, மழை, நெருப்பு, தண்ணீர்... முதலிய எல்லாம் அவர்களுக்குக் கடவுள்தான். இந்தியப் புராணங்களில் இப்படிப்பட்ட கடவுள்கள் இருப்பதுபோலத்தான் கிரேக்கம், எகிப்து, பாபிலோனியா, அரேபியா, சீனா ஆகிய நாடுகளின் கலாசாரங்களிலும் இருக்கின்றன.

அக்கால மனிதர்கள் தங்கள் வழக்கங்களோடு தொடர்புபடுத்தித்தான் சூரியனையும் சந்திரனையும் நட்சத்திரங்களையும் அவதானித்திருக்க (அவதானம் என்றால் ஒரு விஷயத்தைக் கூர்மையாகக் கவனித்து அறிதல் என்று பொருள் - *Observation*) வேண்டும்; அவற்றின் இடமாற்றங்களைப் புரிந்துகொள்ள முயற்சி செய்திருக்க வேண்டும். ஆனால், அதைவிட அதிகமாக புராதன காலத்தில் மனிதர்கள் திசையைத் தெரிந்துகொள்ளவும் நேரத்தைத் தெரிந்துகொள்ளவும் முக்கியமாக சூரிய, சந்திர, நட்சத்திரங்களைத்தான் சார்ந்திருந்தார்கள்.

அந்தக் காலத்தில் மாடு மேய்த்தும் வேட்டையாடியும் வாழ்ந்த மனிதர்கள் ஒரு இடத்தில் நிலையாகத் தங்கி விவசாயம் செய்யத் தொடங்கியபோது, ஒவ்வொரு பயிரையும் எப்போது பயிரிடத் தொடங்க வேண்டும், எப்போது அறுவடை செய்ய வேண்டும் என்பதையெல்லாம் முன்கூட்டியே திட்டமிட்டுச் செய்ய அவர்களுக்கு உதவியாக இருந்தது என்ன? வானியலை அவதானித்ததால் கிடைத்த அறிவும் பருவ மாற்றங்களைக் குறித்த அறிவும்தான்.

அரிஸ்டாட்டில்

ஆகாயத்தில் உள்ள கிரகங்களைப் பற்றிய ஆய்வுதான் 'வானியல்' *(Astronomy)*. இதை ஒரு அறிவியலாக வளர்த்தது, கி.மு. 400க்கும் கி.மு. 300க்கும் இடையில். 'பூமி தட்டையாக இருக்கிறது. அது அசைவற்று இருக்கிறது. அதைச் சுற்றி சூரியனும் சந்திரனும் நட்சத்திரங்களும் அசைந்துகொண்டிருக்கின்றன' என்றுதான் அந்தக் காலத்தில் எல்லோரும் நம்பிக்கொண்டு இருந்தார்கள். இதுதான் 'புவிமையக் கொள்கை' *(Geocentric theory)*. பித்தாகரஸைப் *(Pythagoras)* பற்றிக் கேள்விப்பட்டிருக்கிறீர்கள்தானே? பித்தாகரஸ், தேல்ஸ் *(Thales)* முதலியோர் கிரேக்க கணிதவியல் அறிஞர்கள் ஆவார்கள். நாம் பார்ப்பதுபோல பூமி தட்டையாகப் பரந்து கிடக்கவில்லை என்று இவர்கள் சொன்னார்கள். பூமியின் வளைவைக் குறித்து இவர்களுக்குச் சில கருத்துகள் இருந்தன.

ஆனால், கி.மு. 325ல் கிரேக்க தத்துவ ஞானி அரிஸ்டாட்டில்தான் பூமி கோள வடிவில் இருக்கிறது என்று நிறுவினார். சந்திர கிரகண நேரத்தில் சந்திரனில் விழும் பூமியின் நிழல் எப்போதும் வட்ட வடிவில்தான் இருக்கிறது என்று அவர் நியாயப்படுத்தினார். பூமி தட்டையாக இல்லை, கோள வடிவில் இருக்கிறது என்று அவர் சொன்னார் என்றாலும் அரிஸ்டாட்டில், 'பூமி அசைவற்று நடுவில் இருக்கிறது, சந்திரன், புதன், சக்கிரன், செவ்வாய், வியாழன், சனி ஆகிய கிரகங்கள் சீராக அதிகரித்து வரும் அகலத்தில் பூமியைச் சுற்றிச் சுழல்கின்றன, அதற்கு அப்பால் இருக்கும் நட்சத்திர மண்டலம் இவற்றையெல்லாம் ஒரு கவசம்போல மூடியிருக்கிறது' என்று நம்பினார். அவர் கருத்துப்படி இதுதான் பிரபஞ்சம்.

அரிஸ்டாட்டில் வாழ்ந்த காலத்தில் வாழ்ந்திருந்த மற்றொரு தத்துவ ஞானிதான் அரிஸ்டார்கஸ் (Aristarchus). 'பூமி தன்னைத்தானே சுற்றுகிறது, அத்துடன் அது சூரியனையும் சுற்றிவருகிறது' என்று அவர் சொல்லியிருந்தார். இது சூரியமையக் கொள்கை (Heliocentric theory) ஆகும். ஆனால் அரிஸ்டாட்டிலின் சீடர்கள் இந்தக் கருத்தை முற்றிலும் புறக்கணித்தார்கள். கி.மு. 200ல் கிரேக்க கணிதவியல் அறிஞரான இராதோஸ்தனிஸ் (Eratosthenes), பூமியின் சுற்றளவை வரையறுத்தார் என்பது மிகப் பெரிய சம்பவமானது.

பிரபஞ்சம் என்பது இப்படித்தான் இருக்கும் என்று அரிஸ்டாட்டில் சொன்னார் அல்லவா? ஒரு பிரபஞ்ச மாதிரியை முன்வைத்தார்தானே. ஆனால் அதில், கிரகங்களுடன் தொடர்புடைய பல நிகழ்ச்சிகளுக்கு விளக்கம் இல்லை. அதனால் பிரபஞ்சம் இப்படித்தான் இருக்கும் என்று, புதிய பிரபஞ்ச மாதிரிகளை உருவாக்கும் முயற்சிகள் எப்போதும் நடந்துகொண்டே இருந்தன. கி.பி. 140ல் கிரேக்க அறிவியல் அறிஞரான தாலமி (Tolami) புதியதொரு கருத்தைச் சொன்னார். அவருடைய பிரபஞ்ச மாதிரியிலும் பூமிதான் மையத்தில் இருந்தது. 'பூமி நடுவில் இருக்கிறது. சூரியனும் சந்திரனும் மற்ற கிரகங்களும் பூமியைச் சுற்றி வருகின்றன. ஆனால் சூரியனும் சந்திரனும் மட்டுமே வட்டப் பாதையில் பூமியைச் சுற்றுகின்றன. மற்ற கிரகங்கள் துல்லியமான வட்டப் பாதையில் பூமியைச் சுற்றவில்லை. அவை, வட்டத்தின் மீது சிறிய வட்டங்களை உருவாக்கியபடிச் செல்கின்றன.' பிரபஞ்சம் பற்றிய தாலமியின் கொள்கை இதுதான்.

தாலமியின் பிரபஞ்ச மாதிரியையும் கருத்துகளையும் கிறிஸ்தவ சபை அங்கீகரித்தது. அதைப் பிரச்சாரம் செய்தது. கிறிஸ்தவ சபையைக் கேள்வி கேட்க மக்கள் தயாராக இல்லாத காரணத்தால் உலகத்தில் தாலமியின் கொள்கை ஏறத்தாழ 13 நூற்றாண்டு ஆதிக்கம் செலுத்தியது.

கி.பி. 500ல் இந்திய அறிவியல் அறிஞரான ஆர்யபட்டர் சூரியமையக் கொள்கையை தர்க்கப்பூர்வமாக (Logic) வெளிப்படுத்தினார் என்றாலும் இந்தியாவில்கூட அது குறிப்பிடும்படி பரவவில்லை.

பதினாறாம் நூற்றாண்டில் ஐரோப்பாவின் சூழ்நிலையில் மாற்றம் ஏற்படத் தொடங்கியது. கலையையும் கலாசாரத்தையும் அறிவியலையும் மக்கள் புதிய கோணத்தில் பார்க்கத் தொடங்கினார்கள். பரம்பரையாக வந்த பல கருத்துகளையும் மக்கள் கேள்வி கேட்கத் தொடங்கினார்கள்.

போலந்தில் ஒரு தேவாலயப் பாதிரியாராக இருந்த நிக்கோலஸ் கோப்பர் நிக்கஸ் (Nicolaus copernicus) இதில் முக்கியமானவர். இவர், அரிஸ்டார்கஸ் வெகுகாலத்துக்கு முன்னால் வெளிப்படுத்திய சூரியமையக் கொள்கையை, தன் கருத்துகளையும் சேர்த்து மீண்டும் அறிவித்தார். அவரது முக்கியமான கருத்துகள் இவைதான்:

- ஆகாயத்தில் இருக்கும் கோளங்கள் பூமியைச் சுற்றவில்லை. அதனால் பூமி மையம் அல்ல.
- சந்திரன் மட்டும்தான் பூமியைச் சுற்றிவருகிறது.
- கிரகங்கள் எல்லாம் சூரியனைத்தான் சுற்றுகின்றன.
- நட்சத்திரங்களுக்கான தூரத்துடன் ஒப்பிடும்போது, பூமியிலிருந்து சூரியனுக்கான தூரம் மிகக் குறைவுதான்.
- பூமி தனது அச்சில் தினசரி சுழல்கிறது. பூமியின் சுழற்சி காரணமாகவே தொலைவில் உள்ள நட்சத்திரங்கள் நகர்வதாகத் தோன்றுகின்றன. உண்மையில் நட்சத்திரங்கள் அசையாத வான மண்டலத்தில் (Firmament) நிலையாக அமைந்துள்ளன.
- சூரியனின் நகர்வு, உண்மையில் சூரியனின் நகர்வு அல்ல. பூமி நகர்வதால்தான் நமக்கு அப்படித் தோன்றுகிறது.

ஆனால், கோப்பர் நிக்கஸ் தன் புதிய கருத்துகளை சாதாரண மக்களின் மொழியில் வெளிப்படுத்தவில்லை. லத்தீன் மொழியில்

அறிவித்தார். அதனால் சாதாரண மக்களிடம் அவரது கருத்துகள் சென்றடையவில்லை. கோப்பர் நிக்கஸ் கருத்துகளைப் புரிந்துகொண்டவர்களோ, கிறிஸ்தவ மதம் சொல்லும் கருத்துக்கு எதிராக எந்த முடிவும் எடுக்கவில்லை. கோப்பர் நிக்கஸ் தன் கொள்கையை வெளியிட்டு ஒரு நூற்றாண்டு முடிவதுவரை கிறிஸ்தவ சபை, அவரது கருத்தைப் பரப்புபவர்களுக்கு கடுமையான தண்டனை கொடுத்தது. இந்த சூரியமையக் கொள்கையைப் பரப்பியதன் காரணத்தால், இத்தாலிய அறிவியலாளரும் தத்துவவாதியுமான ஜியோர்டானோ ப்ரூனோ *(Giordano Bruno)* கி.பி. 1600ல் எரித்துக்கொல்லப்பட்டார். உலகத்தையும் பிரபஞ்சத்தையும் பற்றிய கிறிஸ்தவ நம்பிக்கைகளுக்கு எதிரான ரீதியில் கருத்துகளை வெளியிட்டார் என்பதுதான் அவர் மீது சுமத்தப்பட்ட குற்றம். கொஞ்சம் யோசித்துப் பாருங்கள். அறிவியல் உண்மைகளைப் பரப்புவதற்காக உயிரைக்கூட தியாகம் செய்ய வேண்டிய நிலை!

கி.பி. 1610ல் இத்தாலி வானியலாளரான கலிலியோ கலிலிதான் *(Galileo Galilei)* உறுதியான ஆதாரங்களுடன் சூரியமையக் கொள்கைக்கு ஆதரவளித்தார். அந்த சமயத்தில் தூரத்தில் உள்ள பொருளை பக்கத்தில் பார்க்க உதவும் தொலைநோக்கி கண்டுபிடிக்கப்பட்டிருந்தது. அதைப் பயன்படுத்தித்தான் கலிலியோ வானத்தை ஆராய்ந்தார். சந்திரன், சுக்கிரன், வியாழன் முதலிய கிரகங்களின் போக்கை அவதானித்ததில், பிரபஞ்சத்தின் மையம் பூமி அல்ல என்று அவருக்குத் தெரிந்தது. தன் வானியல் ஆய்வில் கிடைத்த உறுதியான ஆதாரங்கள் கோப்பர் நிக்கஸின் கொள்கையை எப்படி வலுப்படுத்துகின்றன என்று, அவர் கி.பி. 1610ல் வெளியிட்ட, 'நட்சத்திரத் தூதுவன்' *(The Starry messenger)* எனும் நூலில் தெரிவித்தார். ஆனால் கிறிஸ்தவ சபை, கி.பி. 1616ல் கோப்பர் நிக்கஸின் கொள்கையைத் தடை செய்தது; கலிலியோவின் கண்டுபிடிப்புகள் வெறும் முட்டாள்தனம் என்று அறிவித்தது. ஆனால், கலிலியோ பின்வாங்கவில்லை. அவர் மீண்டும் ஒரு புத்தகம் வெளியிட்டார். அதனால் மத அதிகாரிகள் அவரைக் குற்ற விசாரணை செய்தார்கள். அவரை வீட்டுக் காவலில் வைத்து கடுமையாகத் துன்புறுத்தி, குற்றத்தை அவர் ஏற்றுக்கொள்ளும்படிச் செய்தார்கள். மூடநம்பிக்கைகளை கைவிடத் தயாராக இல்லாத மதத் தலைமைக்கும், காரண காரிய ரீதியில் ஆதாரங்களை நம்பும் அறிவியலுக்கும் இடையிலான யுத்தம் அது.

கலிலியோ

கலிலியோவுக்குப் பிறகு ஜெர்மானிய கணிதவியலாளர் ஜோஹன்னஸ் கெப்லர் *(Jogannes Kepler)* சூரியமையக் கொள்கைக்கு உறுதியான ஆதரவளித்தார். 'கோள் இயக்க விதிகள்' எனும் மூன்று விதிகளைக் கண்டுபிடித்தார்.

*18*ஆம் நூற்றாண்டில், நமக்கெல்லாம் தெரிந்த ஐசக் நியூட்டன் *(Isaac newton)* தன் புகழ் பெற்ற 'ஈர்ப்பு விதி', 'இயக்க விதிகள்' ஆகியவற்றை வெளிப்படுத்தி சூரியமையக் கொள்கைக்கு முக்கியமான பல விளக்கங்களும் கொடுத்தார். அதன் பிறகு நியூட்டனின் சமகாலத்தவரான அறிவியலாளர் எட்மண்ட் ஹாலியும் *(Edmond halley)* தன் வானியல் ஆய்வுகள் மூலம் இந்த சூரியமையக் கொள்கையை வலுப்படுத்தும் பல கருத்துகளைப் பதிவு செய்தார்.

புராதன காலத்திலிருந்தே மனிதன் கிரகங்களை மிகப் பெரிய ஆர்வத்துடன் அவதானித்துக்கொண்டிருந்தான். ஆயினும்,

கலிலியோவின் காலம்வரை இந்த ஆய்வுக்கு நாம் நம் கண்களை மட்டும்தான் நம்பிக்கொண்டிருந்தோம். கலிலியோவின் காரணத்தால்தான் நாம் தொலைநோக்கிகள் மூலமாகவும் சக்தி வாய்ந்த மற்ற கருவிகள் மூலமாகவும் கிரகங்களை ஆராய்ந்து கற்றுக்கொள்ளத் தொடங்கினோம். பிறகு, விண்வெளிப் பயணங்களும் விண்வெளி வாகனங்களும், பிரபஞ்சம் குறித்த ஆய்வுக்கு மிகவும் உதவி செய்தன. இன்னும் எத்தனை எத்தனை பிரபஞ்ச ரகசியங்கள் நமக்குத் தெரியாமல் இருக்கின்றனவோ! ●

37

மனிதன் நிலவில் இறங்கிய ஐம்பதாம் வருடம்!

குழந்தைகளை இடுப்பில் தூக்கி வைத்துக்கொண்டு சோறு ஊட்டியபடி, 'சாப்பிடு, சாப்பிடு, உனக்கு நிலவைப் பிடித்துத் தருகிறேன்' என்று அம்மாக்கள் சொல்வார்கள் அல்லவா. அவர்கள் சொன்னதை அறிவியல் உலகம் செய்து காட்டி அரை நூற்றாண்டு ஆகிவிட்டது. பூமியிலிருந்து 2,40,000 மைல் தொலைவில் இருக்கும் சந்திரனுக்கு மனிதன் சென்று அங்கிருந்து கல் எடுத்து வந்து, 20/07/2019ல் ஐம்பது ஆண்டுகள் ஆகின்றன.

முதல் நிலவுப் பயணத்தின் நினைவுச் சின்னங்கள் பாதுகாக்கப்பட்டிருக்கும் ஹூஸ்டனில், நாசாவின் (நாசா என்பது அமெரிக்க விண்வெளி ஆராய்ச்சி நிறுவனம். *National Aeronautics and Space Administration*) 'லிண்டன் பி. ஜோன்ஸன் ஸ்பேஸ் சென்ட' ரில் காட்சிக்கு வைக்கப்பட்டுள்ளன.

ஹூஸ்டனில் இருக்கும் ஜோன்ஸன் ஸ்பேஸ் சென்டர்

மனிதன் முதன் முதலாக நிலவில் காலடி வைத்ததை, அதே நொடியில் பூமியில் மனிதர்கள் பார்த்த டிஜிட்டல் திரை அங்கே இருக்கிறது. அன்று சந்திரனில் மனிதர்கள் இறங்கியதை இதே திரையில் மனிதர்கள் பார்த்தபோது, இந்தத் திரை இருக்கும் கூடத்தில் எவ்வளவு கூச்சல் களேபரமாக இருந்திருக்கும்!

அந்தக் கூடத்தில் இருக்கும் நாற்காலியில்தான் அன்றைய அமெரிக்க அதிபர் நிக்ஸன், மனிதன் நிலவில் இறங்கும் மிகப் பெரிய சம்பவத்தைக் காண்பதற்காக வந்து அமர்ந்திருந்தார்.

அன்று அமெரிக்க அதிபர் நிக்ஸன் இந்த நாற்காலியில் அமர்ந்திருந்தபோது அவர் கையில், அவர் பேசுவதற்காகத் தயார் செய்யப்பட்ட இரண்டு உரைகள் இருந்தனவாம். அதில் ஒரு உரை இப்படி இருந்தது:

நீல் ஆம்ஸ்ட்ராங், மைக்கேல் காலின்ஸ், எட்வின் ஆல்ட்ரின.

'சமாதானப்பூர்வமாக ஆராய்ச்சி செய்ய சந்திரனுக்குச் சென்றவர்கள், சந்திரனின் மடியில் இறுதி ஓய்வு கொள்ளட்டும் என்று விதி நிச்சயித்திருக்கிறது. தீரர்களான இவர்களுக்கு (நீல் ஆம்ஸ்ட்ராங், எட்வின் ஆல்ட்ரின்), வாழ்க்கையைப் பொறுத்தவரை நம்பிக்கைகள் அஸ்மித்தன என்று தெரியும். அதனுடன், இந்தப் பலியின் மூலம் மனித குலத்துக்கு நம்பிக்கையளிக்க முடியும் என்றும் இவர்களுக்குத் தெரியும். மனித குலத்தின் மகத்தான லட்சியத்துக்காகத்தான் இந்த இருவரும் தங்கள் உயிரைத் தியாகம் செய்தார்கள். இவர்களின் ஆராய்ச்சி, உண்மையைத் தேடுவதற்கும் அறிந்துகொள்வதற்குமான ஆராய்ச்சியாக இருந்தது. இவர்களின் பிரிவில் துயரம்கொள்ளும் குடும்ப உறுப்பினர்கள், நண்பர்களுடன் இந்த நாடு இருக்கிறது. இந்த உலகம் முழுவதும் இருக்கிறது. அறியாத ஒரு ராஜ்ஜியத்துக்கு அவர்களை அனுப்பத் துணிந்த இந்த பூமி இருக்கிறது. இவர்களுக்குப் பிறகு மீண்டும் ஆய்வாளர்கள் நிலவுக்குச் செல்வார்கள். ஆனால், அவர்களெல்லாம் வீட்டுக்குத் திரும்பி வருவார்கள்.'

1969 ஜூலையில் 'அப்பல்லோ 11' திட்டம் (Apollo 11 Mission) தோற்று, நீல் ஆம்ஸ்ட்ராங்கும் எட்வின் ஆல்ட்ரினும் பூமிக்குத்

திரும்பி வராமல் இருந்திருந்தால், உலக மக்களிடம் பேசுவதற்காக நிக்ஸன் வைத்திருந்த உரை அது. பிறகு அது, மிகவும் மகிழ்ச்சியுடன் கைவிடப்பட்டது.

1969 ஜூலை, அப்பல்லோ 11

நீல் ஆம்ஸ்ட்ராங்கும் எட்வின் ஆல்ட்ரினும் இன்றுவரை மனித குலத்தில் யாரும் செய்யத் துணியாத ஒரு மிகப் பெரிய செயலுக்கு ஆயத்தமாகும்போது, அவர்கள் பூமிக்குத் திரும்பி வருவார்கள் என்று யாரும் நம்பவில்லை. ஒருக்கால், அந்த சந்திரன்கூட நம்பியிருக்காது. நீல் ஆம்ஸ்ட்ராங்கும் எட்வின் ஆல்ட்ரினும்கூட தாங்கள் மீண்டும் பூமிக்கு வரமாட்டோம் என்றுதான் நினைத்திருப்பார்கள். அவர்கள் திரும்பி வராவிட்டால் அவர்களுக்கு எப்படி மரியாதை செய்வது, அவர்கள் குடும்பத்துக்கு என்னென்ன செய்வது என்பதையெல்லாம் அன்று அமெரிக்க அரசாங்கம் முன்கூட்டியே முடிவு செய்திருந்தது. ஆனால், எல்லா கணிப்புகளையும் தகர்த்துவிட்டு முதன் முதலாக நீல் ஆம்ஸ்ட்ராங் நிலவில் கால் வைத்தார். அவர் பின்னால் எட்வின் ஆல்ட்ரின் நிலவில் இறங்கினார். மனித வரலாற்றில் ஒருபோதும் மறக்க முடியாத அந்த அதிசய சம்பவம் நடந்து 50 வருடங்கள் ஆகிவிட்டன.

உலகத்துக்குத் தெரியாத மூன்றாவது மனிதர், 'காலின்ஸ்'

முழுமையான நிலவுப் பயணம் என்ற நிலையில், 1969 ஜூலை 16 காலையில் 'அப்பல்லோ 11 திட்டம்' எனும் விண்கலம் புறப்பட்டது. நீல் ஆம்ஸ்ட்ராங்கும் எட்வின் ஆல்ட்ரினும் நிலவில் இறங்கி வரலாற்று நாயகர்களாகிவிட்டார்கள். இந்த இரண்டு பயணிகளையும் உலகமே தெரிந்துகொண்டது. பெரும்பாலான மக்களுக்குத் தெரியாத இன்னொருவரும் அந்தப் பயணத்தில் இருந்தார். அவர், 'கொலம்பியா' எனும் அந்த கமான்ட் மாட்யூலுக்குப் (module: விண்கலத்தின் பகுதி) பொறுப்பேற்றிருந்தவர், மைக்கேல் காலின்ஸ்.

நிலவுப் பயணத்தின் சுருக்கம்

'அப்பல்லோ சாட்டர்ன் 5' ஏவுகலத்தின் (ராக்கெட்டின்) மூலம் ஏவப்பட்ட, அப்பல்லோ 11 விண்கலத்திலிருந்து பிரிந்த இரண்டு பகுதிகளில் ஒன்று, கொலம்பியா எனும் கமான்ட் மாட்யூல். இன்னொன்று 'கழுகு' எனும் லூனார் மாட்யூல். இந்தக் கழுகில்தான் ஆம்ஸ்ட்ராங்கும் ஆல்ட்ரினும் சென்று நிலவில் இறங்கினர்.

முதலில் ஆம்ஸ்ட்ராங் நிலவில் இறங்கினார். இறங்கிய உடன் அவர், 'இது ஒரு மனிதன் எடுத்து வைத்த சிறிய காலடி. ஆனால்,

மனித குலத்தின் பெரும் பாய்ச்சல்' என்று பேசினார். அவரது அந்த வார்த்தைகளை மிகுந்த வியப்புடன் உலகமே கேட்டது. அவர் இறங்கி 19 நிமிடங்கள் கழித்து ஆல்ட்ரின் நிலவில் இறங்கினார். அவர்கள் சந்திரனிலிருந்து திரும்பி வருவதுவரை காலின்ஸ், கொலம்பியா கமான்ட் மாட்யூலில் இருந்தபடி சந்திரனைச் சுற்றிவந்துகொண்டிருந்தார். பிறகு இருவருடனும் கழுகு எனும் லூனார் மாட்யூல் புறப்பட்டு, நிலவைச் சுற்றிவரும் கொலம்பியா கமான்ட் மாட்யூலுடன் மறுபடியும் இணைந்துகொண்டது. அவர்கள் பூமிக்குத் திரும்பினார்கள்.

நானூறு பொருட்கள்

ஹூஸ்டனில் இருக்கும் 'ஜோன்ஸன் ஸ்பேஸ் சென்டர்', வாஷிங்டனில் இருக்கும் 'நேஷனல் ஏர் அன்ட் ஸ்பேஸ் மியூசியம்' ஆகிய இரண்டு இடங்களிலும், அந்த சாகச சந்திரப் பயணங்கள் தொடர்பான பொருட்களை, உலகம் தொட்டு உணர்ந்து மகிழ்வதற்காக வைத்திருக்கிறார்கள். உலகத்திலேயே இந்த இரண்டு இடங்களில் மட்டும்தான், சந்திரனின் மேல் தளத்திலிருந்து மனிதன் கொண்டு வந்த கல்லைத் தொட்டுப் பார்க்க முடியும்.

விண்வெளியிலிருந்து மனிதன் கொண்டு வந்த நானூறு பொருட்களும், விண்கலங்களும் ஹூஸ்டனில் உள்ள ஸ்பேஸ் சென்டரில் காட்சிக்கு வைக்கப்பட்டுள்ளன.

முப்பது மாடிக் கட்டடம் உயரமுள்ள மிகப் பெரிய ஏவுகலம் - 'அப்பல்லோ சாட்டர்ன் 5' (Apollo Saturn V)

சந்திரனில் கால் பதிப்பது என்பது மிகப் பெரிய லட்சியமாகும். இந்த முயற்சியில் அமெரிக்காவுக்கு வெற்றி தேடிக் கொடுத்தவை என்ன தெரியுமா? இதற்கு முன்னால் அமெரிக்கா மேற்கொண்ட கடினமான பத்து ஆய்வுத் திட்டங்கள்தான். நிலவுக்குச் செல்லும் முயற்சிக்காக நாசா, ஒரு ஏவுகலம், அதாவது ராக்கெட் தயாரித்தது. வரலாற்றிலேயே அன்றுவரை தயாரிக்கப்பட்டதிலேயே மிகவும் சக்தி மிக்கதும் பருமனுடையதுமான மிகப் பெரிய ஏவுகலம் அது. அதன் பெயர்தான் சாட்டர்ன் 5. இது, 110.6 மீட்டர் நீளமும், 2700 டன் எடையும் கொண்டிருந்தது. அந்த ஏவுகலம் 30 மாடிக் கட்டடத்தின் உயரம் இருந்தது. ஹூஸ்டனில் உள்ள ஜோன்ஸன் ஸ்பேஸ் சென்டரில், ராக்கெட் பார்க்கில் இந்த ஏவுகலம் காட்சிக்கு வைக்கப்பட்டிருக்கிறது. பார்க்கும்போது, ஆகாயத்தைத் தொடும்

ஜோன்ஸன் ஸ்பேஸ் சென்டரில் உள்ள, 'அப்பல்லோ சாட்டர்ன் 5'

அளவு வளர்ந்ததொரு மரம், வேரோடு சாய்ந்து கிடப்பதைப்போல இருக்கும். இதில் சென்றுதான் மனிதன் நிலவைத் தொட்டான்.

பத்து முயற்சிகள் தோல்வி, பிறகு வெற்றி!

1960 ஆம் ஆண்டுகளில் அமெரிக்காவுக்கும் சோவியத் யூனியனுக்கும் (இப்போதைய ரஷ்யா) இடையில் அறிவியல் ஆராய்ச்சிகளில் கடும் போட்டி நிலவியது. இந்தப் போட்டிதான், அமெரிக்காவின் நிலவுப் பயணத் திட்டத்துக்கு அடிப்படை. அன்றுவரை விண்வெளிப் பயணத்தில் ரஷ்யாதான் வெற்றிபெற்று வந்தது. அமெரிக்காவின் விண்வெளிப் பயண முயற்சிகள் ஒன்றன் பின் ஒன்றாகத் தோற்றுப்போயின. இரண்டு நாடுகளுக்கும் இடையில் இப்படிப் போட்டி நடந்துகொண்டிருக்கும் காலத்தில், அப்போதைய அமெரிக்க அதிபர், ஜான் எஃப் கென்னடி சொன்னார்: 'ரஷ்யாவுக்குப் பதில் கொடுக்க வேண்டும். அது மனிதனின் கற்பனைக்கு எட்டாத பதிலாக இருக்க வேண்டும். நிலவுக்கு மனிதர்களை அழைத்துச் சென்று, திரும்ப அவர்களைப் பூமிக்கு அழைத்து வரும் முதல் நாடு அமெரிக்காவாகத்தான் இருக்கும்!'

அதிபர் சொல்லிவிட்டார். ஆனால், அந்த வேலையை நாசாதானே செய்ய வேண்டும். ஒருமுறையல்ல, அமெரிக்கா சந்திரனுக்கு பத்துமுறைக்கும் மேல் விண்கலங்கள் அனுப்பியது. அனைத்திலும் தோல்வி. கடைசியில் வெற்றி!

- அமெரிக்காவின் சந்திரனுக்குச் செல்லும் முதல் முயற்சியான, 'அப்பல்லோ 1' விண்கலம் அனுப்பும் முயற்சி தோல்வியடைந்தது. விண்வெளிப் பயணத்துக்கு மூன்று வாரங்களுக்கு முன்பு பரிசோதனையின்போது தீக்கு இரையானது. அத்துடன் மூன்று விண்வெளிப் பயணிகளும் இறந்தனர்.
- அதன் பின்னர் 20 மாதங்களுக்குப் பிறகு மீண்டும் முயற்சி நடந்தது. 'அப்பல்லோ 6' விண்கலம் வரையான நிலவுப் பயணத் திட்டங்கள், ஆள் இல்லாத விண்கலத்தை ஏவும் பரிசோதனைகளாக இருந்தன.
- ஏழாவது, எட்டாவது நிலவுப் பயணத் திட்டங்களில், மனிதர்களைக் கொண்ட விண்கலங்கள் ஏவப்பட்டன.
- 'அப்பல்லோ 8' விண்கலம், மனிதர்களை சந்திரனின் சுற்றுப் பாதைக்குக் கொண்டு சென்று மீண்டும் பூமிக்குக் கொண்டு வந்தது.
- பத்தாம் நிலவுப் பயணத் திட்டமான, மனிதன் சந்திரனில் இறங்குவதைத் தவிர, பாக்கி எல்லா கட்ட பயிற்சிகளும் முழுமையடைந்தன.

'அப்பல்லோ 10' விண்கலமும் குறைவான எரிபொருளும்

சந்திரனின் மேல்தளத்துக்கு சில கிலோமீட்டர் இடைவெளியில் நெருங்கிச்சென்ற 'அப்பல்லோ 10' தான், நிலவில் மனிதன் இறங்கும் திட்டம் வெற்றிபெறும் எனும் நம்பிக்கையை வலுப்படுத்தியது. உண்மையில், இது மிகவும் முக்கியமான ஒத்திகையாக இருந்தது. சந்திரனின் மேல் தளத்துக்கு சில கிலோமீட்டர் இடைவெளியில் மட்டுமே நெருங்கிய இவர்கள், சந்திரனில் இறங்கியிருந்தால் திரும்பி பூமிக்கு வர முடிந்திருக்காதாம்! ஏன்?

அப்பல்லோ 10ன் பயணத்தை வடிவமைத்த விஞ்ஞானிகள், முன்பே திட்டமிட்டு எரிபொருள் குறைவான லூனார் மாட்யூலைத்தான் அப்பல்லோ 10ல் ஏவினார்கள். அதில் சென்றவர்கள், கொஞ்சம் இறங்கித்தான் பார்ப்போமே என்று ஆசைப்படக்கூடிய தூரத்தில்தான் இருந்தார்கள். ஆனால் அவர்களுக்கு இடப்பட்ட கட்டளைகள் வேறு. 'சந்திரனின் சுற்றுப்பாதைக்குச் சென்று, கமாண்ட் மாட்யூலை விட்டு சற்று தூரம் அதனுடன் பறக்க வேண்டும்; சந்திரனின் மேல் தளத்துக்குச் சற்றுப்

பக்கத்தில் வந்து, இறங்காமல் திரும்பிப் பறக்க வேண்டும்' என்பதுதான் அவர்களுக்குக் கொடுக்கப்பட்டிருந்த பொறுப்பு. நிலவில் இறங்கும் பொறுப்பு அவர்களுக்குக் கொடுக்கப்படாததால், அவர்கள் அப்படியே திரும்பி வந்துவிட்டார்கள்.

அடடா, நிலவு!

பதினொன்றாம் முயற்சி. 1969 ஜூலை 16ல், அமெரிக்க நேரம் காலை 9.32க்கு, புளோரிடா மாகாணத்திலிருக்கும் கென்னடி விண்வெளி நிலையத்திலிருந்து நீல் ஆம்ஸ்ட்ராங், எட்வின் ஆல்ட்ரின், மைக்கேல் காலின்ஸ் ஆகிய மூவரும், 'அப்பல்லோ 11' விண்கலத்தில் பயணம் புறப்பட்டார்கள். எல்லாமும் மிகவும் துல்லியமாகத் திட்டமிடப்பட்டிருந்தன. ஆயத்தம் செய்யப்பட்டிருந்தன. சந்திரனுக்குச் சென்று இறங்கிப் பார்த்துவிட்டு திரும்பி வருவதற்கான மனோதிடமும் ஆர்வமும் அந்தப் பயணிகளுக்கு இருந்தது.

பத்து லட்சத்துக்கும் மேற்பட்ட மக்கள் அவர்களுக்கு விடைகொடுத்து அனுப்பினார்கள்.

மூன்று வீரர்களையும் விண்வெளியில் செலுத்திய ஏவுகலத்தின் பெயர்தான் 'அப்பல்லோ சாட்டர்ன் 5' இந்த ஏவுகலத்தின் மூன்று பகுதிகள் நிலவை நோக்கி வீரர்களைச் செலுத்துவதில் வெவ்வேறு பங்கு வகித்தன. ஏவுகலத்தின் உச்சியில் அப்பல்லோ விண்கலம் இருந்தது. இந்த அப்பல்லோ விண்கலமும் மூன்று பகுதிகளால் ஆனது. முதல் பகுதியின் பெயர் லூனார் மாட்யூல். இதுதான் நிலவில் போய் இறங்கும். இரண்டாவது பகுதி சர்வீஸ் மாட்யூல். இது செல்தடத்தைச் சரிபார்க்கவும், சுற்றுப்பாதையில் நுழையவும், விடுபடவும் தேவைப்படும் முன்செலுத்து அமைப்புகளைக் கொண்டது. மூன்றாவது பகுதி, மூன்று வீரர்களைக் கொண்டது. இதுதான் கொலம்பியா எனும் கமான்ட் மாட்யூல். மேலும் ஒரு பகுதி, பென்சிலைப்போல இருக்கும். இதன் பெயர் 'லாஞ்ச் எஸ்கேப் சிஸ்டம்.' அதாவது, ஏவப்படும்போது ஏதாவது சிக்கல் ஏற்பட்டால், வீரர்களைக் காப்பாற்றுவதற்காக கமான்ட் மாட்யூலைக் கழற்றிவிடுவதற்கானது. இந்த அனைத்தும் சேர்ந்தவைதான் அப்பல்லோ சாட்டர்ன் 5 ஏவுகலமும், அப்பல்லோ விண்கலமும். இவை ஒவ்வொன்றும் தனித்தனியாகக் கழன்று, இறுதியில் ஒரே ஒரு பகுதிதான் நிலவில் சென்று இறங்கும்.

கழன்றுகொண்ட பகுதிகள்

சாட்டர்ன் 5 – ன் முதல் பகுதி அப்பல்லோவை மணிக்கு 6,000 மைல் வேகத்தில் உந்தித் தள்ளியபடி 42 மைல் உயரத்துக்குச் சென்றது. அத்துடன் முதல் பகுதி கழன்றுகொண்டது.

அதன் பிறகு, சாட்டர்ன் 5 –ன் இரண்டாவது பகுதி உசுப்பிவிடப்பட்டு விண்கலத்தை ஏந்திச் சென்றது. ஏவுதலில் எந்தப் பிரச்சினையும் இல்லாததால், முன்னே பென்சில்போல நீட்டிக்கொண்டிருந்த லாஞ்ச் எஸ்கேப் சிஸ்டம் கழன்றுகொண்டது.

ஏவுகலத்தின் இரண்டாவது பகுதி, விண்கலத்தை மேலும் உயரத்தில் செலுத்திவிட்டு ஒரு கட்டத்தில் அதுவும் கழன்றுகொண்டது.

அப்போது மூன்றாவது பகுதி உசுப்பிவிடப்பட்டு அது விண்கலத்தை புவியின் மேற்பரப்பிலிருந்து 103 மைல் உயரத்திலுள்ள சுற்றுவட்டப் பாதையில் செலுத்தியது.

புவியைச் சுற்றிவிட்டு சாட்டர்ன் 5, அப்பல்லோ விண்கலத்தை நிலவை நோக்கிச் செலுத்துகிறது. அத்துடன் சாட்டர்ன் 5 ஏவுகலத்தின் (ராக்கெட்டின்) வேலை முடிந்துவிட்டதால், அதுவும் கழன்றுகொண்டது.

நிலவை நோக்கிய பயணத்தின்போது நடுவழியில், லூனார் மாட்யூலை கமான்ட் மாட்யூலுடன் இணைத்தனர். அப்படிச் செய்தால்தான் நிலவில் போய் இறங்க முடியும். இணைத்த பிறகு, சாட்டர்ன் 5 – ன் மிச்சமுள்ள பகுதிகளையும் கழற்றிவிட்டுவிட்டனர்.

இனி, நிலவை நோக்கி சுமை குறைவான பயணம். ஏவுகலம் ஏவப்பட்டதிலிருந்து இதுவரை ஆன நேரம் மூன்றரை மணி நேரம் மட்டுமே. இப்போது மிஞ்சியுள்ளதுதான் அப்பல்லோ விண்கலம். இதன் பிறகு மூன்று நாட்கள் பயணம் இருக்கிறது.

பெரும் பாய்ச்சல்

இறுதியில் விண்கலம், நிலவின் ஈர்ப்பு விசையால், அதன் சுற்றுவட்டப் பாதையில் ஈர்க்கப்பட்டது. அங்கே அந்தக் குழு இரண்டாகப் பிரிந்தது. ஆம்ஸ்ட்ராங்கும் ஆல்ட்ரினும், கழுகு என்று பெயரிடப்பட்ட லூனார் மாட்யூலுக்கு மாறிக்கொள்கின்றனர்.

கழுகு மெதுவாக நிலவின் மேற்பரப்பை நோக்கி இறங்கத் தொடங்குகிறது. கொலம்பியா எனும் கமான்ட் மாட்யூலில் இருந்தபடி காலின்ஸ் நிலவைச் சுற்றிவருகிறார்.

கழுகு தன் இஞ்சினைத் திருப்பிக்கொண்டு, உந்துவிசையைக் குறைத்துக்கொண்டு இறுதியாக நிலவின் மேற்பரப்பில் இறங்குகிறது.

முதல் மனிதராக நீல் ஆம்ஸ்ட்ராங் கீழே இறங்கி நிலவில் கால் பதிக்கிறார்.

நீல் ஆம்ஸ்ட்ராங் அங்கிருந்து, 'இது மனிதன் எடுத்துவைத்த சிறிய காலடி. ஆனால், மனித குலத்தின் பெரும் பாய்ச்சல்' என்று பேசினார். அவரது அந்தப் பேச்சை உலகமே கேட்டு ஆனந்தக் கண்ணீர் வடித்தது!

ஆம்ஸ்ட்ராங் சந்திரனின் மண்ணில் கால் வைத்து, 19 நிமிடங்களுக்குப் பிறகு எட்வின் ஆல்ட்ரின் நிலவில் இறங்கினார். அவர்கள் அங்கே இரண்டரை மணி நேரம் இருந்தார்கள். அமெரிக்கக் கொடியை நாட்டினார்கள் ஆராய்ச்சிக்கான கருவிகளை நிறுவினார்கள். மண், கல் உட்பட 22 கிலோ பொருட்களைச் சேகரித்தார்கள்.

பிறகு, இறங்குவதற்கான கியரை விட்டுவிட்டு கழுகு புறப்பட்டது. புவியல்லாத ஒரு விண்பொருளில் நிகழ்ந்த முதல் ஏவல் (லாஞ்ச்) அது. நிலவைச் சுற்றிவரும் கொலம்பியாவுடன் அது மறுபடியும் இணைந்துகொண்டது.

கமான்ட் மாட்யூலுடன் இணைந்துகொண்ட பிறகு, லூனார் மாட்யூல் தேவையில்லை என்பதால் அதுவும் கழற்றிவிடப்பட்டது.

நிலவின் சுற்றுவட்டப்பாதையிலிருந்து விடுபட்டால்தான் பூமியை நோக்கித் திரும்பி வர முடியும். இதற்கு, பூமியை நோக்கிய செலுத்துதல் எனும் செயல்முறை மேற்கொள்ளப்படுகிறது. அதற்குப் பிறகு பூமியை நோக்கி இரண்டாரை நாள் பயணம். பூமியின் வளிமண்டலத்தை நெருங்கும்போது அந்தக் கலத்தின் செலுத்துக் கருவிகளும் கழற்றிவிடப்படுகின்றன. சர்வீஸ் மாட்யூலையும் அப்பல்லோ கழற்றிவிடுகிறது.

விண்வெளியிலிருந்து புவியின் வளிமண்டலத்துக்குள் நுழையும் எதுவும் தீப்பற்றிக்கொள்ளும் என்பதால், எஞ்சிய கமான்ட் மாட்யூலுக்கு தீ பாதுகாப்புக் கவசம் இடப்பட்டிருந்தது. எரிந்துகொண்டே மணிக்கு 25,000 மைல் வேகத்தில் பூமியை நோக்கித் திரும்பி வந்த கமான்ட் மாட்யூல், பசிபிக் பெருங்கடலில் விழுந்தது. அப்போது, அந்தக் கடைசி நேரத்தில், வெறும் 11

நொடிகள் இயங்குவதற்கான எரிபொருள் மட்டும்தான் அதில் மிச்சமிருந்ததாம். உடனே பாராசூட்கள் மூலம் வீரர்கள் மீட்கப்பட்டார்கள்.

அந்த மூன்று பேருக்கு மட்டுமல்ல, இந்த நிகழ்வைப் பின்தொடர்ந்த உலக மக்கள் அனைவருக்கும் போன உயிர் திரும்பி வந்ததுபோலிருந்தது. ஏவுகலம், எரிபொருள், விண்கலம், வீரர்கள், மற்ற சுமைகள் என்று 30 லட்சம் கிலோ எடையுடன் புறப்பட்டுச் சென்ற அப்பல்லோ 11, வெறும் 5,557 கிலோ கொண்ட கமான்ட் மாட்யூலாகத் திரும்பி வந்தது.

'நிலவுக்கு மனிதர்களை அழைத்துச் சென்று, திரும்ப அவர்களைப் பூமிக்கு அழைத்து வரும் முதல் நாடு அமெரிக்காவாகத்தான் இருக்கும்!' என்று கென்னடி முன்னறிவித்திருந்தாலும், அது உண்மையில் நடக்கும்போது அமெரிக்க அதிபராக ரிச்சர்ட் நிக்ஸன் இருந்தார். தன் முன்னால் இருந்த டிஜிட்டல் திரையில் அமெரிக்க அதிபர் நிக்ஸன் கண்ட அதே காட்சியை, உலகம் முழுதும் 53 கோடி மக்கள் தொலைக்காட்சியில் பார்த்தார்கள்.

நிக்ஸன், தயாராக எழுதி வைத்திருந்த இரண்டாவது உரையை பெருமகிழ்ச்சியுடன் கசக்கி எறிந்துவிட்டு எழுந்து நின்று கைதட்டினார்.

மீண்டும் அழைத்த சந்திரன்

அப்பல்லோ 11 நிலவுப் பயணத் திட்டம் ஒரு ஆரம்பம் மட்டுமாகத்தான் இருந்தது. அப்பல்லோ 20 வரையிலான திட்டத்தை நாசா அறிவித்தது. அப்பல்லோ 13 ஐத் தவிர, 6 திட்டங்கள் வெற்றியடைந்தன. பத்து பேர் சந்திரனில் இறங்கினார்கள்.

நிலவில் நீண்ட தூரம் நடப்பது முதல், பல கிலோமீட்டர் வாகனம் ஓட்டுவதுவரை பல செயல்கள் செய்தார்கள். சந்திரனில் நிறைய அறிவியல் பரிசோதனைகள் நடந்தன. அங்கே அறிவியல் ஆய்வு நிலையங்கள் அமைக்கப்பட்டன.

400 கிலோ பொருட்கள் சந்திரனிலிருந்து பூமிக்குக் கொண்டுவரப்பட்டிருக்கின்றன. இந்தப் பொருட்களெல்லாம் ஹூஸ்டனில் உள்ள நாசா ஜோன்ஸன் ஸ்பேஸ் சென்டரில் காட்சிக்கு வைக்கப்பட்டிருக்கின்றன. நிலவுப் பயணத் திட்டங்கள் மீண்டும் இருந்தன என்றாலும், அதற்கு ஆகும் மிகப் பெரிய செலவைத் தவிர்ப்பதற்காக அப்பல்லோ 17ல் நிலவுப் பயணத் திட்டம் முடித்துக்கொள்ளப்பட்டது.

பின்னணியில் 3.5 லட்சம் பேர்!

சந்திரனில் கால் வைத்த இரண்டு பேரைப் பற்றி மட்டுமே வரலாறு பேசுகிறது. ஆனால், அந்தப் பயணத் திட்டத்துக்குப் பின்னால் உள்ள முயற்சிகள் நமக்குத் தெரியாமல் போய்விடக் கூடாது.

1966 முதல் ஏறத்தாழ மூன்று லட்சத்து ஐம்பதாயிரம் பேர் நேரடியாகவும் மறைமுகமாகவும் இந்தத் திட்டத்துக்குப் பங்காற்றியிருக்கிறார்கள்.

நிலவுப் பயணத்துக்குத் தேவைப்பட்ட எரிபொருளைக் கொண்டு ஒரு கார் ஓட்டினால், 400 முறை இந்தப் பூமியைச் சுற்றிவர முடியுமாம்! இந்தத் திட்டத்துக்காக, 1961 முதல் 1973 வரையான கால அளவில், 24. 4 பில்லியன் அமெரிக்க டாலர் (16. 81 லட்சம் கோடி ரூபாய்) செலவிடப்பட்டது.

அந்த விண்கலம் இன்னும் இருக்கிறது

மனிதன் முதன் முதலாக சந்திரனில் கால் பதித்த அப்பல்லோ 11 பயணத் திட்டத்துக்குப் பிறகு மூவரும் திரும்பி வந்த அந்த கொலம்பியா கமாண்ட் மாட்யூல், வாஷிங்டன் நேஷனல் ஏரோஸ்பேஸ் மியூசியத்தில் இருக்கிறது. ஒன்றரை ஆள் உயரமும், அடிப்பகுதியில் ஏறத்தாழ ஒரு கார் அளவு அகலமும் கொண்ட சிறிய

கொலம்பியா கமாண்ட் மாட்யூல்

விண்கலப் பகுதி அது. ரைட் சகோதரர்கள் முதன் முதலில் பறக்கவிட்ட விமானமும் இந்த மியூசியத்தில் இருக்கிறது.

ஐம்பதாம் ஆண்டுக்கான சின்னம்

மனிதன் சந்திரனில் இறங்கி ஐம்பது ஆண்டுகள் ஆனது தொடர்பாக *(Apollo 50th Anniversary)* நாசா இந்த சின்னத்தை வெளியிட்டிருக்கிறது.

இந்தப் படத்தின் பின்னணி நீல நிறம். இந்த நீல நிறம், எல்லையற்ற ஆகாயத்தைக் குறிக்கிறது. அதன் நடுவில் வில் வடிவத்தில் வளைந்து காணப்படுவது, பூமியின் அடிவானப் பகுதியாகும். *'APOLLO'* என்பதன் முதல் *'O'* எழுத்தில், பூமியிலிருந்து தெரியும் சந்திரன் இருக்கிறது. கடைசி *'O'* எழுத்தில் இருப்பது செவ்வாய் கிரகம். அடிவானத்தின் வழியே முன்னே சென்றால் அங்கே செவ்வாய்! அதன் கீழே, *'NEXT GIANT LEAP'* என்று எழுதப்பட்டிருக்கிறது.

சந்திரனில் கால் வைத்த வெற்றியை, 'மனித குலத்தின் பெரும் பாய்ச்சல்' என்று நீல் ஆம்ஸ்ட்ராங் சிறப்பித்தார் அல்லவா, 'அடுத்ததாக மனிதன் செவ்வாய் கிரகத்தில் கால் பதிக்கப்போகிறான்' எனும் முன்னறிவிப்பையும் இந்தச் சின்னம் உணர்த்துகிறது. ஐம்பது வருடங்கள் ஆனதைக் குறிக்கும் விதமாக *50* என்று எழுதப்பட்டிருக்கிறது. 'அப்பல்லோ *1*' ஏவப்படும்போது உயிரிழந்த மூன்று விண்வெளி வீரர்களைக் குறிப்பதற்காக மூன்று பெரிய நட்சத்திரங்கள் இடம்பெற்றிருக்கின்றன. நாசாவின்

நாசா வெளியிட்டிருக்கும் சின்னம்

கணிப்பொறி வடிவமைப்பாளர், மாத்யு ஸ்கெய்ன்ஸ் *(Matthew Skeins)* இந்தச் சின்னத்தை உருவாக்கியிருக்கிறார். நீல நட்சத்திரங்கள் நிறைந்த நெபுலாவின் (சூரியக் குடும்பத்துக்கு அப்பால், தூசு, ஐதரசன், ஹீலியம் மற்றும் ஏற்றமடைந்த வாயுக்களால் ஆனதிரளான மேகமே நெருபுலா) பின்னணி இந்த சின்னத்தின் அழகை மேலும் அதிகரிக்கிறது.

நன்றி

'மலையாள மனோரமா' (14/07/2019) நாளிதழில் ஆர்.எஸ். கோபன் எழுதிய 'அம்பிலி தொட்டது அப்போலோ', 'இந்து தமிழ்த்திசை' (19/07/2019) நாளிதழில் ஆசை எழுதிய 'மனிதகுலத்தின் மாபெரும் பாய்ச்சல்' ஆகிய இரண்டு கட்டுரைகளிருந்து தொகுக்கப்பட்டது. ●

38

சக்கரமும் சைக்கிளும்

மிக நீண்ட காலத்துக்கு முன்னால் சக்கரங்கள் இல்லை. பனிப் பிரதேசங்களில் நாய்களால் கட்டி இழுத்துச் செல்லப்படும் 'ஸ்லெட்ஜ்' (*Sledge*) எனும் சறுக்கு வண்டியும் இல்லை. அந்தக் காலத்தில் மக்கள் தங்கள் பொருட்களையெல்லாம் தலைச் சுமையாகவும் கால்நடைகளின் மீது வைத்துக் கட்டியும்தான் ஓர் இடத்திலிருந்து மற்றோர் இடத்துக்கு எடுத்துச் சென்றார்கள். இன்றைக்கும் பல கிராமங்களில் மக்கள், சந்தைக்குக் கொண்டு செல்லவேண்டிய பொருட்களை இதுபோன்றே எடுத்துச் செல்கின்றனர்.

ஆனால் இந்த முறையில், கொஞ்சம் பொருட்களை கொஞ்சம் தூரம்தான் எடுத்துச் செல்ல முடியும். அதனால்தான், பொதுவாக அந்தக் காலத்தில் எல்லாப் பரிமாற்றமும் அந்தந்த மக்கள் சமூகத்தின் எல்லைக்கு உட்பட்டுத்தான் நடைபெற்றன. வாகனங்கள் வந்த பிறகுதான், ஒரு சமூகத்துக்கும் இன்னொரு சமூகத்துக்குமான உறவு அதிகரித்தது. விரைவாகச் செல்லும் வாகனங்களைப் பயன்படுத்தியவர்கள் சமூக அளவிலும் பொருளாதார அளவிலும் விரைவாக முன்னேறினார்கள். வாகனங்களின் வேகம்தான் முன்னேற்றத்தின் அளவு என்றும் சொல்லலாம்.

இன்னும் இந்தியாவில் சில கிராமங்களில் சாலைகள் இல்லை. எனவே அங்கே காரோ, பேருந்தோ, லாரியோ வருவதில்லை. மணிக்கு நான்கு அல்லது ஐந்து கிலோமீட்டர் தூரம் மட்டுமே செல்லும் மாட்டுவண்டிகள்தான் அந்த இடங்களில் வாழும் கிராமவாசிகளின் ஒரே வாகனம்.

ஒரு குறிப்பிட்ட தூரம்வரைதான் மாட்டுவண்டியில் பயணம் செய்ய முடியும். அதனால், ஒரு ஊரைச் சேர்ந்தவர்களின்

தொடர்புகளும் பரிமாற்றங்களும் குறிப்பிட்ட அளவிலேயே நடைபெற்றன. அந்த இடங்களில் சமூகங்கள் வளர்ச்சி பெறாமல் தேங்கிக் கிடக்கின்றன. அவர்கள் விடுதலையடைய வேண்டும் என்றால், வளர்ச்சி பெற வேண்டும் என்றால் வெளி உலகத்துடன் எளிதில் தொடர்புகொள்ளக்கூடிய வாகனங்கள் வேண்டும். விரைவாகச் செல்லும் வாகனங்கள் வேண்டும். அமெரிக்காவின் முன்னேற்றத்துக்கும் ஐரோப்பாவின் முன்னேற்றத்துக்கும் முக்கியமான காரணங்களில் ஒன்று, வேகமாகப் பயணம் செய்வதில் அவர்கள் வெற்றியடைந்ததுதான். பயணங்கள், சக்கரங்கள் இல்லாமல் சாத்தியமாகுமா? ஆகாது!

சக்கரம், யாரால் எப்போது கண்டுபிடிக்கப்பட்டது என்று உறுதியாகச் சொல்ல முடியாது. ஏறத்தாழ ஐம்பது நூற்றாண்டுகளுக்கு முன்பு சக்கரங்கள் பயன்படுத்தப்பட்டன என்று சொல்லப்படுகிறது. அதுவரை மக்கள் தலையில் சுமந்தும் விலங்குகளின் மீது சுமத்தியுமே பொருட்களைக் கொண்டு சென்றார்கள். ஆயினும், தூக்க முடியாத பெரிய சுமைகளைக் கட்டி தரையில் இழுத்துக்கொண்டு சென்றார்கள்.

பழங்காலத்தில் எகிப்தில், பெரிய சிலைகளும் பிரமிடுகளும் செய்வதற்குத் தேவையான கற்களை இந்த வகையில் இழுத்துக்கொண்டு வந்துதான் ஏற்ற இடத்தில் பொருத்தினார்கள்.

உருளை வடிவான பாறைகளோ, மரத் துண்டுகளோ குன்றின் சரிவில் உருண்டு வரும் காட்சிதான், மனிதனுக்கு சக்கரங்கள்

பற்றிய எண்ணத்தை ஏற்படுத்தியிருக்கவேண்டும். முதன் முதலில் மனிதன், உருளையான மரத் தடிகளின் மீது பாரமான பொருளை வைத்து இழுத்துச் சென்றிருக்கவேண்டும். இந்த முறையில், பாரம் முன்னே செல்வதற்கு ஏற்ற வகையில் உருளைகளைத் தூக்கி முன்னே மாற்றி மாற்றி இட்டுக்கொண்டிருந்திருக்க வேண்டும்.

ஆனால், அந்த உருளைகள் பாரமாக இருந்தால் அவற்றைத் தூக்குவதற்கே சிரமப்படவேண்டியிருக்கும். அதனால்தான், உருளைகளின் நடுப் பகுதியைச் செதுக்கி அதன் பருமனைக் குறைத்தார்கள். அதாவது, உருளையின் இரு முனைகளிலும் கொஞ்சம் பகுதியை மட்டும் அப்படியே வைத்துவிட்டு, மிச்சமுள்ள நடுப் பகுதியைச் செதுக்கி அதன் பருமனைக் குறைத்தார்கள்.

இப்போது, இரு முனைகளும் சக்கரங்களாயின. நடுப் பகுதி அச்சுத்தண்டானது. இப்படித்தான் முதலாவது சக்கரங்கள் தோன்றின.

முதன் முதலாக மெசபடோமியாவில்தான் (*Mesopotamia*) சக்கரங்களைப் பயன்படுத்தத் தொடங்கினார்கள். டைக்ரீஸ் (*Tigris*) – யூப்ரடீஸ் (*Euphrates*) நதிக்கரைகளைத்தான் மெசபடோமியா என்று சொல்லிவந்தார்கள் (இன்றைய இராக்). இந்தப் பிரதேசங்களில் ஏறத்தாழ 5, 500 வருடங்களுக்கு முன்பு வாழ்ந்திருந்த சுமேரியர்கள்தான் மர உருளையில் செய்த சக்கரங்களைப் புதுப்பித்தார்கள். ஒரே ஒரு மரத் துண்டுக்குப் பதிலாக இரு புறமும், மூன்று பலகைகளைச் சேர்த்து இணைத்த சக்கரங்களையும், அவற்றைப் பிணைக்கிற அச்சுத்தண்டையும் அவர்கள் பயன்படுத்தினார்கள். சக்கரப் பலகைகளை, குறுக்காக சட்டங்கள் அடித்துப் பிணைத்திருந்தார்கள்.

இதுபோன்று புதுப்பித்ததற்கு இரண்டு காரணங்கள் இருக்கவேண்டும். ஒன்று, ஒரே மரத்துண்டாலான சக்கரம், பாரம் ஏற்றும்போது உடைந்துபோவதற்கான வாய்ப்பு அதிகம். இரண்டாவதாக, மெசபடோமியாவில், சக்கரங்களாகப் பயன்படுத்துவதற்கு ஏற்ற அதிகப் பருமனுடைய மரங்கள் கிடைப்பது சிரமமாக இருந்தது. இந்த முறையில், பாரம் வைக்கிற

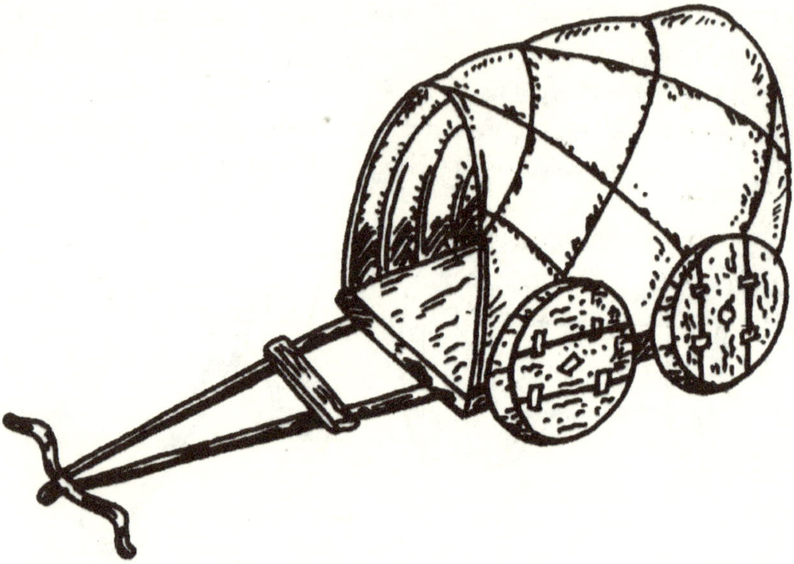

தட்டிலிருந்து கீழே செங்குத்தாக இரண்டு மரத்தண்டுகளை அடித்து, அவற்றிற்கிடையில் சக்கரத்தின் அச்சுத்தண்டைப் பொருத்தினார்கள். அப்போது, மரத்தண்டுகளுக்கிடையில் அச்சுத்தண்டு சுழலும். அதே சமயம், சக்கரங்களும் தட்டை விட்டு விலகிப் போகாது.

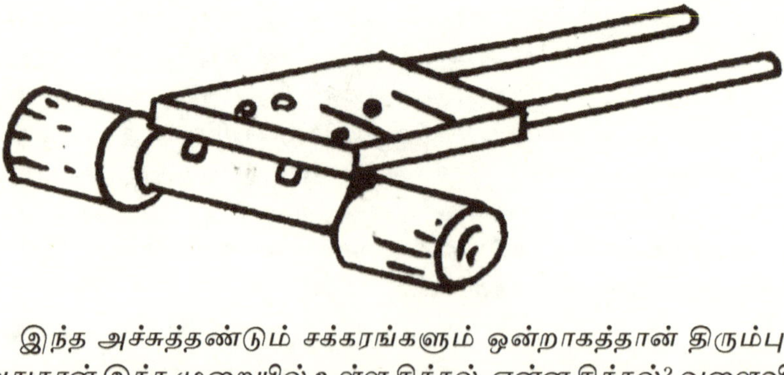

இந்த அச்சுத்தண்டும் சக்கரங்களும் ஒன்றாகத்தான் திரும்பும். அதுதான் இந்த முறையில் உள்ள சிக்கல். என்ன சிக்கல்? வளைவில் திரும்பும்போது வெளிச்சக்கரம் உள் சக்கரத்தைவிட கூடுதலான தூரம் செல்லவேண்டி வருவதால், உள் சக்கரம் மட்டும் மிக மெதுவாக ஊர்ந்து நகரவேண்டியிருந்தது. ஒவ்வொரு சக்கரமும் வெவ்வேறு அச்சுத்தண்டிலிருந்து திரும்பினால் இந்தப் பிரச்சினை

இருக்காது. எனவே அடுத்த கட்டமாக, அச்சுத்தண்டில் சுதந்திரமாகச் சுழலுகின்ற சக்கரங்களாகச் சீரமைக்கப்பட்டன.

சக்கரத்தின் பாரத்தைக் குறைப்பதற்காக, தேவையற்ற நடுப் பகுதியை வெட்டி எடுத்தபோதுதான், சக்கரங்களின் இடையே ஆரக்கால்கள் வைக்கவேண்டும் எனும் கருத்து உதித்தது. அது மட்டுமல்ல, பெரிய சக்கரங்கள் தேவைப்பட்டபோது, அதற்கேற்ற பருமனான மரம் கிடைப்பது சிரமமாக இருந்தது. எனவே, சிறுசிறு மரத் துண்டுகளைப் பயன்படுத்தி வளைய வடிவான சக்கரத்தை உருவாக்க முயன்றார்கள். வளையச் சக்கரத்தை உருவாக்க, பல மரத் துண்டுகளைச் செதுக்கியோ சுட்டோ வில் வடிவமாக வளைப்பார்கள். *'புல்லிஸ்' (Wood Pulleys)* என்று சொல்லப்படும் இதுபோன்ற வில் வடிவத் துண்டுகளைச் சேர்த்தால் வட்ட வடிவமான வளையமாகிவிடும். இந்த வளையப் பகுதியை மையப் பகுதியுடன் இணைப்பதற்கு ஆரக்கால்களும் நடுப்பகுதியும்

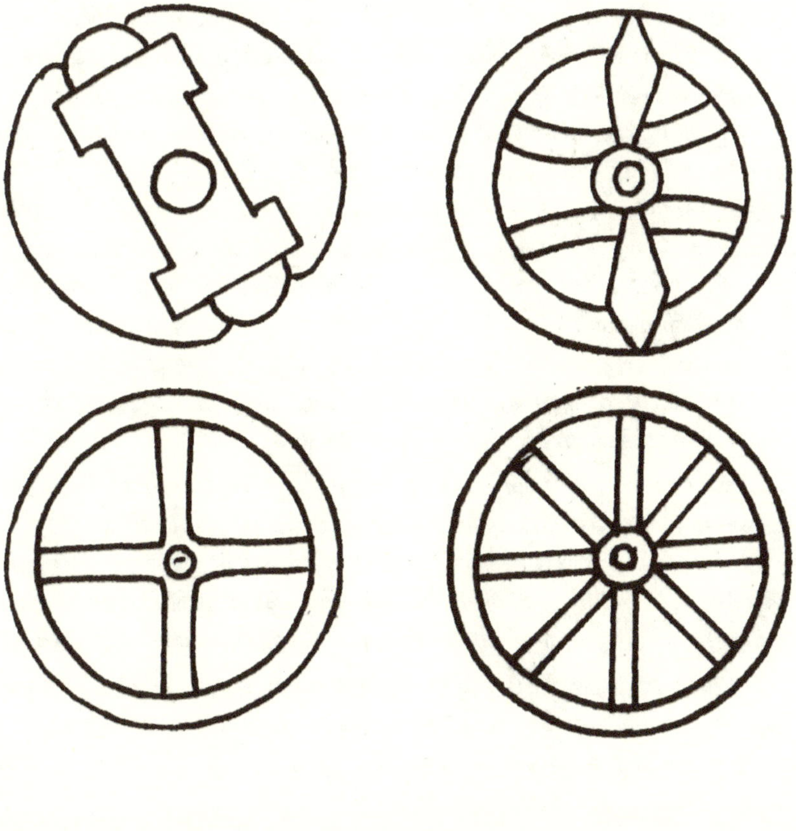

தோன்றின. இதிலிருந்துதான் இன்று நாம் காணும் மாட்டுவண்டிச் சக்கரம் தோன்றியது.

இப்போதும், மாட்டுவண்டிச் சக்கரத்துக்கு இரும்புப் பட்டை இடப்பட்டிருப்பதை நீங்கள் பார்த்திருப்பீர்கள். இது சக்கரத்தின் பலத்தை அதிகரிப்பதற்காகவும் தேய்மானத்தைக் குறைப்பதற்காவும்தான். கி.மு. பதினைந்திலிருந்து இருபதாம் நூற்றாண்டுக்கிடையில்தான் இரும்பு கண்டுபிடிக்கப்பட்டது. அந்தக் காலத்தில்தான் காளைகளைத் தவிர, குதிரைகளையும் வண்டி இழுக்கப் பயன்படுத்தினார்கள். குதிரைகள், காளைகளைவிட வேகமாக ஓடுவதால், அதிக பலமுடையதும் தேய்மானம் குறைந்ததுமான சக்கரங்கள் தேவைப்பட்டன. எனவே, ஆரக்கால்களுடைய இரும்புப் பட்டை அமைந்த சக்கரங்கள் தோன்றுவதற்கு குதிரைகளும் காரணம் என்று சொல்லலாம். இப்போது வண்டிச் சக்கரங்களிலிருந்து சைக்கிளுக்கு வருவோம்.

சைக்கிளின் பின்சக்கரத்தின் நடுவில் ஒரு பற்சக்கரம் இருப்பதைப் பார்த்திருப்பீர்கள். அதன் பெயர் 'ஸ்ப்ரோகட்' (Sprocket). பெடலை மிதித்தால் சைக்கிள் முன்னோக்கிச் செல்வதற்கு, ஸ்ப்ரோகட் என்று சொல்லப்படுகிற இந்தப் பற்சக்கரம் வேண்டும். பெடலை மிதிக்கும்போது 'கிராங்க்' (Crank) சுழலும் அல்லவா? கிராங்க்கும் ஸ்ப்ரோகட்டும் சங்கிலியால் பிணைக்கப்பட்டிருப்பதால், கிராங்க் சுழலும்போது ஸ்ப்ரோகட்டும் சுழலுகிறது. பின்சக்கரத்தின் நடுப் பகுயில்தானே ஸ்ப்ரோகட் இருக்கிறது, அதனால் ஸ்ப்ரோகட்டும் சுழலுகிறது. எனவே சைக்கிள் முன்னோக்கிச் செல்கிறது. பொதுவாக, கிராங்க்கில் உள்ளதில் மூன்றில் ஒரு பங்கு பற்கள்தான் ஸ்ப்ரோகட்டில் இருக்கும். அதனால் கிராங்க் ஒரு வட்டம் சுழலும்போது, ஸ்ப்ரோகட்டும் பின் சக்கரமும் மூன்று வட்டம் சுழலுகின்றன. எனவே சைக்கிள் விரைவாகச் செல்கிறது.

'லோசன்' (Harry John Lowson) எனும் ஆங்கிலேயர் 1870ல் இந்த முறையைக் கண்டுபிடித்தார். இந்த முறை பயன்பாட்டுக்கு வந்தபோது, அதற்கு முன்பு நடைமுறையில் இருந்த 'எலும்பு குலுக்கி'யும் (Bone - Shaker) 'பென்னி - ஃபார்த்திங்'கும் (Penny - Farthing) மறைந்துபோயின. இவற்றைப் பற்றி பின்னால் பார்க்கலாம்.

1817ல்தான் முதன் முதலாக உந்துவண்டி ஓட்டப்பட்டது என்று சொல்லப்படுகிறது. ஜெர்மனியில் மான்ஹைம் (Mannheim) நகரத்தில் விசித்திரமான உடைகள் அணிந்த ஒருவர், ஒன்றின் பின்னால்

ஸ்ப்ரோகட்டும் கிராங்க்கும்

ஒன்றாக இரண்டு சக்கரங்கள் வைத்த உந்துவண்டியை ஓட்டிக் காண்பித்தார். இது *1817*ல் நடந்தது. அவர் பெயர், 'கார்ல் ட்ரைய்ஸ்' *(Karl Friedrich Christian Ludwig Freiherr Von Drais)*. அவருடைய உந்துவண்டிதான் இப்போதுள்ள சைக்கிள்களுக்கெல்லாம் முன்னோடி.

இவருடைய உந்துவண்டிக்கு பெடலோ, கிராங்க்கோ இல்லை. இந்த வண்டியில் அமர்ந்து காலைத் தரையில் உந்தி உந்திதான் பயணிக்கவேண்டும். *1839*ல் ஸ்காட்லாந்தைச் சேர்ந்த 'கிர்க் பாட்ரிக் மாக்மில்லன்' *(Kirk Patrick Macmillan)* எனும் கொல்லர்தான், பெடலை மிதித்து ஓட்டும் வண்டியை முதன் முதலில் உருவாக்கினார். காலால் தரையில் உந்தாமல் ஓட்டக்கூடிய முதலாவது சைக்கிளைக் கண்டுபிடித்த மாக்மில்லனே, சைக்கிளை முதன் முதலாகக் கண்டுபிடித்தவராகக் கருதப்படுகிறார்.

மாக்மில்லன் பின்சக்கரத்தில்தான் பெடலைப் பொருத்தினார். *1852*ல் பவேரியாக்காரரான 'ஃபிஷர்' *(Philipp moritz Fischer)*, பெடலை முன்சக்கரத்தில் பொருத்தினார். பிரெஞ்சு நாட்டைச் சேர்ந்த 'லாலிமென்ட்' *(Pierre Lallement)* என்பவர்தான், சுழலுகிற கிராங்க்கை முதன் முதலாகப் பொருத்தினார் என்றும் சொல்லப்படுகிறது.

இதுபோன்ற வாகனங்கள் நடைமுறைக்கு நிறைய வந்தபோது மக்கள் அவற்றை 'எலும்பு குலுக்கிகள்' என்று அழைத்தார்கள். ஏனென்றால் அவற்றின் மீது பயணம் செய்வது என்பது, எலும்புகளை உடைப்பதுபோன்று இருக்குமாம்.

உந்து வண்டி

பெடலை முன்சக்கரத்தில் பொருத்தியபோது, முன்சக்கரத்தின் சுற்றளவை அதிகப்படுத்தினால் ஓட்டத்தின் வேகம் அதிகரிக்கும் என்று அறிந்தார்கள். கிராங்க்கின் ஒற்றைச் சுழற்சி, முன்சக்கரத்தின் சுற்றளவுவரை தூரம் சைக்கிளைக் கொண்டு செல்லும் அல்லவா? இதனால், முன்சக்கரத்தின் சுற்றளவை அதிகரித்தார்கள். பின்சக்கரத்தின் சுற்றளவைக் குறைத்தார்கள். முன்சக்கரத்தின் பின்னே உள்ள ஒரு சிறிய வால்போன்று ஆனது பின்சக்கரம்.

இதைத்தான், 'பென்னி – ஃபார்த்திங்' என்று கேலியாகக் குறிப்பிட்டார்கள். ஏனெனில், இங்கிலாந்தில் அன்று நடைமுறையிலிருந்த பென்னி நாணயம் பெரிதாக இருந்தது. ஃபார்த்திங் நாணயம் சிறிதாக இருந்தது. இவை இரண்டும் சேர்ந்ததுபோன்றிருக்கின்றன அந்த சைக்கிள் சக்கரங்கள் என்று மக்கள் கேலி செய்தார்கள்.

பெரிய முன்சக்கரத்தில் மேல் உள்ள இருக்கையில் ஏறி அமர்வது சிரமமாக இருந்தது. ஓட்டும்போது விழாமல் இருப்பதற்கு மிகவும் கஷ்டப்படவேண்டியிருந்தது.

லோசன்தான் இந்த சைக்கிளைச் சீரமைத்து, கிராங்க்கையும் பெடலையும் இரண்டு சக்கரங்களின் இடையில் வைத்து, சங்கிலியின் மூலமாக பின்சக்கரத்தின் ஸ்ப்ரோகட்டுடன் பிணைத்து நவீன பாணி சைக்கிளை உருவாக்கினார். எனவே, லோசன்தான் ஸ்ப்ரோகட்டும் கிராங்க்கும் உள்ள சைக்கிளை முதன் முதலாகக் கண்டுபிடித்தார். பிறகு இதுபோன்ற சைக்கிள்கள் விற்பனைக்கு வந்தன.

பென்னி - ஃபார்த்திங்

நிறுத்திவைத்த சைக்கிளின் பெடலை ஒரு சுற்று சுற்றினால் சக்கரம் கொஞ்சம் நேரம் நிற்காமல் சுற்றிக்கொண்டிருக்கும். ஏனெனில், சக்கரத்துக்கும் அச்சுத்தண்டுக்கும் இடையே உராய்வைக் குறைப்பதற்காக 'பால்பேரிங்' (*Ball bearing*) இருப்பதால்தான். உருக்கால் ஆன சிறிய உருளைகளையே பால்பேரிங்ஸ் என்கிறோம்.

*1869*ல் 'சுரிரே' (*Jules Pierre Suriray*) எனும் பிரெஞ்சுக்காரர்தான் அச்சுத்தண்டுகளின் மீது பால்பேரிங் பயன்படுத்தத் தொடங்கினார். அதற்கு முன்பே, அச்சுத்தண்டுக்கும் நடுப் பகுதிக்கும் இடையில், சிலிண்டர் வடிவிலுள்ள, பருமன் குறைந்த துண்டுகளை இட்டு உராய்வைக் குறைப்பதற்கு முயற்சி செய்திருந்தார்கள்.

பால்பேரிங்குகள் சிறந்த வகையில் உராய்வைக் குறைத்தன என்றாலும் 'டன்லப்' (*John Boyd Dunlop*) என்பவர் சக்கரங்களில் காற்று நிறைத்த குழாய்களை இணைத்த பிறகுதான் சைக்கிள்களைச் சுலபமாக ஓட்ட முடிந்தது.

டன்லப் என்பவர் கால்நடை மருத்துவர். தன் மகனின் மூன்று சக்கர சைக்கிளின் அதிர்வைக் குறைப்பதற்காக, தோட்டத்துக்குத் தண்ணீர் ஊற்றப் பயன்படும் ரப்பர் குழாயில் காற்று நிறைத்து, சக்கரங்களைச் சுற்றிலும் கட்டினார்.

சக்கரங்களில் காற்று நிறைத்த ரப்பர் குழாய் கட்டப்பட்ட அந்த சைக்கிள், பந்தயத்தில் சுலபமாக வெற்றி பெற்றது. அதன் பிறகுதான் சைக்கிளுக்கு டயரும் டியூபும் உருவாயின.

சுமேரியர்கள்தான் சக்கரங்களைக் கண்டுபிடித்தார்கள். ஆனால் சுமேரியர்கள் ஸ்லெட்ஜ் வண்டிகளைச் செலுத்த சக்கரங்களைப் பயன்படுத்தத் தொடங்கிய காலத்திலேயே இந்தியாவிலும் எகிப்திலும் சீனாவிலும் குயவர்கள், மண் பாத்திரங்கள் செய்வதற்கு சக்கரங்களைப் பயன்படுத்தினார்கள் என்று நம்பப்படுகிறது. ஏறத்தாழ ஐயாயிரம் ஆண்டுகளுக்கு முன்பு, சிந்துநதிக் கரைகளில் வாழ்ந்திருந்தவர்கள் சக்கரத்தில் வைத்து உருவாக்கி, சூளையில் சுட்டெடுத்த மண் பாத்திரங்களைப் பயன்படுத்தியிருந்தார்கள். வாகனத்தின் சக்கரத்தைவிட குயவரின் சக்கரம்தான் முன்னதாக நடைமுறைக்கு வந்தது என்றும் ஒரு சாரார் கூறுகிறார்கள்.

குயவரின் சக்கரம் முதன் முதலில் பயன்படுத்தப்பட்டதற்கு முன்போ, பாரத்தை உருட்டிச் செல்வதற்கு உருளைகளைப் பயன்படுத்தத் தொடங்கிய காலத்திலோ, முன் பின் அசைவுகளைச் சுழற்சியாக மாற்றுகிற 'வில் துளைப்பான்' (*Bow drill*) எனும்

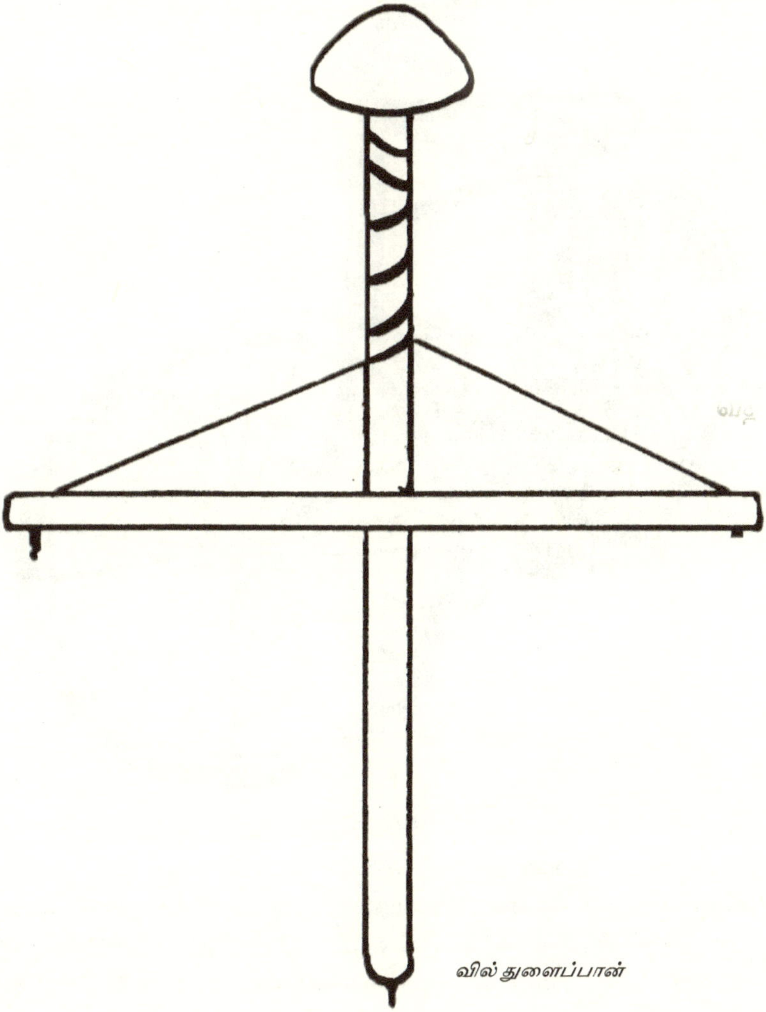

வில் துளைப்பான்

இயந்திரத்தைப் பயன்படுத்தத் தொடங்கியிருக்கவேண்டும். தச்சர்கள் மரத்தைத் துளைப்பதற்குப் பயன்படுத்தும் துளையிடும் கருவியே இது.

அந்த துளைப்புக் கருவி சுழல்வதற்காக, அதன் மேல் பொருத்தப்பட்டிக்கும் சட்டம் மேலும் கீழுமாக அசைகிறது. பழைய கற்காலத்தின் கடைசி கட்டத்தில் வில்லும் அம்பும் கண்டுபிடிக்கப்பட்டதே துளைப்புக் கருவி கண்டுபிடிக்கப்படுவதற்கும் காரணமாக இருந்திருக்கவேண்டும்.

சக்கரங்கள் மனிதர்களுக்கு எண்ணற்ற வகையில் உதவுகின்றன. மனிதர்களுக்குத் தேவையான பல பொருட்களைத் தயாரிப்பதற்கு சக்கரங்களின் உதவி வேண்டும். தயாரித்த பொருட்களை அவர்களிடம் கொண்டு செல்லவும் சக்கரங்கள் அவசியம். சக்கரங்கள் இல்லாவிட்டால் மனிதர்கள் பயணம் செய்ய முடியாது. மர உருளைகளிலிருந்து வண்டிச் சக்கரங்கள் வந்தன. குயவர்களின் சக்கரமும் ஆப்பிரிக்கா, இந்தியா, சீனா ஆகிய நாடுகளில் ஆதிவாசிகள் பயன்படுத்திய துளையிடும் எந்திரமும் பற்பல நவீனக் கருவிகள் தோன்றுவதற்கு அடிப்படையாக இருந்தன. ●

39

'ஹெலிகோபாக்டர் பைலோரி'

(Helicobacter pylori)

எனும் பாக்டீரியா பேசுகிறது!

ஜனு

'ஹெலிகோபாக்டர் பைலோரி' - இதுதான் என் பெயர். 'ஹெச். பைலோரி' எனும் சுருக்கப் பேரால் அழைப்பதுதான் உங்களுக்கு எளிதாக இருக்கும்.

என் பெயர் நீளமாக இருந்தாலும், நான் ஒரு நுண்ணுயிரி. நுண்ணோக்கியின் *(Microscope)* மூலமாக மட்டுமே பார்க்கக்கூடிய பாக்டீரியா.

பாக்டீரியாக்களில் பல வகைகள் இருக்கின்றன. அவற்றில் ஒன்றுதான் ஹெச்.பைலோரியாகிய நான். மனித உடலில் நானும் இருக்கிறேன்.

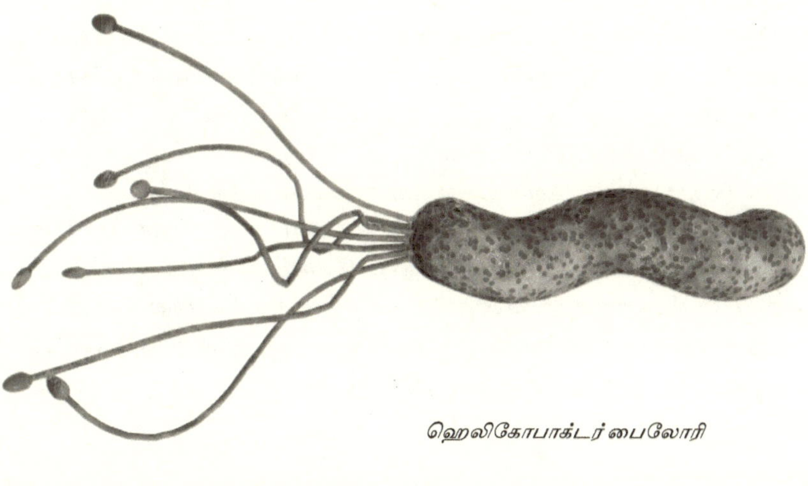

ஹெலிகோபாக்டர் பைலோரி

ஆனால், நான் ஒரு உண்மையைச் சொல்கிறேனே. நான் ஒரு நோய்க் கிருமி. பயந்துவிட்டீர்களா? உங்கள் பயத்தைப் போக்குவதற்கு நான் ஒரு சரித்திரக் கதை சொல்கிறேன். இந்தக் கதை உங்களுக்குத் தன்னம்பிக்கையும் ஊக்கமும் அளிக்கும்.

இதோ ஒரு பையன். இவன் இந்தக் காலத்துப் பையன் அல்ல. 1937ல் ஆஸ்திரேலியாவில் அடெலெய்டில் (Adelaide) பிறந்த பையன். பெயர், 'ரோபின் வாரன்' (Robin warren). உங்களைப்போலவே நன்றாகப் படிப்பான். அவனுக்குக் கதைகள் பிடிக்கும். சாகசக் கதைகள் என்றால் மிகவும் பிடிக்கும். ஏனென்றால், ரோபினும் ஒரு சின்னஞ்சிறு சாகச வீரன்தான். அடெலெய்டுக்குப் பக்கத்தில் உள்ள குன்றுப் பகுதிகளில் தனியாக சைக்கிளில் சுற்றித் திரிவது அவனுக்குப் பிடிக்கும். அழகான இயற்கைக் காட்சிகளைப் பார்த்தால் தன்னை மறந்து ரசிப்பான். அவன் சற்றுப் பெரியவன் ஆனபிறகு, அப்பா அவனுக்கு ஒரு கேமரா வாங்கிக் கொடுத்தார். இப்படித்தான், இயற்கைக் காட்சிகளை ஒளிப்படம் எடுப்பது ரோபினின் பொழுதுபோக்கானது.

ரோபின் நன்றாகப் படிப்பான். அறிவியலும் அறிவியல் நூல்களும் அவனது பெரும் விருப்பத்திற்குரியவை. கல்லூரி நுழைவுத் தேர்வுக்காகப் படிக்கும்போது அவனுக்கு கணக்குதான் மிகவும் பிடித்த விஷயமாக இருந்தது. அதனுடன் இயற்பியலும் வேதியலும் இலக்கியமும் படித்திருந்தான்.

அவன் பள்ளியில் படிக்கும்போது நடந்த ஒரு விஷயத்தைக் கேட்கிறீர்களா? அங்கே படிப்பு, கால்பந்தாட்டம்போல கடும் போட்டியாக இருக்கும். பிள்ளைகள் நான்கு நிலைகளாகப் பிரிக்கப்பட்டிருந்தனர். மிகவும் நன்றாகப் படிப்பவர்கள் மேல்நிலையில் இருந்தார்கள். மிகவும் கீழ்நிலையில் இருப்பவர்கள் யார் என்று சொல்லவும் வேண்டுமா? மிக மோசமான மதிப்பெண்கள் எடுப்பவர்கள்தான் கீழ்நிலையில் இருந்தார்கள். ஆண்டுத்தேர்வு முடிந்தால், மிகக் குறைந்த மதிப்பெண்கள் எடுத்தவர்கள், இருக்கும் வகுப்பைவிட ஒரு வகுப்புக் கீழே இறக்கப்படுவார்கள். ஒருமுறை ரோபினுக்கும் இந்த நிலை ஏற்பட்டது. ஆனால் அவன் நம்பிக்கை இழக்கவில்லை. பாடுபட்டுப் படித்தான். முதல் நிலைக்கு வந்தான். பிறகு அந்த நிலையிலிருந்து அவன் கீழே இறங்கவில்லை. பிள்ளைகள் என்றால் இப்படித்தான் இருக்கவேண்டும், அல்லவா?

ரோபின் வாரன்

கல்லூரி நுழைவுத் தேர்வுக்குப் படித்துக்கொண்டிருந்த காலத்தில் அவனுக்கு ஏற்பட்ட ஒரு துன்பத்தையும் சொல்லவேண்டும். ரோபினுக்கு வலிப்பு நோய் ஏற்பட்டது. அதனால் உறவினர்கள் சொன்னார்கள்: "இனி இவனைப் பள்ளிக்கு அனுப்பாதீர்கள். வழியில் எங்காவது இவன் மயங்கி விழுந்துவிட்டால் என்ன செய்வது?" ஆனால் ரோபின் தொடர்ந்து படித்தான். ரோபின் தன் விருப்பப்படி செயல்பட, அவன் அம்மா அவனை அனுமதித்தார். அவன் குன்றுகள் மீது சைக்கிள் பயணம் செய்வதையும் அம்மா தடுக்கவில்லை. இப்படி அவன் சைக்கிளில் செல்வது அம்மாவுக்குப் பயமாகத்தான் இருக்கும். ஆயினும் ஒன்றும் சொல்லமாட்டார். மகனது சுதந்திரமும் அவனது மன வளர்ச்சியும் மிகவும் முக்கியம் என்பது அந்த அம்மாவுக்குத் தெரியும்.

இதுவரை சின்ன ரோபினைப் பற்றித்தான் நாம் படித்துக்கொண்டிருந்தோம். இப்போது ரோபின் வளர்ந்துவிட்டான். காலம், *1949*. நாம் இப்போது ஆஸ்திரேலியப் பல்கலைக்கழகத்தில் *(University of western australia)*, ராயல் பெர்த் மருத்துவமனையில் *(Royal perth hospital)* இருக்கிறோம். அங்கே நோயியல் *(Pathology)* பிரிவில்.

அதோ இருப்பவர்தான் நோயியல் பிரிவு பேராசிரியர், டாக்டர் ரோபின் வாரன். ஆமாம், நம் சின்ன ரோபின்தான்.

1979 ஜூன்-11. டாக்டர் ரோபினின் *42* ஆம் பிறந்த நாள்.

கடந்த ஒன்பது வருடங்களாக ரோபின், வயிற்று நோயாளிகளின் உடலிலிருந்து எடுத்த திசுக்களைக் குறித்தான ஆய்வு விவரங்களைப் *(Biopsy)* படித்துக்கொண்டிருக்கிறார். எல்லாம், குடல்புண்ணால் *(Peptic ulcer)* பாதிக்கப்பட்டவர்களின் நோய் விவரங்கள். மனிதனின் வயிற்றுக் குடல் சுவர்களில் துளை விழுந்து புண்ணாகும் நோய் இது.

நாம் சாப்பிடும் உணவு செரிப்பதற்கு, குடலில் உள்ள ஆசிட் எனும் அமிலம்தான் உதவி செய்கிறது. காய்கறிகளையும் மீனையும் கோழிக்கறியையும் செரிக்கும் அமிலம் குடலையும் செரித்துவிடாதா? செரிக்கும். அப்படி நடக்காமல் இருப்பதற்கு, குடற் சுவரை வழவழப்பான ஒரு படலம் மூடியிருக்கிறது. இந்த வழவழப்புப் படலம் மெலிந்துபோனாலும், குடலில் அமிலத்தின் அளவு அதிகரித்தாலும், அமிலம் குடல் சுவரை அரிக்கும். அங்கே ஓட்டை விழும், புண்ணாகும். அதிலிருந்து ரத்தம் கசியும். இதுதான் குடற்புண்.

ஏன் இந்த நோய் ஏற்படுகிறது என்பதற்கு, நூற்றாண்டுக் காலமாக மருத்துவ அறிவியல் ஒரு பதில் சொல்கிறது; மனஇறுக்கம் *(Tension),* பலவித காரணங்களால் மனிதர்கள் அனுபவிக்கும் கஷ்டங்கள் ஏற்படுத்தும் மனஅழுத்தம், மசாலாவும் காரமும் அதிகமாக உள்ள உணவுப்பொருட்களை நிறையச் சாப்பிடுவது ஆகியவை குடற்புண் ஏற்படுவதற்குக் காரணங்களாகும். இதற்கான சிகிச்சை, மனஇறுக்கத்தைக் குறைப்பதற்கு மருந்து கொடுப்பதுதான். ஆனால், இந்த தன் பிறந்த நாளில் ரோபின் ஒரு காட்சியைப் பார்த்தார். குடல்புண் நோயாளி ஒருவரிடமிருந்து எடுத்த பயோப்ஸியின்மீது ஒருவிதமான பாக்டீரியா வளர்கிறது! பிரிகளுடைய, அதாவது இழைத் தொகுதி கொண்ட பாக்டீரியா. குடலில் நிறைய அமிலங்கள் இருப்பதால் அங்கே நுண்ணுயிரிகள் எதுவும் நிலைத்திருக்காது என்றுதான், அன்றுவரை ஒட்டுமொத்த மருத்துவ அறிவியலும் நம்பிக்கொண்டிருந்தது.

பிறகு ரோபின், அந்த பாக்டீரியாவைப் பற்றி ஆராயத் தொடங்கினார். இரண்டு வருட காலம் தொடர்ந்து ஆய்வு செய்துகொண்டிருந்தார். குடற்புண் நோயாளிகளின் வயிற்றிலிருந்து ஆய்வுக்கு எடுத்த திசுக்களுடன் (பயோப்ஸியுடன்)

ஒரு பாக்டீரியாவும் இருக்கிறது என்று அவருக்கு உறுதியானது. ஆனால், மருத்துவ அறிவியல் உலகம் அதை ஏற்றுக்கொள்ளவில்லை. வயிற்றுக்குள்ளிருந்து வெளியே எடுக்கப்படும் பயோப்ஸி மாதிரிகள் இறந்திருக்கும். அவற்றில் பாக்டீரியா மாதிரிகள் இருப்பதை நிரூபிப்பது என்பது கஷ்டமாக இருந்தது.

ரோபினுக்குத் துணை நின்றவர் அவர் மனைவி வினிஃப்ரிரைட் (*Winifred Williams*) மட்டும்தான். அவரும் மருத்துவர். ரோபின், வீட்டில்தான் தன் ஆராய்ச்சிகளைச் செய்துகொண்டிருப்பார். அப்போது அவர் மனைவி அவருக்கு உதவி செய்வார்.

1981ல் மற்றொரு ஆராய்ச்சியாளர் ரோபினைத் தேடி வந்தார். அவர் பெயர், டாக்டர் பாரி மார்ஷல் (*Barry marshal*). அதுவரையிலான ரோபினின் கண்டுபிடிப்புகள், டாக்டர் பாரிக்கு ஆர்வத்தையும் உத்வேகத்தையும் ஏற்படுத்தின. ரோபினின் கண்டுபிடிப்பை அங்கீகரித்த பாரி, ரோபினின் ஆய்வுகளில் தானும் சேர்ந்துகொண்டார்.

மனிதனின் குடலில் பாக்டீரியாக்கள் வளர முடியும் என்று உறுதிப்படுத்திய அந்த நுண்ணுயிரி நான்தான்; ஹெலிகோபாக்டர் பைலோரி. நான்தான் அந்த வில்லன்! டாக்டர் ரோபின் கண்டுபிடித்த பாக்டீரியா.

என்னை அடிக்க வராதீர்கள், பாரி மார்ஷலைப் பற்றி இன்னும் கொஞ்சம் தெரிந்துகொள்ளுங்கள். ரோபினும் பாரியும் தொடர்ந்து செய்த ஆராய்ச்சிகளின் பயன் என்ன என்று நீங்கள் தெரிந்துகொள்ளவேண்டாமா?

பாரி மார்ஷல். மருத்துவ ஆராய்ச்சித் துறையின் வியப்புக்குரிய மனிதர். 1951ல் மேற்கு ஆஸ்திரேலியாவில் கல்கூர்லியில் (*Kalgoolie*) பிறந்தார். அவர் அம்மா, செவிலியாகப் (*Nurse*) பணிபுரிந்தார். அப்பா, பொருத்துநர் (*Fitter*). நடுத்தரக் குடும்பம். அந்தக் குடும்பம் 1958ல் பெர்த்துக்கு வந்தது. குழந்தைகளுக்கு நல்ல கல்வி கிடைக்கவேண்டும் என்பதற்காகத்தான் குடிபெயர்ந்து வந்தார்கள்.

சிறு வயதிலேயே பாரி, வாசிப்பதற்கான ஆர்வம் கொண்டிருந்தான். எந்தப் புத்தகத்தை வேண்டுமானாலும் படிப்பான். அப்பாவின் மோட்டார் எந்திர நுட்பம் குறித்த புத்தகங்களையும் அம்மாவின் செவிலியர் பணி பற்றிய புத்தகங்களையும் படித்தான். குழந்தைகள் கலைக்களஞ்சியத்தையும் படித்தான். அதில், ‘பையன்கள் செய்யக்கூடிய காரியங்கள்’ எனும் பகுதி அவனுக்கு மிகவும் பிடித்திருந்தது. பாரியும் அவன் உடன்பிறந்தவர்களும் அதில் சொல்லப்பட்ட நிறையப் பொருட்களைச் செய்துபார்த்தார்கள்.

பாரி மார்ஷல்

அப்பாவும் அம்மாவும் வேலைக்குப் போகும்போது சிறுவன் பாரிதான் தன் இரண்டு தம்பிகளையும் தங்கைகளையும் பார்த்துக்கொள்வான். அவர்களை மிகக் கண்டிப்புடன் நடத்துவான். ஆயினும் ஒருமுறை சிறிய தம்பி மரத்தில் ஏறி விழுந்து அவன் கை உடைந்துவிட்டது. இதனால் பாரிக்கு மிகவும் துயரம்.

பாரிக்குப் பன்னிரண்டு வயது. ஒருநாள் பாரியின் பாதுகாப்பில் பிள்ளைகளை விட்டுவிட்டு, அம்மா கடைக்குச் சென்றார். சற்று நேரத்துக்குப் பிறகு, பிறந்து பதினெட்டு மாதமே ஆன தங்கை மூச்சுத் திணறி இருமுகிறாள். என்ன ஆயிற்று? பாரிக்கும் மற்ற பிள்ளைகளுக்கும் ஒன்றும் புரியவில்லை. ஆயினும் பாரி உடனடியாக தொலைபேசியில் அவசர சேவைப் பிரிவுக்குத் தெரிவித்தான்.

பதினைந்து நிமிடங்களுக்குள் ஆம்புலன்ஸ் வந்தது. காத்திருந்த பதினைந்து நிமிடங்களில் பாரி, சின்னத் தங்கையின் வாயில், தன் வாயால் ஊதி அவளுக்கு செயற்கை சுவாசம்

கொடுத்துக்கொண்டிருந்தான். சுவாசம் நின்றவர்களுக்கு இப்படித்தான் செயற்கை சுவாசம் கொடுக்கவேண்டும் என்று, அவன் நீச்சல் பயிற்சிக்குச் சென்றபோது கற்றுக்கொண்டான். இங்கே தங்கை சுவாசிக்கிறாள், இது தேவையில்லை என்று பாரிக்குத் தெரியவில்லை. ஆனால் தங்கையின் வாயுடன் வாய் வைத்தபோது, அவன் மண்ணெண்ணெய் வாசனையை உணர்ந்தான். அவள் உள்ளே சென்றிருப்பது மண்ணெண்ணெய்தான். ஒரு பால்புட்டியில் பாதியளவு இருந்த மண்ணெண்ணையை அந்த ஒன்றரை வயதுச் சிறுமி குடித்துவிட்டாள்!

கடைசியில் தங்கை காப்பாற்றப்பட்டுவிட்டாள். சில நாட்களுக்குப் பிறகு ஒரு பத்திரிகை, இந்தச்சம்பவத்தை ஒரு செய்திக் கட்டுரையாக வெளியிட்டது. அவசர சேவைப் பிரிவை எப்படி அழைக்கவேண்டும், காலி பால் புட்டியில் ஊற்றிவைத்த மண்ணெண்ணெய் போன்றவற்றை, குழந்தைகளுக்கு எட்டும் இடத்தில் வைக்கக் கூடாது போன்ற விஷயங்கள் அந்தக் கட்டுரையில் இருந்தன. ஆனால் அதில் ஒரு விஷயம் குறிப்பிடப்படவில்லை, பாரிதான் கவனக்குறைவாக அந்தப் பால் புட்டியை அங்கே போட்டான் என்பது. அவன் அம்மா, பத்திரிகையாளர்களிடமிருந்து இந்த விஷயத்தை மறைத்துவிட்டார். பத்திரிகையில் செய்தி வந்த காரணத்தால், சின்னப் பையன் பாரி புகழ் பெற்றுவிட்டான்.

பல வருடங்களுக்குப் பிறகு 1984ல், அமெரிக்கப் பத்திரிகையான ஸ்டாரில் ஒரு கதை வந்தது. இதுதான் தலைப்பு: "கினிப் பன்றி டாக்டர்(Guinea pig: மருத்துவ ஆராய்ச்சிகளுக்குப் பயன்படுத்தப்படும் சீமைப் பெருச்சாளி. இந்த எலிகளை ஆய்வுக்கு உட்படுத்துவதுபோன்று இவர் தன்னையே ஆய்வுக்கு உட்படுத்திக்கொண்டார். அதனால்தான் கினிப்பன்றி டாக்டர் என்று குறிப்பிடப்பட்டார்) குடற்புண் வருவதற்கான காரணத்தையும் அதற்கான சிகிச்சையையும் கண்டுபிடித்துவிட்டார்!" அந்த கினிப்பன்றி டாக்டர் யார் தெரியுமா? தன் பன்னிரண்டாம் வயதில் தன் தங்கையை மரணத்திலிருந்து காப்பாற்றியதன் மூலம் பத்திரிகைகளில் இடம் பெற்று பிரபலமான சின்ன பாரிதான். பாரி மார்ஷல். நாம் இப்போது டாக்டர் பாரி மார்ஷலுடன் செல்வோம்.

பாரி மார்ஷல் 1975ல் மருத்துவப் பட்டம் பெற்றார். பலவித மருத்துவப் பிரிவுகளில் பயிற்சி பெறுவதற்காக அவர் 1979ல் ராயல்

பெர்த் மருத்துவமனைக்கு வந்தார். 1981 ஆம் ஆண்டின் நடுவில் வயிற்று நோய் தொடர்பான சிகிச்சைப் பிரிவில் பயிற்சி பெற ஆரம்பித்தார். அங்குதான் அவருக்கு டாக்டர் ரோபின் வாரனின் அறிமுகம் கிடைக்கிறது. முதல் சந்திப்பிலேயே ரோபின், தான் கண்டுபிடித்த பிரிகளுடைய பாக்டீரியாவின் படங்களை பாரிக்குக் காட்டினார். அமிலம் நிறைந்த வயிற்றில் வாழும் பாக்டீரியா ஒரு சுவாரஸ்யமான விஷயம்தான். டாக்டர் பாரிக்கு வயிற்று நோய் மருத்துவத்தில் பெரிய அனுபவம் இல்லை. அதனால் இந்த விஷயத்தில் மற்றவர்களுக்கு இருப்பதுபோன்ற முன் முரண்பாடு அவருக்கு இல்லை. அவர், ரோபினின் கண்டுபிடிப்பை நம்பினார். அது, ஒன்றிணைந்து ஆய்வு செய்வதற்கான தொடக்கமாக இருந்தது. அவர்கள் இருவரும், நிறைய நோயாளிகளிடமிருந்து எடுத்த பயோப்ஸி மாதிரிகளைப் பரிசோதித்தார்கள்; குடல்புண் நோயாளிகளிடம் ஹெச். பைலோரி எனும் நான் இருப்பதை அவர்கள் உறுதி செய்தார்கள்.

ஆனால் அவர்களின் ஆராய்ச்சி முடிவுகளை யாரும் ஏற்றுக்கொள்ளவில்லை. அமிலத்தில் பாக்டீரியாவால் உயிருடன் இருக்க முடியாது என்று மருத்துவ விஞ்ஞானிகள் உறுதி கொண்டிருந்தனர். எவ்வளவுதான் அறிவியல் முன்னேற்றமடைந்தாலும் பழைய விஷயங்களையே பிடித்துக்கொண்டு இருப்பவர்களும் உண்டுதானே, அதுபோலத்தான். ஆனால் அறிவியலுக்கு முடிவு மட்டும் போதாது, அதை நிரூபிக்கவும் வேண்டும். பாரி, ஆதாரங்களைக் காட்ட வேண்டும். ஆதாரங்களைப் பரிசீலித்துப்பார்த்துதான், மற்றவர்கள் அந்த முடிவை ஏற்றுக்கொள்வார்கள். ஆனால் இந்த விஷயத்தில் ஆதாரங்கள் காட்ட முடியவில்லை. ஏன் காட்ட முடியவில்லை?

நோயாளிகளின் பயோப்ஸியில் ஹெச். பைலோரி எனும் நான் இருக்கிறேன். ஆனால், எந்த ஆய்வுக்கூடத்திலும் என்னை வளர்க்க முடியாது. நோயாளிகளிடமிருந்து எடுத்த மாதிரிகளை வளர்ப்பதற்காக வைத்து, மறுநாள் பார்த்தால் பைலோரி இருக்காது. இந்த நேரத்தில் டாக்டர் பாரி நோயுயிர்முறி (Antibiotic) மருந்துகள் கொடுத்து, நோயாளிகளின் வயிற்றிலிருந்து என்னைத் துரத்தி நோயைக் குணமாக்கத் தொடங்கினார். 'குடல்புண்ணுக்குக் காரணம் ஹெச்.பைலோரி எனும் பாக்டீரியாதான். குறைந்த செலவில் நோயுயிர்முறி மருந்துகள் கொடுத்து இந்த நோயைக்

குணப்படுத்திவிடலாம்' எனும் முடிவையே பாரி முன்வைத்தார். இதை நிரூபிக்க, நோய் குணமடைந்தவர்களின் சாட்சி மட்டும் போதாது. அறிவியல்பூர்வமான ஆதாரம் வேண்டும்.

நோய் இல்லாத ஒரு பிராணியின் மீது பைலோரி பாக்டீரியாவைச் செலுத்திப் பரிசோதித்தால்தான், இந்த முடிவு சரி என்று நிரூபிக்க முடியும். இந்த மருத்துவ ஆராய்ச்சிக்கு கினிப்பன்றியோ பிற எலிகளோ போதாது. ஒரு மனிதன்தான் வேண்டும். பாரி முடிவு செய்தார். அவர் தேர்ந்தெடுத்த மனிதன் வேறு யாரும் அல்ல, அவரேதான்! ஒரு நோயாளியிடமிருந்து எடுக்கப்பட்ட பைலோரி பாக்டீரியாக்கள் நிறைந்த கலவை, ஆய்வுக் குடுவையில் இருந்தது. பாரி அதை எடுத்து ஒரே மடக்கில் குடித்துவிட்டார். இந்த விஷயத்தை அவர் தன் மனைவியிடம்கூட சொல்லவில்லை. இது நடந்தது 1981ல். சில நாட்களுக்குப் பிறகு அவர் நோயுற்றார். குமட்டல், வாந்தி, வயிற்று எரிச்சல், வலி...

உடலின் உட்புறத்தைக் காண உதவும் என்டோஸ்கோப்பி கருவியின் மூலம் பரிசோதித்ததில், அவருக்கு குடல்புண் நோய் வந்திருப்பது தெரிந்தது. அது மட்டுமல்ல, அவர் வயிற்றில் நானும் இருந்தேன், ஹெச். பைலோரி! நான், வயிற்றில் இருந்துகொண்டு குடல்புண் வருவதை வேடிக்கை பார்த்துக்கொண்டிருக்கும் ஒரு கூட்டாளி அல்ல. அந்தக் குடல்புண் வருவதற்குக் காரணமே நான்தான் என்று அப்போது நிரூபிக்கப்பட்டது. நோயுயிர்முறி மருந்து சாப்பிட்டால் நோய் குணமாகும் என்று, தான் வரவழைத்துக்கொண்ட நோய்க்குத் தானே மருந்து சாப்பிட்டுக் குணமடைந்தார் பாரி.

உண்மையில் குடல்புண் நோய்க்குக் காரணம், மனஇறுக்கமோ, மனஅழுத்தமோ அல்ல. ஹெச். பைலோரி எனும் பாக்டீரியாவான நான், குடல் சுவரின் வழவழப்பான மேற்படலத்தைத் தின்று அழிப்பதால்தான் குடல்புண் வருகிறது. மேற்படலம் இல்லாத பகுதியில் அமிலம் ஊடுருவி புண்ணாகிறது.

ரோபினும் பாரியும் ஆய்வுக்கூடத்தில் நடத்திய பயோப்ஸி பரிசோதனையில் 1982ல், ஹெச். பைலோரியாகிய என்னைக் கண்டுபிடித்தார்கள். அந்த வருடம் ஈஸ்டர் பண்டிகை விடுமுறைக்குப் பூட்டப்பட்ட ஆய்வுக்கூடத்தை, ஐந்து நாட்களுக்குப் பிறகுதான் திறந்தார்கள். அப்போது, வளர்வதற்காக வைத்திருந்த அந்த மாதிரிகளில் ஹெச். பைலோரியாகிய என்

காலனிகள் உருவாகியிருந்தன. ஆமாம், நான் வளர்வதற்கு எனக்கு இருபத்து நான்கு மணி நேரம் போதாது, மேலும் சில நாட்கள் தேவைப்படும்.

இவையெல்லாம் முடிந்து 1984ல்தான் ஸ்டார் பத்திரிகை செய்தி வெளியிட்டது. அதன் பிறகு உலகம் ரோபினையும் பாரியையும் அங்கீகரித்தது. பாரி மார்ஷல் கினிப்பன்றி டாக்டர் ஆன கதையைக் கேட்டீர்கள்தானே? இதைத்தான் விஞ்ஞானியின், மருத்துவரின் அர்ப்பணம் என்று சொல்கிறோம். 2005ல் டாக்டர் ரோபின் வாரனையும் டாக்டர் பாரி மார்ஷலையும் தேடி நோபல் பரிசு வந்ததற்குப் பின்னால் இவ்வளவு கதை இருக்கிறது! அவர்களின் கண்டுபிடிப்பு, குடல்புண் நோய்க்கான சிகிச்சையில் மிகப் பெரிய மாற்றத்தை ஏற்படுத்தியது. ●

40

ஐயா, என் குழந்தை...

சி. எம். முரளீதரன்

சித்திரம்: சதீஷ்

லூயி பாஸ்டரால் எந்த முடிவும் எடுக்க முடியவில்லை. அவர் தன் அறைக்குள் அங்கும் இங்கும் நடந்துகொண்டிருந்தார். அவர் அந்தப் பிரச்சினையைப் பற்றி பல கோணங்களில் யோசித்துக்கொண்டிருந்தார்.

'நான் அப்படிச் செய்தால்தான் என்ன? நான் அப்படிச் செய்தால், பையனின் உடலில் என்ன விளைவுகள் ஏற்படும்? எந்த முடிவுக்கும் வரமுடியவில்லையே...' என்று யோசித்து அவர் மனம் கலங்கினார். 'நான் எதுவும் செய்யாமல் இருந்தாலும் அவன் இறக்கத்தான் போகிறான். அந்தப் பையனின் உடல்நிலை இப்படி இருக்கும்போது, அவனது பயங்கரமான மரணத்தைத்தான் எதிர்பார்க்க முடியும். வேறு வழியில்லை.'

லூயி பாஸ்டரின் அறை மூலையில் ஒரு பையன் மிகவும் பயந்துபோய் அமர்ந்திருந்தான். ஒன்பது வயதுடைய அந்தப் பையனின் பெயர் ஜோஸப் மீஸ்டர். அவன் பக்கத்தில் நின்றுகொண்டிருக்கும் அவன் அம்மாவின் கண்களிலிருந்து கண்ணீர் பெருகிக்கொண்டிருக்கிறது.

லூயி பாஸ்டர் அந்தப் பையனையும் அம்மாவையும் சில நொடிகள் உற்றுப் பார்த்தார். சற்று முன்னால் நடந்த சம்பவங்களை நினைகூர்ந்தார்.

அவர் தன் அறைக்குள் அமந்து தன் ஆராய்ச்சிகளைக் குறித்து தீவிரமாகச் சிந்தித்துக்கொண்டிருந்தார். அப்போது யாரோ கதவைத் தட்டினார்கள். கதவைத் திறந்தால், அங்கே தியடர்வோன் பிரபு

நின்றிருந்தார். அவர் தன் குதிரை வண்டியைத் தெருவில் நிறுத்தியிருந்தார். அவருடன் சில பணியாளர்களும் இந்த அம்மாவும் பையனும் இருந்தார்கள். அம்மாவையும் பையனையும் எங்கோ பார்த்திருப்பதாக லூயி பாஸ்டருக்குத் தோன்றியது.

பிரபு மிகவும் பதற்றமாக நின்றிருந்தார். பிரபு வளர்த்துவந்த நாய் இந்தப்பையனைக்கடித்துக் குதறிவிட்டது. செல்லமாக வளர்த்துவந்த தன் நாய்க்கு எப்படி வெறிபிடித்தது என்று பிரபுவுக்குத் தெரியவில்லை.

பிரபு சொன்னார்: "இந்தப் பையனை நீங்கள்தான் எப்படியாவது காப்பாற்றவேண்டும், பாஸ்டர். வாழ்க்கையில் இந்த அம்மாவுக்கு இருக்கும் ஒரே நம்பிக்கை இந்தப் பையன்தான்."

பாஸ்டர், அதைத் தவிர்க்கப் பார்த்தார்: "நானும் என் நண்பர்களும் சேர்ந்து, வெறிநாய்க் கடிக்கான மருந்து தயாரித்தோம். ஆனால் அதை இதுவரை மனிதர்களுக்குப் பயன்படுத்தியதில்லை. முயல்களுக்குச் செலுத்தும்போதுதான் அது நன்றாகச் செயல்படுகிறது."

பிரபு அதை ஏற்றுக்கொள்ளவில்லை. அவர் பாஸ்டரை அணைத்துக்கொண்டு சொன்னார்: "இந்தப் பையனைக் காப்பாற்றுங்கள், பாஸ்டர். உங்களால் முடியும், உங்களால் மட்டும்தான் முடியும்..."

அப்போது அந்தப் பையனின் அம்மாவும் அழுது கெஞ்சினார்கள்: "ஐயா, என் மகனைக் காப்பாற்றுங்கள்!"

அந்தப் பையன், தன் சிறிய உடலில் அந்த வெறிநாய் பரிசளித்த பதினான்கு காயங்களுடன் நடுங்கிக்கொண்டு அமர்ந்திருந்தான். அந்தக் களங்கமற்ற சிறுவனை பாஸ்டர் மற்றொரு முறை திரும்பிப் பார்த்தார். அவர் யோசித்தார்: 'இந்தப் பையனுக்கு அந்த மருந்தைச் செலுத்தினால் அதனால் பயன் ஏற்படுமா என்று தெரியவில்லை. ஒரு விஷயம் உறுதி. நான் அவனுக்கு மருந்தைச் செலுத்தவில்லை என்றாலும் அவனை மரணம் கொண்டுபோய்விடும். வெறிநாய்க் கடியால் பாதிக்கப்பட்ட எத்தனையோ பேர் இதுவரை இறந்திருக்கிறார்கள். அல்லது, இந்த மருந்து மனிதர்களிடமும் நல்ல விளைவைத் தரக்கூடியதாக இருந்தால்... அப்படியென்றால் மருந்தை இந்தப் பையனிடம் பயன்படுத்திப் பார்ப்பதுதான் நல்லது.'

பாஸ்டர் ஒரு முடிவுக்கு வந்தபோது அவர் முகம் தெளிவடைந்தது. அவர் தன் உதவியாளரை அழைத்தார்.

"பௌஸி, நீ இன்று பள்ளிக்குப் போகவில்லையா? நான் உன்னை எவ்வளவு நேரமாக எழுப்புகிறேன்." போர்வையை இழுத்தபடி உம்மா பிடித்துக் குலுக்கினார். பௌஸியா கண்களைக் கசக்கிக்கொண்டாள். லூயி பாஸ்டர் எங்கே? ஜோசப் மீஸ்டர் எங்கே? அவன் அம்மா எங்கே? ஓ! இவ்வளவு நல்ல ஒரு கனவிலிருந்து உம்மா எழுப்பிவிட்டார்களே, அடடா!

தடுப்பூசிகளுக்கு எதிராக தன் நண்பர்கள் சொன்ன விஷயங்களை நேற்று இரவு அவள் தன் உம்மாவிடம் சொல்லிக்கொண்டிருந்தாள். அப்போது உம்மா, தடுப்பூசியின் முக்கியத்துவத்தைக் குறித்தும் அதனால் காப்பாற்றப்பட்ட லட்சக்கணக்கான உயிர்களைப் பற்றியும் நீண்ட நேரம் பேசினார். பேசிப் பேசி, லூயி பாஸ்டருக்கும் அவரது கண்டுபிடிப்புகளுக்கும் வந்துவிட்டார். அப்போது இரவு நீண்ட நேரம் ஆகிவிட்டது. மிச்சத்தைக் காலையில் பேசிக்கொள்வோம் என்று உம்மா பேச்சை நிறுத்தினார்.

லூயி பாஸ்டரின் புகைப்படம் ஒன்றை பௌஸியா பார்த்திருக்கிறாள். ஆனால் பாஸ்டர் மற்றும் பிரபுவின் உடை பாணிகளும் பிரான்ஸ் நாட்டுத் தெருக்களும் வீடுகளும் எப்படி கனவில் வந்தன என்று அவளுக்குத் தெரியவில்லை. அவள் படுக்கையிலிருந்து எழுந்தாள்.

லூயி பாஸ்டர்

லூயி பாஸ்டர்

பிரெஞ்சு விஞ்ஞானியான லூயி பாஸ்டர் பத்தொன்பதாம் நூற்றாண்டின் மிகப் பெரிய மேதை. *1822* – ல் பிறந்தார். உயிரியல் மற்றும் நுண்ணுயிரியல் *(Microbiology)* துறைகளில் ஆராய்ச்சிகள் செய்தார். நுண்ணுயிர்கள்தான் தொற்று நோய்களை ஏற்படுத்துகின்றன என்று முதன் முதலாகக் கண்டுபிடித்தார். வெறிநாய்க்கடி *(Rabies)*, பெரிய விஷப் புண் *(Anthrax)* ஆகியவற்றுக்கான தடுப்பு மருந்து கண்டுபிடித்தார். வெறிபிடித்த ஒரு நாயின் மூளையிலிருந்து பிரித்தெடுத்த ஒரு திரவத்தைத்தான் அவர் தடுப்பு மருந்தாகப் பயன்படுத்தினார். ‘ஃபெர்டினான்ட் கோன்’*(Ferdinand cohn)*, ‘ராபர்ட் கோச்’ *(Robert koch)* ஆகியோருடன் லூயி பாஸ்டரும் நுண்ணுயிரியலின் தந்தையாக அறியப்படுகிறார்.

41

ஆண் என்றும் பெண் என்றும் இனம் பிரித்த
நெட்டி ஸ்டீவன்ஸ்

(Nettie Maria Stevens)

டாக்டர் சங்கீதா சேன்னம்புள்ளி

மனிதரில் இருக்கும் மற்ற இனக்கீற்றுகளெல்லாம் *(Chromosomes)* எண்களால் குறிப்பிடப்படுகின்றன. ஆனால், ஆணா - பெண்ணா என்று பால் வேறுபாட்டை *(Gender definition)* முடிவு செய்யும் *X,Y* இனக்கீற்றுகளுக்கு மட்டும் இந்தப் பெயர் எப்படிக் கிடைத்தது? இதற்கான பதிலை நாம், மரபணுவியலில் *(Genetics)* பெரும் பங்காற்றிய விஞ்ஞானி நெட்டி மரியா ஸ்டீவன்ஸின் வாழ்க்கையிலிருந்துதான் பெற வேண்டும்.

அமெரிக்காவில் உள்ள வெர்மோன்ட் *(Vermont)* மாநிலத்தின் கேவன்டிஷ் *(Cavendish)* நகரில் *1861* ஆம் ஆண்டு ஜூலை *7* ல் நெட்டி ஸ்டீவன்ஸ் பிறந்தார். சிறுவயதிலிலேயே அவரது அம்மா இறந்துவிட்டார். ஆயினும் அவரது அப்பா, தன் மகள்களுக்கு நல்ல கல்வி கிடைக்க வேண்டும் என்பதில் கவனமாக இருந்தார்.

அந்தக் காலத்தில் பெண்களுக்கு, ஆசிரியை, செவிலியர் *(Nurse)*, அலுவலக உதவியாளர் முதலிய சில குறிப்பிட்ட வேலைகள்தான் கிடைத்தன. இல்லையென்றால், திருமணம் செய்துகொண்டு குடும்பத்தைக் கவனிப்பதுதான் வழி. ஆனால், இந்த வழக்கமான நடைமுறைகளுக்கு சவால்விட வேண்டுமென்பதுதான் நெட்டி ஸ்டீவன்ஸின் விருப்பம். *19* ஆம் வயதில் அவர் ஆசிரியை ஆனார். என்றாலும், அந்த வேலையிலிருந்து கிடைத்த பணத்தைக் கொண்டு தொடர்ந்து படிக்கவும் தான் மிகவும் விரும்பிய ஆய்வுத்துறையில் ஈடுபடவும் உறுதிகொண்டார்.

38 ஆம் வயதில் பட்டம் பெற்ற நெட்டி ஸ்டீவன்ஸ் பிறகாலத்தில் முக்கியமான கண்டுபிடிப்புகளுக்குக் காரணமானார். இதிலிருந்து

நெட்டி ஸ்டீவன்ஸ்

அவரது அறிவையும் ஆற்றலையும் நாம் தெரிந்துகொள்ளலாம். அவர் தன் பன்னிரண்டு வருட கால ஆராய்ச்சியின் விளைவாக, மரபணுவியலின் எதிர்கால முன்னேற்றங்களுக்கு அஸ்திவாரமிட்டார். அந்தக் காலம், மரபணுவியலில் தீவிரமான ஆராய்ச்சிகள் ஆரம்பமான காலம். நெட்டி ஸ்டீவன்ஸ், புகழ் பெற்ற மரபணுவியல் விஞ்ஞானி டி. எச். மோர்கனின் *(Thomas Hunt Morgen)* தலைமையில் முனைவர் பட்டத்துக்காக *(Ph.D.)* ஆய்வு செய்தார்.

முனைவர் பட்டம் பெற்ற பிறகு அமெரிக்காவின் வாஷிங்டன் மாநிலத்திலுள்ள கார்னெஜி இன்ஸ்டிட்யூட்டில், ‘மரபணு அமைப்புக்கும் பாலின வேறுபாட்டுக்கும் இடையில் உள்ள தொடர்பு என்ன’ என்பது பற்றி ஆய்வு செய்யத் தொடங்கினார். ‘பாலின வேறுபாட்டுக்குக் காரணமாக இருப்பது மரபணு அம்சங்கள் அல்ல, சுற்றுச்சூழல் அம்சங்கள்தான்’ என்றுதான் அந்தக் காலத்தில் கருதிவந்தார்கள். நெட்டி ஸ்டீவன்ஸ், பாலின உயிரணுக்களில் *(Sex cells)* தான் நடத்திய ஆய்வுகள் மூலம், பெண் ஆண் கருக்களின் பாலின வேறுபாட்டுக்கு காரணமாவது, இனக்கீற்று

அமைப்புதான் (Chromosome structure) என்று கண்டுபிடித்தார். அதன் காரணமாக, 'இனக்கீற்றுகள்தான், உயிரினங்களின் குணச்சிறப்புகள் அடுத்த தலைமுறைகளுக்குக் கைமாறுவதற்குக் காரணமாகின்றன' எனும் கொள்கைக்கு அடிப்படை அமைத்தது.

நெட்டி ஸ்டீவன்ஸ் தொடக்கத்தில் பூச்சிகளின் பாலின உயிரணுக்களில் ஆராய்ச்சி செய்தார். மரபணு அமைப்பில் உள்ள வித்தியாசம்தான் பாலின வித்தியாசத்துக்குக் காரணம் என்று முதன்முதலில் கண்டுபிடித்தது நெட்டி ஸ்டீவன்ஸ்தான். பூச்சிகளிடம் நடத்திய ஆராய்ச்சியில், ஒரு வகை சிறிய இனக்கீற்று அடங்கியிருக்கும் பாலின உயிரணுக்களிலிருந்து உருவாகும் உயிர் ஆணாகவும், பெரிய வகை இனக்கீற்று அடங்கியிருக்கும் உயிரணுக்களிலிருந்து உருவாகும் உயிர் பெண்ணாகவும் மாறுகிறது என்று கண்டுபிடித்தார். முன்பு 'ஹெர்மன் ஹெங்கிங்' (Hermann Paul August Otto Henking) எனும் உயிரணுவியல் (Cytology) ஆய்வாளர், தான் நடத்திய ஆராய்ச்சிகளில் பெரிய வகை இனக்கீற்றைக் கண்டுபிடித்தார்; அது இனங்காணப்படாதது எனும் பொருளில் அதற்கு X என்று பெயர் கொடுத்திருந்தார். ஹெங்கிங்கின் பாணியைப் பின்தொடர்ந்து, புதிதாகக் கண்டறியப்பட்ட இனக்கீற்றுக்கு பிற்காலத்தில் Y என்று பெயர் கொடுக்கப்பட்டது.

அந்தக் காலத்தில், X இனக்கீற்றுகள்தான் பாலின வேறுபாட்டுக்குக் காரணமாக இருக்கின்றன என்று நினைத்திருந்தார்கள். 'மக்க்லங்' (Mc Clung) எனும் விஞ்ஞானி இந்தக் கருத்தைச் சொல்லியிருந்தார். நெட்டி ஸ்டீவன்ஸ், Y இனக்கீற்று இருப்பதோ, இல்லாததோதான் பாலின வேறுபாட்டுக்குக் காரணம் என்று கண்டுபிடித்து, மக் க்லங்கின் கருத்தைத் திருத்தினார். Y இனக்கீற்று அடங்கிய உயிர் ஆணாகவும், Y இனக்கீற்று இல்லாத, X இனக்கீற்று மட்டும் உள்ளவை பெண்ணாகவும் மாறுகின்றன என்று, பல வித பூச்சி பிராணிகளிடம் நடத்திய ஆய்வின் மூலம் அவர் நிரூபித்தார்.

இதே காலத்தில் 'எட்ண்ட் வில்சன்' (Edmund Beecher Wilson) எனும் அறிவியலாளர், பாலின உயிரணுக்கள் குறித்து ஆராய்ச்சி செய்திருந்தார் எனினும் அந்த ஆராய்ச்சி ஆண் பாலின உயிரணுக்களை மட்டுமே மையமாகக் கொண்டிருந்தது.

பெண் எனும் ஒரே காரணத்தால் நெட்டி ஸ்டீவன்ஸ் புறக்கணிக்கப்பட்டார்; அவரது ஆராய்ச்சிகளும்

பொருட்படுத்தப்படவில்லை. பாலின வேறுபாடு தொடர்பான கண்டுபிடிப்பைச் செய்தவர் எட்மண்ட் வில்சன்தான் என்று பலர் நினைத்தார்கள். ஆனால், தன் கண்டுபிடிப்பைத் தானே புரிந்துகொள்வதற்குக்கூட எட்மண்ட் வில்சனுக்கு நெட்டி ஸ்டீவன்ஸின் ஆய்வு முடிவுகள்தான் உதவின. இந்த விஷயத்தை வில்சன் தன் நூலில் அடிக்குறிப்பாகப் பதிவுசெய்துமிருக்கிறார்.

பிற்காலத்தில் பழ ஈக்களின் மரபணுக்களை ஆராய்ந்து நோபல் பரிசு பெற்ற, நெட்டி ஸ்டீவன்ஸின் முனைவர் பட்ட ஆய்வின் கண்காணிப்பாளருமான டி. எச். மோர்கனின் கண்டுபிடிப்புகளும், பெரிய அளவில் நெட்டி ஸ்டீவன்ஸின் கருத்துகளுக்குக் கடமைப்பட்டிருக்கின்றன.

ஆனால், நெட்டி ஸ்டீவன்ஸுக்கு அவரது தகுதிகேற்ற மரியாதையோ அங்கீகாரமோ கிடைக்கவில்லை. எந்த ஒரு கருத்தரங்குக்கோ, கூட்டத்துக்கோ அவர் அழைக்கப்படவில்லை. அவர் ஆசைப்பட்ட முழு நேர ஆராய்ச்சியாளர் பதவி அவருக்கு ஒருபோதும் கிடைக்கவேயில்லை. அப்படி ஒரு பதவியை அவருக்காக ஏற்படுத்தியபோது, மீண்டு வர முடியாதபடி புற்று நோய் அவரை முடக்கியிருந்தது. பன்னிரண்டு வருடம் தான் செய்த ஆராய்ச்சியின் விளைவாக நெட்டி ஸ்டீவன்ஸ் ஏறத்தாழ நாற்பது ஆய்வுக் கட்டுரைகளைப் பிரசுரித்தார். மரபணுவியலுக்கு மிகவும் உயர்வான பங்களிப்புகளைச் செய்த அவர், ஐம்பதாம் வயதில் 1912 மே மாதம் 4 ஆம் தேதி மறைந்தார். ●

42

உருகிய சாக்கலேட்டின் மூலம் ஏற்பட்ட புரட்சி

கே.ஆர். ஜனார்த்தனன்

உங்கள் வீட்டுச் சமையலறையில் 'மைக்ரோவேவ் ஓவன்' *(Microwave oven)* எனும் நுண்ணலை அடுப்பு இருக்கலாம். இல்லையென்றால் நீங்கள் அதை எங்காவது பார்த்திருக்கலாம். தற்போது நவீன முறையில் அமைக்கப்படும் சமையலறைகளில் இந்த அடுப்பு தவிர்க்க முடியாத ஒரு சமையல் கருவியாக இருக்கிறது. தற்காலத்தில் மேலும் மேலும் இது சமையலறைகளில் இடம் பிடித்துக்கொண்டிருக்கிறது. மைக்ரோவேவ் ஓவன் கண்டுபிடித்தது, தற்செயலாகக் கண்டுபிடிப்பதற்கு ஒரு நல்ல உதாரணமாகும். விருப்பமூட்டும் பொருட்களை தற்செயலாகக் கண்டுபிடிப்பதற்கு ஆங்கிலத்தில் 'செரன்டிபிட்டி' *(Serendipity)* என்று சொல்வார்கள்.

உருகிய சாக்கலேட்

எந்த ஒரு குழந்தைக்கும் நடக்கும் ஒரு சாதாரண விஷயம்தான். பள்ளிக்கூடம் போகும் நெரத்தில் ஒரு பையனுக்கு சாக்கலேட் கிடைத்தது. ஒரு வாய் கடித்துத் தின்றான். மிச்சத்தை, பிறகு தின்னலாம் என்று நினைத்து காற்சட்டைப் பையில் வைத்தான். பள்ளிக்கூட வாசலில் நண்பர்களுடன் சற்று நேரம் வெயிலில் ஓடி விளையாடினான். பிறகு, பையில் வைத்த சாக்கலேட்டை எடுத்துத் தின்ன நினைக்கும்போது, அது முற்றிலும் உருகியிருந்தது. அதுமட்டுமல்ல, சாக்கலேட் உருகி அவன் சீருடை அசிங்கமாகிவிட்டது.

இதுதான் *1945*ல், பெர்ஸி ஸ்பென்சர் *(Percy spencer)* என்பவருக்கு நடந்தது. ஆனால் பெர்ஸி ஸ்பென்சர் பள்ளிச் சிறுவன் அல்ல. *51* வயதான அவர் அமெரிக்கப் பொறியாளர். *5000* தொழிலாளர்கள் வேலை செய்யும் ராணுவ வேலைத் திட்டம் *(Project)* ஒன்றின்

மைக்ரோவேவ் ஓவன்

தலைவர் அவர். அந்த வேலைத் திட்டம், மைக்ரோவேவ் ஓவன் அலைபரப்பிகளுடன் *(Transmitters)* தொடர்புடையதாக இருந்தது.

பெர்ஸி ஸ்பென்சர் தலைமையேற்றிருந்த வேலைத் திட்டத்தின் நோக்கம் என்ன? உயர்ந்த அதிர்வெண் *(Frequency)* கொண்ட மின்காந்த அலைகளை *(Radio waves)* உற்பத்தி செய்வதற்காக, 'காந்தமுடுக்கி' *(Magnetron)* எனும் கருவி தயாரிப்பதுதான்.

'கதிரலைக் கும்பா' *(Radar)* வடிவமைப்பதில் நிபுணரான பெர்ஸி ஸ்பென்சர், பிரிட்ரிஷ் தயாரிப்பான காந்தமுடுக்கியின் தயாரிப்பில் புரட்சிகரமான சில மாற்றங்களை ஏற்படுத்தினார். வெகுதூரத்தில் உள்ள நுட்பமான பொருட்களைக்கூட தெரிந்துகொள்ளும் விதமாக கதிரலைக் கும்பாக்களை வலிமைப்படுத்தும் காந்தமுடுக்கிகளை உற்பத்தி செய்ய, பெர்ஸி ஸ்பென்சர் நடத்திய அந்த வேலைத் திட்டத்தில் சாத்தியமானது. தவிர, போர் விமானங்கள் கொண்டு செல்வதற்கேற்ற வகையில் சிறிய அளவிலான அலைபரப்பிக் கருவிகளைத் *(Transmitter sets)* தயாரிப்பதிலும் ஸ்பென்சரின் குழு வெற்றியடைந்தது. 'ராதியோன்' *(Raytheon)* எனும் நிறுவனம்தான் இந்த வேலைத் திட்டத்துக்குப் பொறுப்பேற்றிருந்தது. மிக விரைவாக காந்தமுடுக்கி தயாரிப்பதற்காக, உற்பத்தி வேகத்தையும் அதிகப்படுத்தினார்கள்.

இரண்டாம் உலகப்போர் காலத்தில் ஆராய்ச்சி மற்றும் வளர்ச்சி செயல்பாடுகளில், கதிரலைக் கும்பாவின் திறனை மேம்படுத்தும் திட்டத்துக்குதான் அதிக முக்கியத்துவம் கொடுக்கப்பட்டது.

அணுகுண்டு தயாரிப்புக்கான மான்ஹாட்டன் வேலைத் திட்டத்திற்கு அடுத்த நிலையிலான முக்கியத்துவம், கதிரலைக் கும்பா மேம்பாட்டுத் திட்டத்துக்கு இருந்தது. அதனால், ஸ்பென்சர் தன் வேலையில் பெறும் வெற்றிகள் மிகவும் புகழப்பட்டன.

இப்போது தொழிலாளர்களின் ஆரோக்கியப் பாதுகாப்புக்கு முக்கியத்துவம் கொடுக்கப்படுகிறது அல்லவா, அந்தக் காலத்தில் அப்படி இல்லை. ஒருநாள் ஸ்பென்சர், தீவிரமாக இயங்கிக்கொண்டிருக்கும் ஒரு கதிரலைக் கும்பாவின் அருகில் நின்று ஒரு காந்தமுடுக்கியில் வேலை செய்துகொண்டிருந்தார். அப்போது, அவர் பையில் வைத்திருந்த சாக்கலேட் உருகியது. 'ஹெர்ஷெய்டு குட்பார்' எனும் புகழ் பெற்ற அந்த சாக்கலேட் உருகிப்போனதற்காக அவர் வருந்தினார். அவருடன் வேலை செய்தவர்கள், இந்த அனுபவம் முன்பு எங்களுக்கும் ஏற்பட்டிருக்கிறது என்று அவரிடம் சொன்னார்கள். அப்போதுதான், சாக்கலேட் ஏன் உருகியது என்று ஆராய வேண்டும் என்று அவருக்குத் தோன்றியது.

பாதுகாப்பு அற்ற நுண்ணலை அலைபரப்பியிலிருந்து *(Microwave transmitter)* வந்த அலைகளின் காரணத்தால்தான் தன் சாக்கலேட் உருகியிருக்க வேண்டும் என்று அவர் ஊகித்தார். ஆனால் இந்த நிகழ்ச்சி, நுண்ணலை சமையலின் முதல் சம்பவமாக வரலாற்றில் இடம் பெறும் என்று அப்போது அவருக்குத் தெரியவில்லை. தன் உடலில் சூடுபட்டு புண்ணாகாமல் இருந்ததே போதும் என்றுதான் அவர் திருப்தியடைந்தார்.

நுண்ணலைக் கதிர்கள் (Microwave rays) என்றால் என்ன?

ஒளிக் கதிர்கள்போல நுண்ணலைக் கதிர்களும், 'மின்காந்த நிறமாலை'யின் *(Electromagnetic spectrum)* ஒரு பகுதிதான். அகச்சிவப்புக் *(Infrared)* கதிர்களைவிட குறைந்த அதிர்வெண் கொண்ட (அலை நீளம் அதிகமான) மின்காந்த அலைகளைப் பொதுவாக 'ரேடியோ அலைகள்' என்று அழைக்கிறார்கள். இதில் 300 மெகாஹெர்ட்ஸ் *(Megahertz - 'Hertz'* என்பது அதிர்வெண்ணை அளவிடும் அலகு. இது உலக நடைமுறை அலகு ஆகும். மின்காந்தவியலில் குறிப்பிடத்தக்க பங்காற்றியவர் ஜெர்மன் இயற்பியலாளர் *Heinrich Rudolf Hertz*. இவரைப் போற்றும் விதமாக அதிர்வெண் அலகுக்கு இவரது பெயர் இடப்பட்டிருக்கிறது) முதல் 300 கிகாஹெர்ட்ஸ்வரையுள்ள அலைகள்தான் நுண்ணலை.

இவற்றின் அலை நீளம் 1 மில்லிமீட்டரிலிருந்து 1 மீட்டர்வரை. பார்வைக்குத் தெரியும் ஒளியைவிட (Visible light) நுண்ணலைகள் மிகவும் சக்தி குறைந்தவை. நுண்ணலை அடுப்பிலிருந்து வரும் அலைகளின் அலை நீளம் 12. 2 சென்டிமீட்டர்.

நுண்ணலை அடுப்பு

தன் சாக்கலேட்டை உருக்கி அசிங்கமாக்கிய அந்த விளைவை எப்படிப் பயன்படுத்தலாம் என்று ஸ்பென்சர் சிந்தித்தார். அந்த சிந்தனையிலிருந்து தோன்றியதுதான் நுண்ணலை அடுப்பு. அடுத்ததாக, காந்தமுடுக்கி நுண்ணலைகள் வெளியே செல்ல முடியாதபடி அவற்றை உட்கொள்ள முடிகிற ஒரு உலோகப் பெட்டி தயாரிக்கும் பணியில் ஈடுபட்டார் ஸ்பென்சர். இப்படிப்பட்ட ஒரு பெட்டியில் வைத்த உணவுப் பொருட்களின் உள்ளே, நுண்ணலைகளின் சக்தி துளைத்தேறுவதையும் உணவுப் பொருட்களின் மூலக்கூறுகளைத் தூண்டுவதையும் புரிந்துகொண்டார். அதன் மூலமாக உணவுப் பொருட்கள் வெப்பமூட்டப்படுவதையும் அவர் பார்த்தார். ஸ்பென்சரும் அவர் குழுவினரும் முதலில் இதில் சோளப்பொரி செய்ய முயற்சி செய்தார்கள். இது வெற்றியடைந்தது. பிறகு முட்டை அவிக்க முயன்றார்கள். ஆனால் முட்டை உடைந்துபோனது.

ராதியோன் நிறுவனம் வியாபாரம் செய்வதற்காக, ராடாரேஞ்ச் (Radarange) எனும் பெயரில் நுண்ணலை அடுப்பு தயாரித்தார்கள். முதலில் இதை உணவு விடுதி சமையலறைகளில் பரிசோதித்துப் பார்த்தார்கள். பிறகு 1947ல் மக்களுக்காக இந்த அடுப்பு சந்தைக்கு வந்துவிட்டது. இதன் அன்றைய விலை 5000 டாலர்! பணக்காரர்கள் மட்டும் வாங்கக்கூடிய விலை. அந்த அடுப்புக்கு இன்னொரு பிரச்சினையும் இருந்தது. ஆறு அடி உயரமிருந்த அந்த உலோகப் பெட்டி, பெரிய சமையலறைகளுக்கு மட்டுமே ஏற்றதாக இருந்தது. அளவுக்கு அதிகமாக வெப்பமாவதைத் தடுப்பதற்காக அடுப்பில் நீர் குளிர்விப்பான் (Water cooler) பொருத்தப்பட்டிருந்ததால் அடுப்பின் அளவு பெரிதானது.

மற்ற பல அதி நவீனக் கருவிகள் விஷயத்தில் நடந்ததைப்போலவே, தொழில்நுட்பத்தில் காலந்தோறும் ஏற்பட்ட முன்னேற்றங்கள், நுண்ணலை அடுப்புகளின் பருமனை கொஞ்சம் கொஞ்சமாகக் குறைத்துச் சிறிதாக்கின. அதன் விலையும் குறைந்து வந்தது. 1976 மத்தியில் அமெரிக்காவில் 10 லட்சம் நுண்ணலை

அடுப்புகள் விற்கப்பட்டன. 1996ல், நாட்டில் 90 சதவீத வீடுகளில் இந்த அடுப்புகள் இடம்பிடித்தன. அமெரிக்காவில் இந்த அடுப்புகள் பரவலானதுபோல, வளர்ச்சியடைந்த மற்ற நாடுகளிலும் பரவியது. இப்போது வளரும் நாடுகளிலும் இந்த அடுப்பின் மீதான ஆர்வம் அதிகரித்து வருகிறது.

நுண்ணலை அடுப்பின் செயல்பாடு

நுண்ணலைகளால் சூழப்பட்ட ஒரு மூலக்கூறைக் கற்பனை செய்துகொள்ளுங்கள். இந்த மூலக்கூறின் ஒரு முனை, மற்ற முனைக்கு மாறாக கொஞ்சம் நேர்மின்னோட்டம் *(Positive charge)* கொண்டதாக இருக்கிறது என்று வைத்துக்கொள்வோம் (போலார் மூலக்கூறு – *Polar molecule:* அதாவது பாசிட்டிவ் மற்றும் நெகட்டிவ் ஆகிய இரு துருவங்களும் கொண்ட மூலக்கூறு). இப்போது இந்த மூலக்கூறு, நுண்ணலையின் மின்புலத்துடன் *(Electric field)* அணிசேர முயற்சிக்கும். மின்புலம் மேலும் கீழுமாக செல்வதால் மூலக்கூறும் அதனுடன் சேர்ந்தாட முயலும். அதனால் நுண்ணலையினுடைய சக்தியின் ஒரு பகுதி மூலக்கூறுக்கு மாற்றப்படும். தவிர, மூலக்கூறு சாய்ந்தாடிக்கொண்டிருக்கும்போது அது மற்ற மூலக்கூறுகளுடன் மோதும். அப்போது முதல் மூலக்கூறு, தான் புதிதாகப் பெற்ற சக்தியின் கொஞ்சம் பகுதியை மற்ற மூலக்கூறுகளுக்குப் பகிர்ந்தளிக்கும். இப்படிப்பட்ட சக்தி மாற்றம், மின்கடத்தா வெப்பம் *(Dielectric heating)* என்று அறியப்படுகிறது.

நம் கற்பனை மூலக்கூறு ஒரு நீர்மூலக்கூறாக *(H2O)* இருக்கிறது என்று வைத்துக்கொள்ளலாம். சூப்பிலும் காய்கறிகளிலும் நீர்மூலக்கூறுகள் இருக்கும்தானே? நீர்மூலக்கூறில் இருக்கும் ஹைட்ரஜன் அணுக்களுக்கு கொஞ்சம் நேர்மின்னோட்டமும் ஆக்ஸிஜன் அணுக்களுக்கு கொஞ்சம் எதிர்மின்னோட்டமும் உண்டு. இது ஒரு போலார் மூலக்கூறாகிறது. அதனால், நுண்ணலைகளுடன் மேலும் கீழும் ஓடியாடிக்கொண்டிருப்பது மூலக்கூறுகளுக்கு மிகவும் பிடிக்கும். இந்த நடனத்தின் இடையில் நுண்ணலையிலிருந்து சக்தியை எடுத்து சூப்பில், அல்லது காய்கறிகளின் மற்ற நீர்மூலக்கூறுகளுக்குப் பகிர்ந்தளிக்கிறது. இந்த செயல்பாட்டின் மூலம் சூப் வெப்பமாகிறது. நீர்மூலக்கூறுகளுக்கு மட்டுமல்ல, சர்க்கரையின், கொழுப்புகளின் மூலக்கூறுகளாலும் இப்படி நுண்ணலைகளுடன் சேர்ந்து குழுநடனம் ஆட முடியும். சமமற்ற மின்னோட்டமுள்ள மூலக்கூறுகளெல்லாம் நுண்ணலை அடுப்பில்

சூடாகும். களிமண் தட்டுகளும், கண்ணாடிப் பாத்திரங்கள் முதலியவையும்.

ஆனால், பனிக்கட்டியில் உள்ள மூலக்கூறுகள் சுதந்திரமாக அசையும் திறனற்றவை. எனவே, அவற்றால் நுண்ணலை அடுப்பினுள்ளே நடக்கும் நடனத்தில் கலந்துகொள்ள முடியாது. நுண்ணலைகள் உணவுப் பொருளின் உள்ளே அதிகம் கடந்து செல்வதில்லை. 2 சென்டிமீட்டர் இல்லையென்றால் ¾ அங்குலம் ஊடுருவி, அங்கிருந்துதான் சூடுபடுத்தும் செயலைத் தொடங்குகின்றன. உணவுப் பொருளை நுண்ணலை அடுப்பில் வைத்தவுடன் அவை சூடாகத் தொடங்கும். உலோகத்தின் மேற்பரப்பில் பட்டு நுண்ணலைகள் பிரதிபலிப்பதால், மேற்பரப்பு சூடாவதில்லை. உலோகப் பாத்திரத்தில் வைத்த உணவுப் பொருட்களுக்குள் நுண்ணலைகள் கடப்பதில்லை.

கடந்து வந்த 75 வருடம்

பெர்ஸி ஸ்பென்சரின் காற்சட்டைப் பையில் இருந்த சாக்கலேட் உருகி ஏறத்தாழ 75 வருடமாகிறது. இந்தக் கால இடைவெளியில் நுண்ணலை அடுப்புகள் கோடிக்கணக்கான சமையலறைகளுக்குள் சென்றுவிட்டன. சாக்கலேட் உருகியது சாதாரண விஷயமாக இருந்தாலும், அது மிகப் பெரிய சமையலறைப் புரட்சியை ஏற்படுத்திவிட்டது. ●

43

செல்வியின் அச்சம்

குமார் எஸ்

சித்திரம்: சதீஷ்

அக்காவின் திருமணத்துக்குத் தேவையான பொருட்கள் வாங்குவதற்காக குடும்பத்துடன் அந்தப் பேரங்காடிக்கு *(Shopping mall)* வந்திருந்தாள் சிறுமி செல்வி.

அம்மாவும் அக்காவும் பொருட்களைப் பார்த்துக்கொண்டிருந்தார்கள். அப்போது செல்வி, அப்பாவிடம் சொன்னாள்: "நாம் இந்த இடத்தைக் கொஞ்சம் சுற்றிப் பார்ப்போம், அப்பா."

அது, ஆறு மாடியுள்ள பேரங்காடி. இப்படிப்பட்ட பேரங்காடிகள் நகரத்தில் இப்போது நிறைய வந்திருக்கின்றன.

"அப்பா, இங்கே சிறுவர் நூல்கள் விற்கும் கடை ஒன்று இருக்கிறது. நாம் அங்கே செல்வோம்."

"அப்படியே செய்வோம் செல்வி. வா, நாம் மின்தூக்கியில் *(Lift)* போகலாம். புத்தகக் கடை நான்காம் மாடியில் இருக்கிறது."

"ஐயோ, வேண்டாம், அப்பா. மின்தூக்கியில் ஏறுவதற்கு எனக்குப் பயமாக இருக்கிறது. நாம் படிக்கட்டில் ஏறிச் செல்வோம்."

"படிகளில் ஏறிச் செல்வதுதான் உடம்புக்கு நல்லது. ஆனால், நீ மின்தூக்கியைப் பார்த்துப் பயப்படக் கூடாது அல்லவா. அதனால் நாம் இந்த முறை மின்தூக்கியில் போகலாம்" என்று சொல்லி அப்பா மின்தூக்கியை நோக்கி நடந்தார்.

"அடடா, இது ஒரு அருமையான எந்திரமாக இருக்கிறதே, அப்பா!" என்று வியந்தாள் செல்வி.

"ஆமாம், ஆமாம். லிஃப்ட் அல்லது எலிவேட்டர் கண்டுபிடிக்கப்படவில்லை என்றால் ஐம்பது அறுபது மாடிகள்

உள்ள கட்டடங்களின் உச்சிக்குச் செல்ல எவ்வளவு சிரமமாக இருக்கும்!"

"இந்த எலிவேட்டரைக் கண்டுபிடித்தது யார், அப்பா? லிஃப்ட்டும் எலிவேட்டரும் ஒன்றுதானா?"

செல்வியின் ஆர்வம் அதிகரித்தது.

"மின்தூக்கியை அமெரிக்காவில் எலிவேட்டர் என்று குறிப்பிடுகிறார்கள், பிரிட்டனில் லிஃப்ட் என்று குறிப்பிடுகிறார்கள்.

இதைத் தவிர வேறு வித்தியாசம் இல்லை. 1743ல், பிரிட்டனில் லூயிஸ் ராஜாவுக்காக முதன் முதலாக ஒரு எலிவேட்டர் தயாரிக்கப்பட்டது. ஆனால், நாம் இன்று காணும் எலிவேட்டருக்கும் அதற்கும் பெரிய ஒற்றுமை ஏதுமில்லை. அதுமட்டுமல்ல, அது அவ்வளவு பாதுகாப்பான எலிவேட்டரும் அல்ல. மேலே ஏறும்போதோ இறங்கும்போதோ எலிவேட்டரின் கம்பி வடம் (Cable) அறுந்தால் அப்படியே கீழே விழுந்து உடைந்துவிடும்."

செல்வியின் கண்களில் அச்சம் நிறைந்தது.

"ஹா... ஹா...! நீ பயப்படாதே. இப்போது அப்படிப்பட்ட பிரச்சினைகள் ஏதுமில்லை. அதன் கதையை இந்த மின்தூக்கியின் உள்ளேயே சொல்கிறேன், வா."

கதை கேட்கும் சுவாரஸ்யத்தில் அவள் அப்பாவுடன் மின்தூக்கியில் ஏறினாள்.

"கம்பி வடம் அறுந்து மின்தூக்கி விபத்துக்குள்ளாவதைத் தடுப்பதற்காக, நியூயார்க்கைச் சேர்ந்த 'எலிஷா கிரேவ்ஸ் ஓட்டிஸ்' (Elisha Graves otis) 1852ல் தண்டவாளத்தை (Rail) உருவாக்கினார். இரும்புப் பற்கள் பொருத்தப்பட்ட இந்த பக்கவாட்டுத் தண்டவாளங்களினூடே எலிவேட்டரைத் தூக்கவும் இறக்கவும் முடியும். இடையில் எந்தக் காரணத்திலாவது கம்பி வடம் அறுந்தால், உடனே தண்டவாளங்களிலுள்ள பற்கள் நிமிர்ந்து எலிவேட்டரைத் தாங்கி நிறுத்தக்கூடிய வகையில் அமைந்திருந்தன. ஓட்டிஸ் இதை, 'பாதுகாப்பான பாரந்தூக்கி' (Safety hoist) என்று குறிப்பிட்டார். இன்றும் மின்தூக்கிகளில் பயன்படுத்துவது இதற்குச் சமமான ஒரு அமைப்புதான்."

"அப்பாடி, நான் தப்பித்தேன்!" செல்வி நிம்மதியடைந்தாள்.

"ஆனால், பிரச்சினை அத்துடன் முடியவில்லை. அந்தக் காலத்து மக்களெல்லாம், இன்று நீ மின்தூக்கியில் ஏறுவதற்குப் பயப்படுவதுபோல பயப்பட்டார்கள். இந்தப் புதிய எலிவேட்டர், மனிதர்கள் பயன்படுத்துவதற்குப் பாதுகாப்பானது என்று ஓட்டிஸ் உறுதியளித்தாலும் மக்கள் அதை நம்பவில்லை. இதனால் அவர் 1854ல் நியூயார்க் கிரிஸ்டல் பாலஸில், மக்கள் முன்னால் தன் எலிவேட்டரை இயக்கிக்காட்ட முடிவு செய்தார். மக்கள் கூட்டம் நின்று பார்த்துக்கொண்டிருக்கும்போது ஓட்டிஸ் தான் கண்டுபிடித்த எலிவேட்டரில் ஏறினார். பிறகு அதைக் கீழே இறக்கும்படிச்

சொன்னார். எலிவேட்டர் மெதுவாக கட்டடத்தின் மேலிருந்து கீழே இறங்கி வரத் தொடங்கியது. பாதி உயரத்துக்கு வந்தபோது எலிவேட்டரில் பிணைத்திருந்த கம்பி வடங்களை வெட்டி அறுத்துவிடும்படிச் சொன்னார். இதைக் கேட்டதும், பார்வையாளர்களில் பலர் கண்களை மூடிக்கொண்டார்கள். எலிவேட்டர் நேராகக் கீழே விழுந்து உடைந்து ஓட்டிஸ் இறந்துவிடுவாரோ என்று அவர்கள் அனைவரும் நினைத்தார்கள். ஆனால், கம்பி வடங்களை அறுத்துவிட்டபோது எலிவேட்டர் பக்கவாட்டில் பொருத்தப்பட்டிருந்த தண்டவாளங்களில் தங்கி நின்றது. இதைப் பார்த்து அனைவரும் வியந்தார்கள்."

"இதோ, நாம் இறங்க வேண்டிய மாடி வந்துவிட்டது, அப்பா."

"உன் அச்சம் போய்விட்டதா?"

"ஆமாம், அப்பா. நான் ஓட்டிஸை நம்புகிறேன்."

செல்வி புத்தகக் கடையை நோக்கி நடந்தாள். •

44

கடல் குப்பைகள்

கதிரவன்

1956ல் நடந்தது இது. ஒரு குழுவினர் அலாஸ்கா கடல் வழியே கப்பலில் பயணம் செய்துகொண்டிருந்தார்கள். ஆழ் கடலுக்குச் சென்ற அவர்கள், கொண்டு வந்திருந்த கொஞ்சம் நெகிழிப் *(Plastic)* புட்டிகளை எடுத்துக் கடலில் எறிந்தார்கள். அவை, முகவரி எழுதி எண்கள் இடப்பட்ட காலிப் புட்டிகள். அந்தப் புட்டிகள் தண்ணீரில் மிதந்து செல்வதை அவர்கள் ஆர்வத்துடன் பார்த்துக்கொண்டிருந்தார்கள். யார் அவர்கள்? கடலியலாளர் *(Oceanographer)* குர்டிஸ் எப்பஸ்மேயரும் *(Curtis Ebbesmear)* அவரது குழுவினரும்தான்.

அவர்கள் எதற்காக கடலுக்குள் காலி நெகிழிப் புட்டிகளை எறிந்தார்கள்? இந்தப் புட்டிகள் எத்தனை நாட்களில், எந்தெந்த வழிகளிலெல்லாம் பயணித்து, எங்கெல்லாம் சென்றடைகின்றன என்று கண்டுபிடிப்பதற்காக! இந்த விஷயங்களைக் கண்டுபிடித்தால், கடல் நீரில் பொருட்கள் எப்படி மிதந்து செல்கின்றன என்று தெரிந்துகொள்ளலாம். அவ்வாறு ஆழ்கடல், கரையோரக் கடல், அலைகள், சுழல்கள், நீரோட்டங்கள் ஆகியவற்றைப் பற்றியெல்லாம் புரிந்துகொள்ளலாம்.

சில மாதங்களுக்குப் பிறகு பல நாடுகளிலிருந்து குர்டிஸுக்கு கடிதங்கள் வரத் தொடங்கின. புட்டிகளைக் கண்டெடுத்தவர்கள், அவை கிடைத்த இடங்களின் பெயர்களை எழுதி அனுப்பிய கடிதங்கள். அந்தக் கடிதங்களில் காணப்பட்ட விவரங்களை வைத்து அவர் உடனே விரிவான ஆராய்ச்சியைத் தொடங்கினார்.

குர்டிஸின் இந்த புட்டிப் பரிசோதனை *(Bottle Experiment)*, புதியதொரு அறிவியல் துறைக்கே தொடக்கமாக அமைந்தது. அதுதான் ‘ஃப்ளோட்ஸம் சயின்ஸ்’ *(Flotsam Science)*. கடலில்

மிதந்துகொண்டிருக்கும் பொருட்களின் பெயர்தான், ஃப்ளோட்ஸம். அந்தப் பொருட்களைப் பற்றி ஆராய்வதுதான் ஃப்ளோட்ஸம் சயின்ஸ்.

கடலில் செல்லும் கப்பலோ, திமிங்கிலமோ, மற்ற மீன்களோ ஃப்ளோட்ஸம் அல்ல. கடலில் மிதந்து செல்லும் பயனற்ற பொருட்களைத்தான் ப்ஃப்ளோட்ஸம் என்று குறிப்பிடுகிறார்கள். அப்படியென்றால் ஃப்ளோட்ஸம் சயின்ஸை தமிழில் எப்படிச் சொல்லலாம்? ‘கடற்குப்பை அறிவியல்’ என்று சொல்லலாம்.

‘குப்பை’ எனும் வார்த்தையைக் கேட்கும்போதே சிலர் முகம் சுளிப்பார்கள். அப்படிப்பட்ட பொருட்களைத்தானே குப்பைகள் என்று சொல்கிறோம். ஆனால் கடற்குப்பைகளில் பெரும்பாலானவை, சுத்தமும் நல்ல நிறமும் கொண்ட அழகான பொருட்கள்தான். அழகான விளையாட்டுப் பொருட்கள், சிலைகள், உடைகள், கலைப் பொருட்கள்... அப்படி எண்ணற்ற பொருட்கள் கடலில் மிதந்துகொண்டிருக்கின்றன. இவையெல்லாம், வீசியெறியப்பட்ட பொருட்களாகத்தான் இருக்கவேண்டும் என்பது இல்லை. இப்படிப்பட்ட பொருட்களை ஏற்றிச் செல்லும் சரக்குக் கப்பல்கள் சில நேரங்களில் வழியில் உடைந்து மூழ்குவது உண்டு. அதுபோன்ற கப்பல்களிலிருந்து சிதறும் அழகான பொருட்களும் ‘மிதக்கும் குப்பை’தான்.

*1992*ல் சீனாவிலிருந்து சியாட்டிலுக்குப் (அமெரிக்காவின் வாஷிங்டன் மாநிலத்தில் உள்ள ஒரு நகரம்) புறப்பட்ட ஒரு பெரிய சரக்குக் கப்பல் புயலில் சிக்கி பசிபிக் கடலில் உடைந்து மூழ்கியது. அந்தக் கப்பலிலிருந்து ஆயிரக்கணக்கான பொம்மைகள் கடலில்

சிதறின. நெகிழியால் செய்யப்பட்ட ஆமைகள், தவளைகள், வாத்துகள் எல்லாம் கடலில் மிதந்தன. ஒவ்வொரு வருடமும் சிறிதும் பெரிதுமான ஏறத்தாழ பத்தாயிரம் சரக்குக் கப்பல்கள் இப்படி கடலில் கவிழ்கின்றன என்று கணக்கிட்டிருக்கிறார்கள். இதைத் தவிர, பயணிகளும் கடற்கரையோரம் வசிக்கும் மக்களும் வீசியெறியும் உண்மையான குப்பைகள், தொழிற்சாலைகள் வெளியேற்றும் குப்பைகள் எல்லாம் கடலில் உண்டு! அப்படியென்றால், கடலில் எத்தனை கோடி டன் குப்பைகள் இருக்கும்? யோசித்துப் பார்க்கவே முடியாது!

கடற்குப்பைகள் இப்போது மிகப் பெரிய சுற்றுச்சூழல் பிரச்சினையாக மாறியிருக்கின்றன. நெகிழி, ரப்பர் ஆகியவை வெகுகாலம் மக்காமல் கிடந்து மண்ணை மாசுபடுத்துவதைப் பற்றி நீங்கள் அறிந்திருப்பீர்கள். கடல் நீரில் சேரும் குப்பைகளும் பெரிய பிரச்சினைதான். பளபளப்பான நிறத்துடன் இருக்கும் பொருட்களை உணவு என்று நினைத்து கடல் பிராணிகள் தின்றுவிடும். பிறகு என்ன ஆகும்? அந்தப் பிராணிகள் செத்துப்போகும். ஆல்பட்ரோஸ் *(Albatross)* எனும் கடற்பறவைகளும் டால்பின்களும் இந்த வகையில் பெரிதும் அழிகின்றன.

கடற்குப்பைகள் மிதந்து செல்வதைப் பற்றி ஆராய்வதற்காக கடலியலாளர்கள் உருவாக்கிய ஒரு வழிதான் 'மிதக்கும் அட்டை' *(Drift Card)* தொழில்நுட்பம். அமெரிக்காவில் உள்ள 'கடலியல் மற்றும் வளிமண்டல நிர்வாகம்' *(United states national Oceanic and Atmospheric Administration (NOAA))* எனும் அமைப்பின் தலைமையில் ஃப்ளோட்ஸம் ஆய்வுகள் நடக்கின்றன. காலி நெகிழிப் புட்டிகளைக் கடலில் மிதக்க விடுவதுபோலத்தான் இந்த அட்டைகளைக் கடலில் விடுவதும். கடலியல் ஆய்வாளர்களின், அல்லது அமைப்பின் பெயரும் முகவரியும் உள்ள ஒரு அட்டையை நடுக்கடலில் இடுவார்கள். அதைக் கண்டெடுப்பவர்கள் தரும் விவரங்களின் அடிப்படையில் ஃப்ளோட்ஸம் ஆய்வுகள் நடக்கும். கணிப்பொறியைப் பயன்படுத்தி நடக்கும் இந்த ஆய்வுக்கு, காலி நெகிழிப் புட்டிகளைவிட அட்டைகள்தான் ஏற்றவையாக இருக்கின்றன. முன்பு நெகிழி அட்டைகளைப் பயன்படுத்தினார்கள். ஆனால் இப்போது, தண்ணீரில் கரையாத, ஆனால் மண்ணில் கரையக்கூடிய ஒரு வித அட்டைகளைப் பயன்படுத்துகிறார்கள்.

கடற்குப்பைகள் நீண்ட காலம் கடலில் மிதந்து பயணிக்கக்கூடியவை. இவை பல கடல்களில் லட்சக்கணக்கான கிலோமீட்டர்கடந்து பல வருடங்களுக்குப் பிறகு கரைசேரும். 2000, ஜனவரியில் தெற்கு பசிபிக் கடலில் கவிழ்ந்த ஒரு கப்பலிலிருந்த செருப்புகளில் சில, நெடுந்தொலைவில் உள்ள கோடியாக் தீவில் 2005ல் கரைசேர்ந்தன. அலாஸ்காகடலில் குர்டிஸ், 1956ல் வீசியெறிந்த புட்டிகளில் ஒன்று 16 வருடங்களுக்குப் பிறகு கரைசேர்ந்தது.

●

45

நீங்கள் யாரைப்போன்று வரையவேண்டும்?

ஓவியங்களுடன் குழந்தைகளுக்கு உள்ள நெருக்கம் பெரியவர்களுக்கு இல்லை. வகுப்பில் உங்கள் ஆசிரியர் கதைகள் சொல்லும்போதும், மற்றவர்களின் பேச்சைக் கேட்கும்போதும் உங்கள் மனதில் அந்தச் சம்பவங்கள் அப்படியே படம்போலத் தோன்றும்தானே? இப்படி மனதில் சித்திரங்கள்போன்று காட்சிகளைக் காணும் கற்பனை உள்ளவர்கள்தான் பிற்காலத்தில் பெரிய ஓவியர்களாகவும் சிற்பிகளாகவும் கவிஞர்களாகவும் எழுத்தாளர்களாகவும் மாறுகிறார்கள். மனிதனை மேம்படச் செய்வது, அவன் மனதில் காணும் சிறந்த கற்பனையும் உயர்ந்த கனவுகளும்தான்.

ஓவியங்களைப் பார்த்துப் புரிந்துகொள்வதில் பெரியவர்களைவிட குழந்தைகள் திறமை பெற்றவர்கள். இதற்கு உதாரணமாக ஒரு கதை சொல்லலாம். உலகப் புகழ் பெற்ற ஓவியர் பிக்காஸோ, ஒருமுறை ஒரு வியாபாரியின் உருவத்தை வரைந்தார். அந்த வியாபாரியின் பெயர் போலார். பிக்காஸோ அந்த ஓவியத்தை, 'கியூபிசம்' எனப்படும் ஒரு பிரத்தியேக பாணியில் வரைந்தார். அந்தப் பாணியில் வரையப்பட்ட ஓவியத்தைப் பார்த்தால், அந்த ஓவியம் எதைக் குறிக்கிறது என்று புரிந்துகொள்வது கஷ்டம். பிக்காஸோ வரைந்த அந்த ஓவியம், போலாரின் கடையில் வைக்கப்பட்டிருந்தது. கடைக்கு வரும் பலர் போலாரிடம் கேட்பார்கள்: "ஐயா, அந்தப் படத்தில் இருப்பது என்ன?"

எது குறித்து அந்தப் படம் வரையப்பட்டிருக்கிறது என்று யாருக்கும் தெரியவில்லை. அப்படியிருக்கும்போது ஒரு நாள், நான்கு வயதான ஒரு சிறுமி தன் தாய் தந்தையுடன் அந்தக் கடைக்கு வந்தாள். அந்த ஓவியத்தை தன் அப்பாவிடம் சுட்டிக்காட்டிக்கொண்டு அவள் சொன்னாள்: "அதோ பாருங்கள், அப்பா. அது போலாரின் ஓவியம்!"

பெரியவர்களால்கூட புரிந்துகொள்ள முடியாத அந்த ஓவியத்தை ஒரு சிறுமி மிகச்சுலபமாகப் புரிந்துகொண்டாள். இது உண்மையில் நடந்த கதை.

ஓவியம் வரைவதில் உங்களில் நிறையப் பேர் ஆர்வம் கொண்டிருக்கலாம். அப்படிப்பட்டவர்களிடம் ஒரு கேள்வி இருக்கும், "நான் யாரைப்போன்று வரையவேண்டும்?"

நீங்கள் யாரைப்போலவும் ஓவியம் வரைய வேண்டாம். நீங்கள் ஒவ்வொருவரும் உங்களைப்போல வரைந்தால் போதும். உங்கள் மனதில் என்ன தோன்றுகிறதோ அதன்படி வரையுங்கள். உங்களுக்குப் பிடித்த நிறங்களைப் பயன்படுத்துங்கள். அதனால் எந்தப் பிரச்சினையும் இல்லை. நீங்கள் வரைந்த ஓவியங்கள் மற்றவர்களுக்குப் பிடித்திருக்கிறதா இல்லையா என்றுகூட நீங்கள் கவலைப்படவேண்டாம். நீங்கள் வரைந்த ஓவியங்கள் உங்களுக்குப் பிடித்திருக்கின்றனவா? அதுதான் முக்கியம்.

1946 - ல் பிரிட்டனிலும் பிரான்சிலும் குழந்தைகள் வரைந்த ஓவியங்களின் காட்சியை திறந்து வைப்பதற்கு பிக்காஸோவை அழைத்தார்கள். ஓவியக்காட்சியில் இடம்பெற்றிருந்த, குழந்தைகள் வரைந்த ஓவியங்கள் பிக்காஸோவுக்கு மிகவும் பிடித்திருந்தன.

அப்போது அவர் சொன்னார்: "இந்தக் குழந்தைகள் வயதில் நான் இருந்தபோது ரபேலைப்போல (பிக்காஸோவுக்கு முந்தைய காலத்தில் வாழ்ந்த புகழ் பெற்ற ஓவியர்தான் ரபேல்) வரைந்து பழகினேன். பிறகு நான் குழந்தைகளைப்போல வரைவதற்கு மேலும் பத்து வருடங்கள் தேவைப்பட்டன."

பிக்காஸோவின் குழந்தைப் பருவத்தில் பெரியவர்கள் அவரிடம், "நீ ரபேலைப்போல வரைந்து பழகு!" என்று சொன்னார்கள். அதனால்தான் பிக்காஸோவும் ரபேலைப்போல வரைந்து பழகினார். பிற்பாடுதான் பிக்காஸோவுக்கு, 'ஐயோ! தவறு நடந்துவிட்டதே! நான் இப்படி வரையக்கூடாதே! நான் குழந்தைகளைப்போல அல்லவா வரையவேண்டும்!' என்று தோன்றியது. அப்போது, குழந்தைகளைப்போல வரைவதற்கு பிக்காஸோ மறந்துவிட்டிருந்தார். அதனால் அவர் மீண்டும் குழந்தைகளைப்போல வரையக் கற்றுக்கொள்ளவேண்டியிருந்தது. அதற்குப் பத்து வருடங்கள் தேவைப்பட்டன.

அந்தக் காலத்தில் கேரளத்துப் பள்ளிக்கூடங்களில், ஓவியம் வரைவதில் ஆர்வமுள்ள பல குழந்தைகள் படித்துக்கொண்டிருந்தார்கள். ஆசிரியர்களும் பெற்றோர்களும் அந்தக் குழந்தைகளிடம், "நீங்கள் ராஜா ரவிவர்மாவைப்போல வரைந்து பழகுங்கள்!" என்று சொன்னார்கள் (ராஜா ரவிவர்மா

இந்தியாவின் புகழ் பெற்ற ஓவியர். கேரளத்தைச் சேர்ந்தவர்). அந்தக் குழந்தைகள் அனைவரும் ராஜா ரவிவர்மாவைப்போல வரைந்து பழகினார்கள். ஆனால் பிற்காலத்தில் அந்தக் குழந்தைகளில் ஒருவர்கூட நல்ல ஓவியராக வரவில்லை. அதுபோன்று உங்களுக்கும் ஏற்படவேண்டாம்.

குழந்தைகளாகிய நீங்கள், குழந்தைகள் எப்படி வரைவார்களோ அப்படி வரைந்தால் போதும். ஒவ்வொருவரும் அவரவர் ஓவியத்தைத்தான் வரையவேண்டும்.

●

46

ஒளியின் கலை

பிரதாப் ஜோசப்

ஒளிப்படக்கலை நமக்குப் பிடிக்கும். ஒளிப்படங்களைப் பார்ப்பது மட்டுமல்ல, ஒளிப்படங்கள் எடுக்கவும் நமக்குப் பிடிக்கும். நம் கைப்பேசியில் கட்டாயம் கேமரா இருக்க வேண்டும் என்று விரும்புவதற்குக் காரணம் இதுதானே.

உங்களுக்கும் எனக்கும் ஒளிப்படக்கலை பிடிக்கும் என்பதால் நாம் அதைப் பற்றிக் கொஞ்சம் பேசுவோம்.

'போஸ்க்ராபிஸ்' எனும் கிரேக்க வார்த்தையிலிருந்துதான் 'போட்டோகிராபி' எனும் ஆங்கில வார்த்தை தோன்றியது. போட்டோகிராபி எனும் வார்த்தையின் பொருள், 'ஒளியால் எழுதுதல்' என்பதாகும். நாம் போட்டோகிராபியை, 'புகைப்படக்கலை' – 'நிழற்படக்கலை' என்றெல்லாம்

சொல்லிவந்தோம். அவை தவறு. 'ஒளிப்படக்கலை' என்பதுதான் சரியான வார்த்தை. போட்டோவுக்கு தமிழ் வார்த்தை, 'ஒளிப்படம்' என்பதாகும்.

பாட்டு பாடுவதற்கு குரல் வேண்டும். ஓவியம் வரைவதற்கு வண்ணங்கள் வேண்டும். கவிதை எழுதுவதற்கு வார்த்தைகள் வேண்டும். சிற்பம் செய்ய கல்லோ, மரமோ, உலோகமோ தேவைப்படும். ஒளிப்படம் எடுக்க என்ன வேண்டும்? 'கேமரா வேண்டும்!' என்று நீங்கள் பட்டென்று பதில் சொல்லக்கூடும். கேமரா என்பது ஒரு கருவி மட்டும்தான். ஒளிப்படம் எடுக்க ஒளி வேண்டும். சிறியதொரு ஒளிக்கீற்றேனும் இல்லாமல் நாம் ஒளிப்படம் எடுக்க முடியாது. ஒளிப்படக்கலை என்பது ஒளியின் கலைதான். இதுதான், முன்பு ஒளிப்படக்கலையை, *'Painting with light'*, *'Writing with light'* என்றெல்லாம் அழைக்கக் காரணம்.

நல்ல குரல்வளம் உள்ளவர் சிறந்த பாடகராகிவிடுவார் என்று சொல்லிவிட முடியாது அல்லவா. நிறங்கள் இருப்பதால் மட்டுமே நல்ல ஓவியம் வரைந்துவிட முடியாது. வார்த்தைகள் இருப்பதால் மட்டும் நல்ல கவிதை எழுதிவிட முடியுமா? அதுபோல, ஒளி இருப்பதால் மட்டும் நல்ல ஒளிப்படங்கள் எடுத்துவிட முடியாது. நம் மனதில் உள்ளதை வெளிப்படுத்துவதற்கான ஊடகம்தான், அல்லது, வெளிப்படுத்துவதற்கான வழிகள்தான் நிறங்களும் வார்த்தைகளும். இதைப்போல, நம் மனதில் உள்ளதை வெளிப்படுத்துவதற்கான வழிகளில் ஒன்றுதான் ஒளியும். ஒரு கலைப்படைப்பு எப்படி சிறந்ததாக ஆகிறது? அது பார்ப்பதற்கும் கேட்பதற்கும் அழகாக இருக்கிறது என்பதாலா? அல்ல. ஒரு கலைப்படைப்பு வெளிப்படுத்தும் அர்த்தங்கள், உணர்ச்சிகள், சிந்தனைகள் ஆகியவற்றால்தான் அது சிறந்ததாக ஆகிறது. இந்த அர்த்தங்களையும் உணர்ச்சிகளையும் சிந்தனைகளையும் நாம் எப்படி உணர்ந்துகொள்கிறோம். நம் மனக்கண்ணின் பார்வையால்தான் உணர்ந்துகொள்கிறோம்.

மனக்கண் என்றால் என்ன? ஒரு காட்சியை வெறும் காட்சியாகவே மட்டும் பார்க்காமல் நம் நுண்ணறிவுகொண்டு, அந்தக் காட்சி உணர்த்தும் பொருளைக் கிரகிப்பதைத்தான் மனக்கண்ணால் *(Insight)*, அல்லது அகவிழியால் பார்ப்பது என்று சொல்லலாம். இந்தப் பார்வை நமக்கு நுண்ணுணர்வு, அறிவு, தேடல், அனுபவம், ரசனை ஆகியவற்றால் ஏற்படுகிறது. அதனால், ஒரு நல்ல

ஒளிப்படம் உருவாவதற்கு வெளியே ஒளி இருக்க வேண்டியது எந்தளவு முக்கியமோ, அதுபோல நம் மனதிலும் ஒளி (அதாவது, அகவிழிப் பார்வை) இருக்க வேண்டியது முக்கியம்.

நாம் நல்ல ஒரு ஒளிப்படத்தைப் பார்க்கிறோம் என்று வைத்துக்கொள்ளுங்கள், அப்போது நாம் அதை எடுத்தவரிடம், 'இதை என்ன கேமராவால் எடுத்தீர்கள்? என்ன லென்ஸ்?' என்றெல்லாம் கேட்போம்தானே. ஒரு தொழில்நுட்பக்கலை என்ற நிலையில், படம் எடுப்பதில் கேமராவுக்கும் லென்ஸுக்கும் முக்கியமான பங்கு உண்டு. ஆனால், ஒளிப்படம் சிறந்ததாக ஆவது, அதை எடுத்தவரின் பார்வையின் மூலமாகத்தான்.

நாம் எப்படி ஒரு விஷயத்தைப் பார்க்கிறோம் என்பதன் அடிப்படையில்தான் நாம் ஒரு காட்சியைக் காண்கிறோம்; படம்பிடிக்கிறோம். பார்வையின் கலைதான் ஒளிப்படக்கலை. நிறையக் காட்சிகளிலிருந்து தேர்ந்தெடுத்த காட்சியைத்தான் ஒளிப்படக்காரர் படம்பிடிக்கிறார். ஒரு ஒளிப்படக்காரர், காட்சியில் தெரியும் பொருட்கள் சிலவற்றை ஒன்றோடு ஒன்று தொடர்புபடுத்திப் படம் எடுப்பார். சிலவற்றை மற்றவற்றிலிருந்து பிரித்து படம் எடுப்பார். உதாரணமாக, ஒரு குடிசையின் வாசல் படியில் அமர்ந்திருக்கும் சிறுமியின் ஒளிப்படத்தை எடுத்துக்கொள்வோம். அந்தச் சிறிய இடத்தில் மடியில் பள்ளிப் பையை வைத்து, அதன் மேலே புத்தகம் விரித்துப் படித்துக்கொண்டிருக்கிறாள் அவள். இது நல்ல காட்சிதான். அவளது பக்கவாட்டுப் பகுதிகளிலிருந்தும் பின்னாலிருந்தும் ஒளி வருகிறது. இப்போது, கேமராவில் ஒரு சிறந்த படத்தை எடுப்பதற்கான வாய்ப்பு இருக்கிறது. ஆனால் அந்த வாயிற்படிக்கு இடது பக்கத்தில் உள்ள ஒரு காட்சியையும் சேர்த்துதான் ஒளிப்படக்காரர் படம் எடுத்தார். கொடியில் அழுக்கு உடைகள். கீழே துவைப்பதற்கும் குளிப்பதற்குமான பாத்திரங்கள்; சோப்புப் பெட்டி; அசிங்கமான ஒரு பிளாஸ்டிக் கோப்பை... சிறுமிக்கும் இந்தக் காட்சிக்கும் நடுவில் மக்கிப்போன மரத்தூண் ஒன்றும் இருக்கிறது. சிறுமியின் காட்சியோடு, இந்தக் குளியலறைக் காட்சியும் சேரும்போது காட்சியின் அர்த்தம் மாறிவிடுகிறது அல்லவா. இந்தப் படத்துக்கு, 'எல்லோருக்கும் கல்வி' என்று தலைப்புக் கொடுத்தால் பொருத்தமாக இருக்கும்தானே.

இனி, சிறுமியின் முன்னால் அவளைப் பார்த்துக்கொண்டிருக்கும் ஒரு நாய் இருக்கிறது என்று வைத்துக்கொள்ளுங்கள். ஒளிப்படக்காரர், கேமராவின் சட்டகத்தில் (Frame) அந்த நாயையும் சேர்த்துக்கொள்கிறார். அதற்காக அந்தக் குளியலறைக் காட்சியைத் தவிர்க்கிறார். இப்போது அந்தப் படத்தின் அர்த்தம் மீண்டும் மாறிவிட்டது. காட்சிகளைத் தேர்ந்தெடுக்கும் திறமைதான் ஒளிப்படக்கலையின் படைப்பாற்றல்.

ஒளிப்படக்கலை என்பது தொழில்நுட்பம் சார்ந்த கலை என்று பார்த்தோம். அதனால் கேமராவின் தொழில்நுட்பங்களைப் பற்றி நன்றாகக் கற்றுக்கொண்டால்தான், நாம் எதிர்பார்க்கும் நல்ல படங்களை எடுக்க முடியும். ஓவியர் நிறங்களையும், பாடகர் குரலையும், கவிஞர் வார்த்தைகளையும் மிகவும் பொருத்தமாகப் பயன்படுத்துவார்கள். அவற்றையெல்லாம் அவர்கள் முழுமையாகக் கட்டுப்படுத்துவார்கள். அவர்கள் விரும்புவதைத்தான் அவர்கள் படைப்பார்கள். ஆனால், ஒளிப்படக்காரர் ஒளியைக் கட்டுப்படுத்துவது என்பது, ஸ்டுடியோவில்தான் சாத்தியமாகும். ஸ்டுடியோவை விட்டு வெளியே படம் எடுக்கும்போது, நல்ல வெளிச்சத்துக்காக அவர் காத்திருக்க வேண்டியிருக்கும். அப்படிக் கிடைக்கும் அபூர்வ நொடியைப் படம்பிடிப்பதற்கான திறமை அவருக்கு இல்லையென்றால், அந்த சிறந்த படத்தை அவர் இழந்துவிடுவார்.

முன்பு கேமராவில் பிலிம் பயன்படுத்தித்தான் படம் எடுத்தார்கள். அன்றெல்லாம் 1000 படம் எடுத்தால் ஒளிப்படக்கலையில் முதல் வகுப்பு என்று சொல்வார்கள். அடுத்த 1000 படம் எடுத்தால் இரண்டாம் வகுப்பு. யோசித்துப் பாருங்கள், அதற்கு எவ்வளவு பிலிம் செலவாகும். இப்போது டிஜிட்டல் கேமராவின் காலம். ஒளிப்படம் எடுப்பவர்கள் கண்ணை மூடிக்கொண்டு படம் எடுப்பார்கள். கவனமோ, சிந்தனையோ எதுவும் இல்லை. ஒன்றாம் வகுப்புக்குப் போவதற்கு 1000 அல்ல, 10,000 படங்கள் எடுக்க வேண்டும்.

ஒளிப்படம் எடுக்கத் தொடங்குபவர்கள் முதலில் கவனிப்பது, கேமரா உடலைத்தான். அதை எப்படிப் பிடிப்பது, எப்படி விசை அழுத்திப் படம் எடுப்பது ஆகியவற்றைத்தான் முதலில் கவனிக்கிறார்கள். பிறகு, கேமராவைப் பிடித்துக்கொண்டு எப்படி நிற்பது, பல நிலைகளில் அதை எப்படிக் கையாள்வது என்பதில்

அக்கறை காட்டுகிறார்கள். அதன் பிறகு கேமரா வழியாகத் தெரியும் சட்டகத்துக்கு வருவார்கள். அப்போது அவர்கள் முழு சட்டகத்தையும் பார்க்க மாட்டார்கள். படம் எடுக்கப்படும் உருவத்தை, அதாவது சப்ஜக்ட்டைத்தான் பார்ப்பார்கள். அந்த இடத்திலிருந்து, சட்டகத்தின் முழு இடத்துக்கும் நம் கவனம் செல்ல வேண்டும். அப்போது மட்டும்தான் நாம் சட்டகத்தின் முழு காட்சித் தொகுப்பைப் (Composition) பற்றி சிந்திப்போம். Composition என்றால் ஒன்று சேர்த்தல், தொகுத்தல். ஒளிப்படக்கலையைப் பொறுத்தவரை, சட்டகத்தில் பொருட்களை ஒன்றுடன் ஒன்று இணைப்பதன் அழகுதான் Composition. ஒளிப்படம் கற்றுக்கொள்பவர்கள் கேமரா சட்டகத்தின் காட்சித் தொகுப்பில் கவனம் செலுத்தும் இந்த நிலை, குழந்தை நடை பழகுவதுபோலத்தான். சில சமயங்களில் தடுக்கி விழுவார்கள், காயம் படும். காயம்பட்டால் என்ன, உடலும் மனமும் உறுதிப்படும். அதுபோல ஒளிப்படக்கலை கற்றுக்கொள்ளும்போது தட்டுத்தடுமாறி தோற்று கடைசியில் சிறப்பானதொரு காட்சி சட்டகத்தை நம்மாலும் உருவாக்க முடியும்.

கேமராவைப் பிடிப்பதிலிருந்து, சட்டகத்தின் காட்சித் தொகுப்புவரை நமக்குத் தேவைப்படும் கவனம் குறித்து சொல்லி வந்தேன். இனிமேல் நம் கவனம் பதிய வேண்டியது நம் மனதில்தான். அங்கே நாம் பார்க்கும் காட்சி என்னவோ, அதுதான் நாம் எடுக்கும் காட்சி. சட்டகத்திலிருந்தும் அதன் படத் தொகுப்பிலிருந்தும் நம் கவனம் மனதில் பதிவதுதான் ஒளிப்படக்கலையின் கடைசிக் கட்டம். அந்தக் கலையின் முதற்கட்டமும் அதுதான். ஏனென்றால், எல்லோரும் பார்க்கும் ஒரு உலகத்திலிருந்து நாம் நம் தனிப்பட்ட பார்வையை வளர்க்கிறோம். அந்தப் பார்வை வேறொருவரின் பார்வை அல்ல. இந்த உலகை எல்லோரும் ஒரே விதமாகப் பார்த்துப் படம் எடுத்தால் அது எவ்வளவு சலிப்பூட்டுவதாக இருக்கும்!

இருளும் ஒளியும்

கொஞ்சம்கூட வெளிச்சமே இல்லை என்று நம் கண்களுக்குத் தோன்றும் இடத்தில்கூட வெளிச்சத்தைக் கண்டுபிடிக்க நம் கேமரா நமக்கு உதவி செய்யும் காலம் இது. எவ்வளவு அதிகமான ஒளியையும் எவ்வளவு குறைந்த ஒளியையும் ஒரு தேர்ந்த ஒளிப்படக்காரால் படைப்பு ரீதியாகப் பயன்படுத்த முடியும். பலர் நினைப்பதுபோல, ஒளிப்படக்கலையில் ஒரு 'சரியான ஒளி' (Correct *exposure)* என்ற ஒன்று இல்லை. மனதின் தெளிவிலிருந்துதான் பிம்பத்தின் *(Object)* வெளிச்சத்துக்கு வரவேண்டும். நமக்கு என்ன விதமான படம் வேண்டும் என்பதை அடிப்படையாகக் கொண்டுதான், பிம்பத்தில் இருக்கும் வெளிச்சத்தைப் பற்றிப் பேச முடியும். கேமராவைக் கையில் எடுப்பதற்கு உச்சிப்பொழுதுவரை காத்திருப்பவர்கள் உண்டு. சூரியன் அஸ்தமித்தால் கேமராவைப் பையில் வைப்பவர்களும் உண்டு. உண்மையில் வெளிச்சத்தின் மிக நல்ல நேரங்களை நாம் இழந்துவிடுகிறோம். ஒளிப்படக்கலையில், சூரியோதயத்திற்குப் பிறகான ஒரு மணி நேரத்தையும் அஸ்தமனத்துக்கு முன்பான ஒரு மணி நேரத்தையும் 'பொன்னான பொழுது' *(Golden hour)* என்று குறிப்பிடுவார்கள். இந்த நேரத்தை ஒளிப்படக்கலைக்கு மிகவும் பொருத்தமான நேரமாகக் கருதுகிறார்கள். உண்மையில், ஒளியைப் பயன்படுத்தத் தெரிந்த ஒருவருக்கு, நல்ல நேரம் - கெட்ட நேரம் என்றெல்லாம் இல்லை. எந்த வெளிச்சமும் அவருக்கு நல்ல வெளிச்சம்தான்; எந்த நேரமும் நல்ல நேரம்தான். இது கலைக்கும் வாழ்க்கைக்கும் பொருந்தும்.

●

47

சர்க்கஸின் கதை

சி. கருணாகரன்

சர்க்கஸ் எங்கே, எப்போது தோன்றியது என்று சரியாகச் சொல்ல முடியாது. ஜிப்ஸிகள் எனும் நாடோடி மக்கள், சாலை ஓரங்களில் உடல் நீதியான சில வித்தைகள் காட்டி வழிப்போக்கர்களைக் கவர்ந்தார்கள். இவர்களுக்குப் பின்னால் வந்த தலைமுறையினர்தான் சர்க்கஸ்காரரர்கள் என்று சொல்லப்படுகிறது. இன்று பார்ப்பதுபோன்ற குழு சர்க்கஸ், இங்கிலாந்தில் ஆரம்பித்ததாம்.

சர்க்கஸுக்கு இப்போது இருக்கும் வடிவம் கொடுத்தது, இங்கிலாந்தைச் சேர்ந்த பிலிப் ஆஸ்லி *(Philip astley)* என்பவர். அதனால் இவர், நவீன சர்க்கஸின் தந்தை என்று அறியப்படுகிறார். குதிரை மீது அமர்ந்தபடி பல வித்தைகள் காட்டிப் புகழ் பெற்றவர் இவர். கடன்வாங்கிய குதிரையுடன்வீட்டிலிருந்து ஓடி, ராணுவத்தில் சேர்ந்துவிட்டார். அங்கே பல வித்தைகள் காட்டி அனைவரையும் கவர்ந்தார்.

ஆஸ்லி, ராணுவத்திலிருந்து விலகும்போது ராணுவ அதிகாரி ஏலியட் *(Eliott)*, ஆஸ்லிக்கு ஒரு சிறந்த குதிரையைப் பரிசளித்தாராம். பிறகு ஆஸ்லி, அந்தக் குதிரையுடன் ஊர் சுற்றி வித்தைகள் காட்டிவந்தார். குதிரைச் சவாரியில் தேர்ந்த ஒரு பெண்ணைத் திருமணம் செய்துகொண்டார். பிறகு இருவரும் சேர்ந்து துணியால் வட்ட வடிவமாக மறைத்து, அதற்குள் வித்தைகள் காட்டத் தொடங்கினார்கள்.

குதிரை வித்தைகளுக்கு இடைப்பட்ட ஓய்வு நேரத்தில், கோமாளிகளையும் குறிபார்த்து கத்தி எறிபவர்களையும் வைத்து நிகழ்ச்சிகள் நடத்தினார்கள். டிக்கெட் இல்லாமல் நடத்திவந்த இந்த சர்க்கஸின் முடிவில் ஆஸ்லியே தன் தொப்பியைக் கழற்றிக் கவிழ்த்து, பார்வையாளர்களிடம் நீட்டி நன்கொடை வசூல்

பார்னம் அன்ட் பெய்லி சர்க்கஸ் கம்பெனியின் விளம்பர சுவரொட்டி

செய்வார். அது முடிந்த பிறகு அடுத்த தெருவுக்குச் செல்வார்கள். இதுதான் சர்க்கஸின் ஆரம்ப வடிவம்.

நம் நாட்டுக்கு சர்க்கஸைக் கொண்டு வந்தது, ஒரு பிடிவாதம்தான் என்று உங்களுக்குத் தெரியுமா? அந்த சம்பவம் சுவாரஸ்யமானது. பத்தொன்பதாம் நூற்றாண்டின் கடைசியில் வெளிநாட்டு சர்க்கஸ் கம்பெனி ஒன்று பாம்பேவுக்கு வந்தது. பார்வையாளர்களைக்

கவரக்கூடிய நிறைய வித்தைகள் தெரிந்தவர்கள் அவர்கள். நம் மக்களோ, அப்படிப்பட்ட காட்சிகளை முன்பு ஒருபோதும் கண்டதில்லை. பார்வையாளர்களிடையே, குந்த்வாடாவின் ராஜா பாலாசாகிபும், அவரது குதிரை லாயத்தைப் பார்த்துக்கொள்ளும் விஷ்ணுபந்த் சத்ரேவும் இருந்தார்கள்.

குதிரைகளை வைத்து நிறைய வித்தைகள் காட்டிய பிறகு, கம்பெனியின் உரிமையாளரான வெள்ளைக்காரர், பார்வையாளர்களுக்குச் சவால் விட்டார்: "நாங்கள் இந்தக் குதிரைகளைக் கொண்டு வித்தை காட்டியதுபோல இந்தியர்களில் யாராவது தங்கள் குதிரைகளைக் கொண்டு வித்தை காட்ட முடியுமா? அப்படிச் செய்து காட்டுபவருக்கு ஆயிரம் பவுனும் இவற்றிலொரு குதிரையும் கொடுப்போம்!" இதைக் கேட்டு விஷ்ணுபந்த் சத்ரே, ராஜாவிடம் சொன்னார்: "இந்தச் சவாலை நாம் ஏற்றுக்கொள்ளவேண்டும். ஆகவேண்டிய வேலைகளை நான் பார்த்துக்கொள்கிறேன்!"

உடனே ராஜா, அந்தச் சவாலை ஏற்றுக்கொண்டார். விஷ்ணுபந்த் சத்ரே, தன் குதிரைகளில் ஒன்றைத் தேர்ந்தெடுத்து அதற்குப் பயிற்சி அளிக்கத் தொடங்கினார். விரைவிலேயே அந்தக் குதிரை, அருமையாகப் பல வித்தைகள் செய்யக் கற்றுக்கொண்டது! ஆனால் அப்போது அந்த வெளிநாட்டு சர்க்கஸ் கம்பெனி நலிவுற்ற நிலையில் இருந்தது. பிறகு அந்தக் கம்பெனியையே மூடிவிட்டார்கள். அந்தக் கம்பெனியில் இருந்த சர்க்கஸ் கருவிகளில் பெரும்பாலானவற்றை விஷ்ணுபந்த் சத்ரே வாங்கினார். அவர் ஒரே வருடத்தில் ஒரு புதிய சர்க்கஸ் கம்பெனியை ஆரம்பித்தார். அதன் பெயர், 'சத்ரே கிரேட் இந்தியன் சர்க்கஸ்' *(Chatre's Great Indian circus)*. இதுதான் இந்தியாவின் முதல் சர்க்கஸ் கம்பெனி.

குதிரை சவாரிக்காரர்கள்தான் நவீன சர்க்கஸை தொடங்கிவைத்தார்கள் என்றாலும், பிறகு சர்க்கஸில் மற்ற விலங்குகளையும் பயன்படுத்த ஆரம்பித்தார்கள். இவற்றில், பார்வையாளர்களை மிகவும் கவர்ந்த விலங்கு யானைதான்.

ஒரு சர்க்கஸ் கம்பெனிக்கு யானை வாங்கியது தொடர்பாக பெரிய சர்ச்சையே ஏற்பட்டிருக்கிறது. கடைசியில் நீதிமன்றம் தலையிட்டுத்தான் இந்தப் பிரச்சினைக்கு ஒரு முடிவுகட்டியது.

அமெரிக்காவில் புகழ் பெற்ற சர்க்கஸ் கம்பெனி, 'பார்னம் அன்ட் பெய்லி சர்க்கஸ்' *(Barnum and Bailey circus)*. இந்தக் கம்பெனியின்

பெருமைக்குரிய விலங்கான ஜம்போ எனும் யானைதான் இந்தக் கதையின் நாயகன். ஆப்பிரிக்கர் ஒருவர் அங்குள்ள காட்டிலிருந்து இந்த யானையைப் பிடித்தார். அவர் அதை லண்டனில் உள்ள உயிரியல் சங்கத்துக்கு (Zoological society) விற்றுவிட்டார். ஜம்போ எனும் இந்த யானை மிகப் பெரிய யானையாக இருந்தது. இந்த யானையை எப்படியாவது சொந்தமாக்கிக்கொள்ள வேண்டும் என்று பார்னம் அன்ட் பெய்லி சர்க்கஸ் கம்பெனி விரும்பியது. நேர்மையான வழியில் கேட்டால் கிடைக்காது. அப்போது கம்பெனி ஒரு தந்திரம் செய்தது. யானையை வாங்கியிருக்கும் உயிரியல் சங்கத்தில், ராணுவத் தலைவர் ஒருவரும் உறுப்பினராக இருந்தார். இவர், யானைகளைப் பற்றி நன்கு அறிந்தவரும்கூட. சர்க்கஸ் கம்பெனி, எப்படியோ இவரைத் தன் திட்டத்துக்கு சம்மதிக்கவைத்துவிட்டது. இவர் உயிரியல் சங்கத்தின் செயலருக்கு ஒரு கடிதம் எழுதினார். அந்தக் கடிதத்தின் உள்ளடக்கம் இதுதான்: "நம் ஜம்போவுக்கு மதம் பிடிக்கப்போகிறது. அதற்கு மதம் பிடித்துவிட்டால் பிறகு அதைக் கட்டுப்படுத்த முடியாதுபோகும்!"

இதன் பிறகு உயிரியல் சங்கத்தினர், யானையைச் சங்கிலியால் கட்டிப்போட்டனர். இந்த நேரம் பார்த்து சர்க்கஸ் கம்பெனி அந்த யானையை ஐம்பதாயிரம் ரூபாய்க்கு வாங்கிவிட்டது. ஒரு மாதத்துக்குள் யானையை அமெரிக்காவுக்குக் கொண்டு போவதாக சர்க்கஸ் கம்பெனியினர் சொன்னார்கள்.

ஜம்போவை விற்ற விவரம் வெளியே தெரிந்தவுடன் இங்கிலாந்து முழுதும் பெரிய களேபரம் ஏற்பட்டுவிட்டது. ஜம்போவை விற்றது தவறு என்று பத்திரிகைகள் எல்லாம் கண்டித்தன. அவை, நாட்டின் பெருமையாகக் கருதி பாதுகாக்க வேண்டிய சொத்துதான் ஜம்போ என்று எழுதின. இதற்குப் பதில் சொல்வதற்கு அமெரிக்கப் பத்திரிகைகளும் களத்தில் குதித்தன. கடைசியில் நீதிமன்றத் தீர்ப்பு, சர்க்கஸ் கம்பெனிக்கு சாதகமாக வந்தது. அப்படி அந்தக் கம்பெனி, ஜம்போவை அமெரிக்காவுக்குக் கொண்டு சென்றது. அந்த யானையை வைத்து வித்தை காட்டி பெரும் பணம் குவித்தது! பிறகு இந்த ஜம்போ, கனடாவில் ஒரு ரயில் விபத்தில் மரணமடைந்தது.

•

48

நதிகள்

மழை பெய்யும்போது தெருவில் நீர் வழிந்தோடுவதைப் பார்த்திருப்பீர்கள். அப்படி நீர் ஓடுவதைப் பார்த்தே, நதி எப்படி உருவாகிறது என்று நீங்கள் அறிந்துகொள்ளலாம். மழை நீர் ஒன்று சேர்ந்து சிறுசிறு ஓடைகளாகிறது. இந்த ஓடைகள் மேலும் சில ஓடைகளுடன் சேர்ந்து ஒரு பெரிய நீரோட்டமாகிறது. இதைப்போலத்தான், மலைகளிலும் குன்றுகளிலும் பெய்யும் மழை நீர், பல சிறு ஓடைகளாக ஓடி, பிறகு ஒன்றாகச் சேர்ந்து ஒரு பெரிய நதியாக உருவாகிறது.

நதிகள் பெரும்பாலும் மலைகளில்தான் உற்பத்தியாகின்றன. சில சமயம் நீர் ஊற்றுகளும் ஆறாக ஓடுவது உண்டு. இமயமலைபோன்ற பகுதிகளில் சூரிய வெப்பத்தால் பனிக்கட்டிகள் உருகி, அந்த நீர் நதியாகப் பாய்கிறது. ஆகவே, பனிக்கட்டிகளும் நதிகளை உருவாக்குகின்றன.

கங்கை நதி

பெரிய நதிகளுடன் வந்து கலக்கும் சிறு ஆறுகளுக்கு 'உபநதிகள்' *(Tributary)* என்று பெயர். பெரிய நதிகளிலிருந்து சில ஆறுகள் கிளையாகப் பிரிந்து செல்வதும் உண்டு. இந்த ஆறுகளைக் 'கிளைநதிகள்' *(Branch (of a river))* என்கிறோம். ஒரு நதியின் கிளைநதிகளும் உபநதிகளும் பாயும் பரப்புகளை உள்ளடக்கியிருக்கும் நிலப் பகுதி 'வடிநிலம்' *((River) Basin; Delta)* எனப்படும்.

நதிநீர் வேகமாக ஓடுவதற்கு நிலம் சரிவாக இருக்கவேண்டும். சரிவில் ஓடி வரும்போது நதிநீர், நிலப் பரப்பை அரித்துக்கொண்டே வரும். அரிக்கப்பட்ட பகுதி பள்ளத்தாக்கு எனப்படும். நதிநீர் வேகமாக ஓடும் இடத்தில் பள்ளத்தாக்கு ஆழமாக இருக்கும். நதிநீர் மெதுவாக ஓடும் இடத்தில் பள்ளத்தாக்கு அகலமாக இருக்கும். திடீரென சரிவு அதிகரிக்கும்போது நீர்வீழ்ச்சிகள் உண்டாகும்.

நதிநீர் பெரும்பாலும் கலங்கலாகவே இருக்கும். ஏனெனில் அதில் மண் அதிகமாகக் கலந்திருக்கும். நதிநீர் வேகம் குறைந்து மெதுவாகச் செல்லும்போது, மண் ஆற்றின் அடியில் படிந்துவிடும். இதற்கு 'வண்டல்மண்' *(Silt)* என்று பெயர். இது மிகவும் வளமான மண். வெள்ளம் பெருக்கெடுத்தால் நதிநீர் கரைகளை உடைத்துக்கொண்டு சமவெளிகளில் பாயும். வெள்ளம் வடியும்போது, சமவெளிகளில் வண்டல்மண் படியும். வண்டல்மண் படிந்த பகுதியில் பயிர்கள் செழித்து வளரும் (பெரிய வெள்ளப்

அமேசான் நதி

பெருக்கு ஏற்படும்போது விவசாய நிலங்களில் உள்ள வளமான மண் ஆற்றோடு அடித்துச் செல்லப்பட்டுவிடுவதும் உண்டு).

நதி, கடலோடு கலக்கும் இடத்துக்கு ‘கழிமுகம்’ அல்லது ‘முகத்துவாரம்’ *(Estuary)* என்று பெயர். கழிமுகத்தில் வண்டல்மண் படிவதால் ஏற்படும் செழிப்பான பகுதியைக் ‘கழிமுகத் தீவு’ என்பார்கள்.

இந்தியாவில் ஓடும் நதிகளை, ‘இமய நதிகள்’ என்றும் ‘தீபகற்ப நதிகள்’ *(Peninsular rivers)* என்றும் இரண்டு வகையாகப் பிரிக்கலாம். இமய நதிகள், இமய மலையில் உருவாகின்றன. சிந்து, கங்கை, பிரம்மபுத்திரா ஆகியவை இமய நதிகளில் முக்கியமானவை. இவற்றில் மழைக்காலத்தில் மழை நீர் ஓடும். கோடையில் பனிக்கட்டிகள் உருகி இந்த நதிகளில் நீர் ஓடும். ஆண்டு முழுவதும் இவற்றில் நீர் ஓடுவதால் இவற்றை ‘ஜீவநதிகள்’ *(Perennial rivers)* என்று கூறுகிறார்கள். ஜீவநதிகள் என்றால், என்றும் நீர் வற்றாமல் உயிர்ப்புடன் இருக்கும் நதிகள் என்று அர்த்தம். தீபகற்ப நதிகள் மேற்குத் தொடர்ச்சி மலைகளில் *(Western Ghats)* உருவாகின்றன. கிருஷ்ணா, கோதாவரி, காவிரி, வைகை, தாமிரபரணி முதலியவை தீபகற்ப நதிகளில் முக்கியமானவை.

மிகப் பழைய நாகரிகங்கள் யாவும் நதிக்கரைகளில்தான் வளர்ந்திருக்கின்றன. ஏனெனில், மக்கள் வாழ்க்கைக்குத் தேவையான பல பொருட்களும் நதிக்கரைகளில் சுலபமாகக் கிடைத்தன. முக்கியமாக, நதிநீர் குடிநீராகப் பயன்படுகிறது. நதிநீர் விவசாயத்திற்கு உதவுகிறது. போக்குவரத்துக்கு நதி மிகவும் உதவியாக இருக்கிறது. நதிகளில் மீன்களும் அதிகமாகக் கிடைக்கும். நதிநீரைக் கொண்டு மின்சாரமும் உற்பத்தி செய்கிறார்கள். இவ்வாறு, நதிகள் மக்களுக்குப் பல வழிகளில் பயன்படுகின்றன. உலகத்தின் முக்கியமான பல நகரங்கள் நதிக்கரைகளில்தான் உள்ளன.

வியட்நாமின் ‘ஹானோயி’ நகரம், ‘சிவப்பு நதி’ யின் கரையில் இருக்கிறது *(City of ‘Hanoi’ is on the banks of ‘Red river’ in Vietnam).*

தாய்லாந்தின் ‘பாங்காக்’ நகரம், ‘சாவோப்ராயா’ நதியின் கரையில் இருக்கிறது *(City of ‘Bangkok’ is on the banks of river ‘Chaophraya’ in Thailand).*

இராக்கின் ‘பாக்தாத்’ நகரம், ‘டைக்ரிஸ்’ நதியின் கரையில் இருக்கிறது *(City of ‘Baghdad’ is on the banks of river ‘Tigris’ in Iraq).*

எகிப்தின் 'அலெக்ஸாண்டிரியா' நகரம், 'நைல்' நதியின் கரையில் இருக்கிறது *(City of 'Alexandria' is on the banks of river 'Nile' in Egypt).*

எகிப்தின் 'கெய்ரோ' நகரம், 'நைல்' நதியின் கரையில் இருக்கிறது *(City of 'Cairo' is on the banks of river 'Nile' in Egypt).*

சீனாவின் 'ஹாங்காங்' நகரம், 'பேர்ல்' நதியின் கரையில் இருக்கிறது *(City of 'HongKong' is on the banks of river 'Pearl' in China).*

ரஷ்யாவின் 'மாஸ்கோ' நகரம், 'மோஸ்க்வா' நதியின் கரையில் இருக்கிறது *(City of 'Moscow' is on the banks of river 'Moskva' in Russia).*

சிரியாவின் 'டமாஸ்கஸ்' நகரம், 'பராதா' நதியின் கரையில் இருக்கிறது *(City of 'Damascus' is on the banks of river 'Barada' in Syria).*

இந்தோனேஷியாவின் 'ஜகார்த்தா' நகரம், 'சிலியுங்' நதியின் கரையில் இருக்கிறது. *(City of 'Jakarta' is on the banks of river 'Ci Liwung' in Indonesia).*

இங்கிலாந்தின் 'லண்டன்' நகரம், 'தேம்ஸ்' நதியின் கரையில் இருக்கிறது *(City of 'London' is on the banks of river 'Thames' in England).*

ஸ்பெயினின் 'மாட்ரிட்' நகரம், 'மான்ஸநாரஸ்' நதியின் கரையில் இருக்கிறது *(City of 'Madrid' is on the banks of river 'Manzanares' in Spain).*

அயர்லாந்தின் 'டப்ளின்' நகரம், 'லிஃபே' நதியின் கரையில் இருக்கிறது *(City of 'Dublin' is on the banks of river 'Liffey' in Ireland).*

ஃபிரான்ஸின் 'பாரீஸ்' நகரம், 'ஸீன்' நதியின் கரையில் இருக்கிறது *(City of 'Paris' is on the banks of river 'Seine' in France).*

ஆஸ்திரேலியாவின் 'மெல்போன்' நகரம், 'யாரா' நதியின் கரையில் இருக்கிறது *(City of 'Melbourne' is on the banks of river 'Yarra' in Australia).*

உலகின் மிக உயரமான நீர்வீழ்ச்சி, தெற்கு அமெரிக்க நாடான 'வெனிசுலா' *(Venezuela)* வில் உள்ள 'ஏஞ்சல்' *(Angel)* நீர்வீழ்ச்சியாகும்.

வடகிழக்கு ஆப்பிரிக்காவில் ஓடும் நைல் நதி, 'தான்சானியா'*(Tanzania)*, 'உகாண்டா'*(Uganda)*, 'ருவாண்டா' *(Rwanda)*, 'புருண்டி' *(Burundi)*, 'காங்கோ' *(Congo)*, 'கென்யா'*(Kenya)*, 'எத்தியோப்பியா'*(Ethiopia)*, 'எரித்திரியா' *(Eritrea)*, 'தெற்கு சூடான்'*(South Sudan)*, 'சூடான்' *(Sudan)*, 'எகிப்து' *(Egypt)* ஆகிய பதினொரு நாடுகள் வழியாகப் பாய்கிறது. ஆசியாவில் உள்ள நீளமான நதி, சீனாவின் 'யாங்ட்ஸி' நதி *(Yangtze)*. இது, உலகில் உள்ள நீளமான நதிகளில் மூன்றாவது இடத்தில் இருக்கிறது. இதன் நீளம்,

6300 கிலோமீட்டர். இதற்கு எழுநூறுக்கும் மேற்பட்ட கிளை ஆறுகள் இருக்கின்றன. உலகின் நீளமான நதிகளில் நான்காவது இடத்தில் இருக்கும் நதி, அமெரிக்காவில் உள்ள 'மிஸ்ஸிஸிப்பி' நதி *(Mississippi)*. இதற்கு நாற்பத்தி இரண்டு கிளை ஆறுகள் இருக்கின்றன.

உலகத்தில் மொத்தமுள்ள நதிநீரில் ஐந்தில் ஒரு பங்கு, தென் அமெரிக்காவில் ஓடும் 'அமேசான்' நதியில் *(Amazon)* உள்ளது. இந்த நதி, 6448 கிலோமீட்டர் நீளமுள்ளது. இரண்டாயிரத்துக்கும் அதிகமான மீன் இனங்கள் இங்கே இருக்கின்றன. உலகத்திலேயே பெரிய நதி அமேசான் நதிதான் என்று சொல்கிறார்கள். வேறு பலர், நைல் நதிதான் உலகத்திலேயே பெரிய நதி என்று சொல்கிறார்கள். இந்த விஷயத்தில் கருத்து வேறுபாடு உள்ளது. பெரிய நதி என்பதன் மூலம் நாம் எதைக் குறிப்பிடுகிறோம் என்பதுதான் முக்கியமானது.

ஒருகணக்கெடுப்பின்படி, நைல் நதியின் நீளம் 6670 கிலோமீட்டர். அமேசான் நதியின் நீளம் 6448 கிலோமீட்டர். சில ஆவணங்களில் அமேசான் நதியின் நீளம் 6750 கிலோமீட்டர் என்றும் காணப்படுகிறது. அமேசான் நதி கடலை நெருங்கும்போது அதற்கு ஒரு கிளை நதி உண்டு. இது, 'பாரா' *(Para River)* எனும் மற்றொரு நதியைச் சென்றடையும். இந்த நதி வழியாக, அட்லாண்டிக் கடலை அடையும் தூரத்தைக் கணக்கிடும்போதுதான், அமேசானுக்கு 6750 கிலோமீட்டர் நீளம் வருகிறது. ஆனால் அந்த நதி, அமேசானின் கிளை நதி அல்ல. நீரியலின்படி *(Hydrology)* அது, 'டோக்காட்டின்ஸ்' *(Tocantins)* பகுதியில் இருக்கிறது. எனவே, அமேசான் நதி அட்லாண்டிக்கை அடைவது, 'தோ – நார்த்' *(D - North)* எனும் கால்வாய் வழியாகத்தான். அந்த வழியில் உள்ள நீளத்தைத்தான், அமேசான் நதியின் சரியான நீளமாகக் கொள்ளவேண்டும். அமேசான், 6448 கிலோமீட்டர் நீளமுடையது என்று சொல்வதற்கு இதுதான் காரணம்.

ஆனால், மிகப் பெரிய நதி எது என்று முடிவு செய்வதற்கு, நாம் நதிகளின் நீளத்தை மட்டும் கணக்கிலெடுப்பது அறிவியல் பூர்வமானது அல்ல. நதி உட்கொள்கிற நீரின் அளவு, நதியின் பரப்பளவு, நதி பயணிக்கும் பகுதியின் நீளம் எனும் அம்சங்களையும் நாம் பரிசீலிக்கவேண்டும். இந்தத் தன்மைகளின்படி ஆராய்ந்து பார்க்கும்போது, அமேசான் நதிதான் முதலிடத்தில் இருக்கிறது. சாதாரண நேரங்களில் அமேசான் நதி வழியாக ஒரு வினாடிக்கு 42,00,000 கன மீட்டர் தண்ணீர் செல்கிறது. வெள்ளப் பெருக்கு

ஏற்படுகிற சந்தர்ப்பங்களில் இது வினாடிக்கு 70,00,000 கன மீட்டராக அதிகரிக்கிறது. நைல் நதி உட்பட வேறு எந்த நதியிலும் இந்த அளவு நீர்ப்போக்கு ஏற்படுவது கிடையாது. பரப்பளவிலும் அமேசான் நதிதான் முதலிடத்தில் இருக்கிறது. இதன் பரப்பளவு ஏறத்தாழ 27,20,000 சதுர மைலாகும். உலகின் மற்ற எல்லா நதிகளையும்விட இந்த நதிதான் அதிகமான கிளை நதிகளைக் கொண்டிருக்கிறது. இதற்கு 15,000 கிளை நதிகள் உண்டு. நீளத்தைப் பற்றிய விஷயத்தில் விவாதம் இருந்தாலும் உலகத்திலேயே பெரிய நதி அமேசான் நதிதான் என்பதில் சந்தேகம் இல்லை.

நீங்கள் மேட்டூர் அணை, பவானி சாகர் அணை, சாத்தனூர் அணை முதலான பல அணைகளில் ஒன்றையாவது பார்த்திருப்பீர்கள். இந்த அணைகளை எதற்காகக் கட்டியிருக்கிறார்கள் என்று உங்களுக்கு நன்றாகவே தெரியும். இருந்தாலும் மீண்டும் தெரிந்துகொள்ளுங்கள். நதிகளில் சில பருவங்களில்தான் வெள்ளம் பெருக்கெடுத்து வரும். மழையில்லாத காலங்களில் நதிகளில் தண்ணீர் மிகவும் குறைந்துபோகும். வெள்ளம் பெருகி வரும்போது அதை அப்படியே விட்டுவிட்டால் அது கடலில் போய் கலந்துவிடும். அந்த வெள்ளம் விவசாயம் முதலான தேவைகளுக்கு அதிகமாகப் பயன்படாமல்போய்விடும். அந்த வெள்ளத்தைத் தடுத்து ஒரு இடத்திலேயே தேக்கி வைத்துவிட்டால், நதியில் தண்ணீர் குறைகிற காலங்களில், தேக்கி வைத்த நீரைப் பயன்படுத்திக்கொள்ளலாம், அல்லவா? அணைகளால் கிடைக்கும் ஒரு நன்மை இது.

அணைகள் பல வகையில் நமக்குப் பயன்படுகின்றன. நதியிலிருந்து வயல்களுக்குத் தண்ணீர் கொண்டு செல்லும் கால்வாய்கள் சில இடங்களில் நதியின் மட்டத்தைவிட உயரமாக இருக்கும். அப்போது நதியில் தண்ணீர் குறைந்தால், கால்வாய்களில் தண்ணீர் ஏறாது. அப்போது வயல்களுக்குத் தண்ணீர் கிடைக்காது. இந்தப் பிரச்சினையைத் தீர்ப்பதற்கு, நதியின் நீர்மட்டத்தை உயர்த்தி, கால்வாயில் எப்போதும் தண்ணீர் ஓடச் செய்வார்கள். இதற்காகவும் நதியின் குறுக்கே அணை கட்டுவது உண்டு. நகரங்களிலும் கிராமங்களிலும் உள்ள மக்களுக்குக் குடிதண்ணீர் வழங்கவும் நதிகளில் அணைகள் கட்டப்படுகின்றன.

மழைக்காலங்களில் நதிகளில் வெள்ளம் பெருகும்போது சில நதிகளின் கரைகள் உடைந்துபோவதுண்டு. அப்போது கரையோர ஊர்கள் வெள்ளத்தில் மூழ்கிவிடும். நதியின் ஏற்ற இடத்தில் அணை

மௌவாய்சின் அணை

கட்டித் தண்ணீரைத் தேக்கிவிட்டால் வெள்ளத்தால் பாதிப்பு ஏற்படாது. தேங்கிய தண்ணீர், விவசாயத்துக்குப் பயன்படும்.

நதிகளில் பெரிய வெள்ளம் வரும்போது, தண்ணீரின் வேகம் மிக அதிகமாக இருக்கும். நதிக்கரையில் உள்ள நிலங்கள் அரிக்கப்பட்டுவிடும். விவசாய நிலங்களில் உள்ள வளமான மண் ஆற்றோடு போய்விடும். அதனால், நிலம் விவசாயத்துக்குப் பயன்படாமல்போய்விடும். இப்படி மண் அரிப்பு ஏற்படுவதைத் தடுப்பதற்காகவும், அணைகள் கட்டித் தண்ணீரின் வேகத்தைக் குறைக்கவேண்டியிருக்கிறது.

அணையின் அடியில் தண்ணீரின் அழுத்தம் மிக அதிகமாக இருக்கும். மதகின் கதவைத் திறந்தால் தண்ணீர் மிகவும் வேகமாக வெளியே பாயும். அந்த சக்தியைப் பயன்படுத்தி பெரிய சக்கரங்களைச் சுழலவிட்டு மின்சாரம் உற்பத்தி செய்கிறார்கள்.

இப்படிப் பல நோக்கங்களுடன் அணைகள் கட்டுகிறார்கள். அணை கட்டவேண்டிய இடத்தின் அமைப்பு, நதியின் வேகம், அருகில் கிடைக்கும் மூலப் பொருட்கள் ஆகியவற்றை ஆராய்ந்து, அவற்றிற்கு ஏற்றவாறு அணையை அமைப்பார்கள். அணைகளை முக்கியமாக, மண்ணாலும் கல்லாலும் சிமெண்டுக் காங்கிரீட்டாலும் கட்டுகிறார்கள்.

உலகில் கட்டப்பட்டுள்ள அணைகளில் மிகவும் உயரமானது, சுவிட்சர்லாந்தில் *(Switzerland)* உள்ள 'மௌவாய்சின்' *(Mauvoisin Dam)* அணையாகும். அதன் உயரம் 820 அடி. ●

49

வீடுகள்

அன்வர் அலி

நம் எல்லோருக்குமே வீடுதான் மிகவும் பாதுகாப்பான இடம். வீடுகளின் வடிவத்திலும் வசதியிலும் வித்தியாசம் இருக்கலாம். ஆனால் வீடு என்பது நமக்கு எக்காலத்திலும் அன்பிற்குரியது. சரி, இந்த வீடு எனும் கற்பனை மனிதனுக்கு எப்படி ஏற்பட்டது என்று தெரியுமா? வீட்டின் சரித்திரத்தை அறிவதற்கு நாம் கடந்த காலத்தைப் பார்க்கவேண்டும்.

மனிதன் இந்தப் பூமியில் வாழவேண்டும் என்றால், இயற்கையின் சவால்களை எதிர்கொண்டே ஆகவேண்டும். கடுங்குளிரிலும், கடுமையான வெப்பத்திலும் பெருமழையிலும் மனிதர்கள் வாழ்வது சிரமம். அதுபோன்ற பருவநிலைகளில் என்ன வேண்டும்? பாதுகாப்பாக வசிப்பதற்கு ஒரு இடம் வேண்டும். தாக்க வரும்

குகை மனிதர்கள்

கூடாரம்

விலங்குகளிடமிருந்து தப்பிக்கவேண்டும். குழந்தைகளை நல்லபடியாக வளர்க்கவேண்டும். இவைபோன்ற கட்டாயங்கள் ஏற்படும்போதுதான், மனிதனுக்கு வீடு என்பது மிகமிக அவசியமான தேவையாகியது.

அப்போது மனிதன் முதன்முதலாக, ஒரு வசதியான தங்குமிடத்தைப் பற்றி சிந்திக்கத் தொடங்கினான். மரத்தின் அடிப்பகுதியோ, அல்லது மரக்கிளைகளின் மறைவோ, குகையோ எதுவாக வேண்டுமானாலும் இருக்கட்டும். முதலில், தங்குவதற்கு ஒரு இடம் வேண்டும். எனவே, மனிதன் அப்படிப்பட்ட ஒரு இடத்தைக் கண்டுபிடித்தான்.

மனிதன் முதன்முதலில் குகைகளில்தான் தங்கத் தொடங்கினான். இன்றும் ஆப்பிரிக்காவிலும் ஆசியாவிலும் சில பகுதிகளில் குகைகளில் மனிதர்கள் வசிப்பதாகச் சொல்லப்படுகிறது. அதன்பிறகு மனிதன், தான் வேட்டையாடிப் பிடித்த விலங்குகளின் தோலையோ, மரக்கிளைகளையோ மேலே பந்தல்போல விரித்து அதன் கீழே தங்குவதற்கு முயன்றான். பிறகு இந்த விரிப்பு என்பது நான்கு பக்கங்கள் உடையதாகவும் உயர்ந்த மேற்புறம் கொண்டதாகவும் வளர்ச்சியடைந்தது. அப்போது அது ஒரு கூடாரமாகியது. நீங்கள் சர்க்கஸ் கூடாரத்தைப் பார்த்திருப்பீர்களே, ஏறத்தாழ அதுபோல இருந்தது.

சில நாடோடி மக்கள் சாலையோரங்களில் அமைக்கும் கூடாரங்களையும் நீங்கள் பார்த்திருப்பீர்கள். பழங்காலத்து மனிதர்கள் விலங்குகளின் தோலையும் மரக்கிளைகளையும் பயன்படுத்திக் கூடாரம் அமைத்தார்கள் என்றால், இந்தக் காலத்தில் கனமான கேன்வாஸ் துணிகளையும் மரச்சட்டங்களையும் இரும்புக் கம்பிகளையும் பயன்படுத்திக் கூடாரம் அமைக்கிறார்கள். இன்றும் வனப் பகுதிகளுக்கோ, மலைப் பகுதிகளுக்கோ ஆய்வுக்காகச் செல்லும் விஞ்ஞானிகள், கூடாரம் அமைத்துத் தங்குவது உண்டு. உல்லாசப் பயணம் செல்பவர்களும் கூடாரங்களைப் பயன்படுத்துகிறார்கள்.

பிறகு மனிதனின் அறிவு விரிவடைந்தது. தங்களுக்கு குகைகளைவிடவும் கூடாரங்களைவிடவும் நல்ல தங்குமிடங்கள் வேண்டும் என்று மனிதர்களுக்குத் தோன்றியது. அப்போது அவர்கள், தாங்கள் வாழும் சுற்றுப்புறத்திலிருந்து கிடைத்த இலைதழைகளையும் கிளைகளையும் விலங்குகளின் தோல்களையும் பயன்படுத்தி புதுவிதமான வீடுகளை உருவாக்கினார்கள். இன்றும் ஆப்பிரிக்கக் காடுகளில் வாழும் மனிதர்கள் இப்படிப்பட்ட வீடுகளைக் கட்டுவதுண்டு. அடுத்தபடி, மரங்களைப் பயன்படுத்தி வீடு கட்டினார்கள். பழங்கால மனிதர்கள் வீடு கட்ட கற்களைப் பயன்படுத்தவில்லை. கோயில்கள்போன்ற கட்டடங்கள் கட்டுவதற்காகத்தான் அந்தக் காலத்தில் கற்களைப்

படகு வீடு

பயன்படுத்தினார்கள். புராதன எகிப்தியர்கள் வீடு கட்டுவதற்கான கற்களையும் காரைப்பூச்சையும் கண்டுபிடித்த பிறகுதான் வீடுகள் கட்டுவதிலேயே பெரிய மாற்றங்கள் ஏற்பட்டன.

பழங்கால வீடுகள் பல வடிவங்களில் இருந்தன. நாடுகளுக்கும் அதன் பருவ நிலைகளுக்கும் ஏற்ற வகையில், வீட்டின் வடிவமும் அதைக்கட்டப் பயன்படுத்தும் பொருட்களும் மாறுகின்றன. வெப்ப நாடுகளில் கட்டப்பட்ட வீடுகள் ஏறத்தாழ பெட்டி வடிவத்தில் இருந்தன. வெள்ளை நிறச் சுவர்களைக் கொண்டிருந்தன. சன்னல்கள் மூடப்பட்டிருந்தன. இப்படிப்பட்ட வீடுகளின் உள்ளே குளிர்ச்சியாக இருக்கும்.

பனி பொழிகிற நாடுகளில் உள்ள வீடுகளின் மேற்கூரைகள் மிகவும் சரிவாக இருக்கும். ஏன் இப்படி? பொழியும் பனி வடிந்து இறங்கவேண்டும் அல்லவா, அதற்காகத்தான். தட்டையான கூரையாக இருந்தால் பனி அங்கேயே குவிந்து கிடக்கும். கூரையில் அளவுக்கு அதிகமாகப் பனி சேரும்போது அது அப்படியே விழுந்துவிடக்கூடிய அபாயம் உண்டு.

எதிர்பாராத வகையில் திடீர் திடீரென்று வெள்ளப்பெருக்கு ஏற்படும் சில நாடுகள் இருக்கின்றன. சீனாவில் இருக்கும் 'மஞ்சள் நதி' யை *(Yellow River or Huang he)* 'சீனாவின் துயரம்' என்று அழைப்பார்கள் என்று உங்களுக்குத் தெரியும். எதிர்பாராத நேரங்களில் அந்த நதியில் வெள்ளப் பெருக்கு ஏற்படும். அப்போது, இரு கரைகளிலும் உள்ளவையெல்லாம் தண்ணீரில் அடித்துச் செல்லப்படும். இத்தகைய நதிகள் இந்தியாவிலும் உண்டு. அங்கெல்லாம் மிக உயரமாகத்தான் வீடுகளை அமைப்பார்கள். வெள்ள ஆபத்து ஏற்படக்கூடிய இடங்களில், நாட்டப்பட்டிருக்கும் தூண்களின் மீதுதான் வீடுகளை அமைப்பார்கள்.

நீங்கள் பூகம்பத்தைப் பற்றியும் அறிந்திருப்பீர்கள். பொதுவாக நம் நாட்டில் இவ்வகையான இயற்கைச் சீற்றங்கள் அடிக்கடி ஏற்படுவதில்லை. ஆனால் அடிக்கடி பூகம்பம் ஏற்படும் பகுதிகளில் உள்ள வீடுகளை, மிகவும் எடை குறைந்த பொருட்களைப் பயன்படுத்தித்தான் கட்டுவார்கள். இவை மிகவும் செலவு குறைந்த வீடுகளாக இருக்கும். இவை பூகம்பத்தில் இடிந்து விழுந்தாலும் யாருக்கும் பெரிய ஆபத்தோ, பெரிய பண நஷ்டமோ ஏற்படாது.

பனிக்கட்டி மட்டுமே கிடைக்கக்கூடிய ஆர்ட்டிக் பிரதேசங்களில் வசிக்கும் எஸ்கிமோக்கள் பனிக்கட்டிகளைக் கொண்டுதான்

வீடுகள் கட்டுகிறார்கள். இதுபோன்ற வீடுகள் 'இக்ளூ' *(Iqlu)* என்று அழைக்கப்படுகின்றன. பனிக்கட்டியை செங்கற்கள் வடிவத்தில் வெட்டி எடுத்து ஒன்றன்மேல் ஒன்றாக அடுக்கி இந்த வீடுகள் கட்டப்படுகின்றன. இக்ளூ கட்டி முடிக்கப்பட்ட பிறகு எஸ்கிமோக்கள் அதன் உள்ளே சென்று, விலங்குக் கொழுப்பை எண்ணெயாகப் பயன்படுத்தி நெருப்பு உருவாக்குகிறார்கள். அந்த வெப்பத்தில் இக்ளூவின் உட்பகுதியிலிருக்கும் பனி சற்று உருகும்; கட்டப்படும்போது ஏற்பட்ட இடுக்குகளிலும் பிளவுகளிலும் ஒழுகும். அப்போது சட்டென்று கதவைத் திறந்து, துருவக் காற்றை உள்ளே விடுவார்கள். நனைந்திருக்கின்ற பனிக்கட்டிகள் குளிர்ந்து உறைந்து, இடுக்குகள் அடைபட்டுப்போகும். வெளியே எவ்வளவு குளிராக இருந்தாலும் உள்ளே கதகதப்பாக இருக்கும்.

சீனாவைச் சேர்ந்த மீனவர்கள் படகுவீடுகளில்தான் *(Houseboats)*, துறைமுகங்களிலும் நதிகளிலும் வசிக்கிறார்கள். இதுபோன்ற படகுவீடுகளை கேரளத்திலும் காஷ்மீரிலும் நிறையப் பார்க்கலாம்.

சைபீரியா போன்ற குளிர் நாடுகளில் மனிதர்கள் உருவாக்குகிற வீடுகளில் ஒரு வகையை குழிவீடுகள் என்று அழைக்கலாம். சுவர்களின் மேற்பகுதியும் மேற்கூரையும் மட்டுமே தரை மட்டத்தில் இருக்கும். வீட்டின் மற்றப் பகுதிகள் தரைமட்டத்துக்குக் கீழேதான் இருக்கும்.

துபாயில் உள்ள, உலகிலேயே மிக உயரமான கட்டடம் 'புர்ஜ் கலிஃபா'

ஜிப்ஸிகள் என்று அழைக்கப்படுபவர்கள் நாடோடிகள். அவர்கள், தாங்கள் பயணம் செய்யும் வண்டிகளிலேயே தங்கிக்கொள்வார்கள். பழங்காலத்து இந்தியாவின் சில பிரதேசங்களில், கொல்லர்களும் ஆசாரிகளும் தங்கள் பணிக்கருவிகளுடன் கைவண்டியைத் தள்ளியபடியே, குடும்பத்துடன் பயணம் செய்யும் வழக்கம் இருந்தது.

குடிசை அமைப்பதற்குத் தேவையான பொருட்களைச் சுமந்து பயணம் செய்யும் நாடோடி மேய்ப்பர்கள் தமிழ்நாட்டில் உண்டு. இவர்கள் தங்கள் கால்நடைகளுடன் புதிய மேய்ச்சல் இடங்களைத் தேடிச் செல்கிறார்கள். தங்களுக்கு ஏற்ற இடத்தை அடைந்த பிறகு அங்கேயே குடிசை அமைத்துத் தங்குகிறார்கள். இவர்களின் குடிசை 'பட்டிக்குடிசை' என்று அழைக்கப்படுகிறது.

கீற்று வீடுகள், ஓட்டுவீடுகள், காங்கிரீட் கட்டடங்கள், கல்நார்க்கூரை அமைக்கப்பட்ட வீடுகள் (*Asbestos roof*), தகரக்கூரை அமைக்கப்பட்ட வீடுகள் என்று பல வகையான வீடுகள் இருக்கின்றன. ஆனால் கல்நார் மற்றும் தகர வீடுகளில் கோடையில் வசிப்பது மிகவும் சிரமம்.

பல வீடுகள் கொண்ட கட்டடத்துக்கு, அடுக்குமாடிக் குடியிருப்பு என்று பெயர். நகரங்களில் அடுக்குமாடிக் குடியிருப்புகள் நிறைய உள்ளன. நகரங்களில் மக்கள் தொகை மிகவும் அதிகமாக இருக்கும். எல்லோருக்கும் தனித்தனியாக வீடு கட்டுவதற்கு இடம் இருக்காது. எனவே மக்கள், அடுக்குமாடிக் குடியிருப்புகளில் குடியேறுகிறார்கள்.

ஆனால், நம் நாட்டில் தங்க இடம் இல்லாமல் தெருவோரங்களில் வசிப்பவர்கள் பல்லாயிரம்பேர் இருக்கிறார்கள். மனிதர்கள் வசிப்பதற்கு சற்றும் தகுதியற்ற இடங்களில் வாழ்ந்துகொண்டிருப்பவர்களும் எண்ணற்றோர் உள்ளனர்.

•

50

இனியொரு யுத்தம் வேண்டவே வேண்டாம்!

உலகிலேயே மிகக் கொடூரமான மனிதப் படுகொலை நடந்த நாள், ஆகஸ்ட் 6, 1945. அன்று காலையில் 8.15 மணிக்கு, ஜப்பானின் ஹிரோஷிமா நகரத்தையே நடுங்கச் செய்தபடி, உலகில் எந்த இடத்திலும் பயன்படுத்தியிராத அணுகுண்டு வெடித்தது. இல்லை, அமெரிக்காதான் வெடிக்கச் செய்தது. ஒரு நொடியில் ஹிரோஷிமா தகர்ந்தது. அணுகுண்டு வெடித்தபோது ஏற்பட்ட அதிபயங்கரமான வெப்பத்தில், சுற்றிலும் இருந்தவை எல்லாம் சாம்பலாயின. கட்டடங்கள் உடைந்து நொறுங்கின. அணுக் கதிர்வீச்சால் ஏற்பட்ட நோய்கள் மூலம் ஆயிரக்கணக்கானோர் இறந்தார்கள்.

முதல் அணுகுண்டு ஹிரோஷிமாவில் வீழ்ந்தபோது ஏற்பட்ட பேரழிவுகளை விவரிப்பதற்கு எந்த மொழியிலும் வார்த்தைகள் இல்லை. இனி, போருக்கு எதிராகக் குரலெழுப்பும் மக்களால்தான் இந்த உலகம் வாழும். ஜப்பானின் ஹிரோஷிமாவிலும், நாகசாகியிலும் நடந்ததைப்போன்ற அணுகுண்டுத் தாக்குதல் இனி எப்போதுமே எங்குமே நடக்கக் கூடாது. ஒவ்வொரு மனித உயிரும் இந்த உலகின் மாபெரும் நம்பிக்கை; அளவற்ற மதிப்புடையது.

ஹிரோஷிமாவில் அணுகுண்டு விழுந்ததற்கு இரண்டு வருடங்கள் முன்புதான் ‘ஸடாக்கோ ஸஸக்கி’ பிறந்தாள். அணுகுண்டுத் தாக்குதலின் கோர விளைவுகள் ஹிரோஷிமாவின் ஒரு பகுதியைச் சாம்பலாக்கிய நாட்களில் அவளுக்கு இரண்டே வயதுதான். அணுகுண்டு விழுந்த இடத்திலிருந்து இரண்டரை கிலோமீட்டர் தூரத்தில்தான் அவள் வீடு இருந்தது. அப்போது அவளுக்கு சிறு காயம்கூட ஏற்படவில்லை.

ஸடாக்கோ ஸஸக்கியின் உருவச்சிலை (குழந்தைகளின் சமாதான நினைவுச் சின்னம்)

அவள் ஆரோக்கியமான சிறுமியாக வளர்ந்தாள். சிறு வயதிலிருந்தே அவள் நன்கு ஓடக்கூடியவளாக இருந்தாள்.

அவளுக்குப் பன்னிரண்டு வயதானது. ஏழாம் வகுப்பில் படித்துக்கொண்டிருந்தாள். ஒருநாள் ஓடிக்கொண்டிருந்தபோது அவளுக்குத் தலைசுற்றியது. களைப்பாக இருந்தது. ஆரம்பத்தில் அவள் இதைப் பொருட்படுத்தவில்லை. ஆனால், நாளடைவில் அவளுக்கு தீராக் களைப்பு ஏற்பட்டது. ஒருமுறை மைதானத்தில் பயிற்சி செய்துகொண்டிருக்கும்போது மயங்கி விழுந்தாள்.

கடைசியில், எல்லோரின் அன்புக்கும் பாத்திரமான அவளுக்கு ரத்தப் புற்றுநோய் என்று கண்டுபிடித்தார்கள்.

சிறுமியான அவளுக்கு ரத்தப் புற்றுநோய் வருவதற்குக் காரணம் என்ன?

அணுகுண்டின் விஷக் கதிர்கள் வெகுதூரம் கடந்து வந்து, அந்தச் சின்னஞ்சிறுமியின் உடலிலும் நுழைந்திருந்தன.

ஆனால், அவள் சாக விரும்பவில்லை. வாழ வேண்டும்... விளையாட வேண்டும்... சிரிக்க வேண்டும்... நல்ல ஓட்டக்காரியாக வேண்டும் என ஆசைப்பட்டாள்.

அவளிடம் ஒரு தோழி இப்படிச் சொன்னாள்: "சாகாமல் இருப்பதற்கு ஒரு வழி இருக்கிறது. ஆயிரம் காகிதக் கொக்குகள் செய்தால் சாகாமல் இருக்கலாம்."

கொக்குகள், ஜப்பானியர்களின் புனிதப் பறவை.

அதனால் ஸடாக்கோ கொக்குகள் செய்யத் தொடங்கினாள். இடைவிடாமல் செய்து ஐநூறு காகிதக் கொக்குகள் சேர்த்துவிட்டாள். இப்போது அவளது சோர்வு குறைந்தது. அவள் மகிழ்ச்சியடைந்தாள். ஆயிரம் கொக்குகள் தயாரிக்க முடிந்தால் எவ்வளவு நன்றாயிருக்கும் என்று நினைத்தாள். கடைசியில் ஸடாக்கோ, ஆயிரம் கொக்குகள் செய்து முடித்துவிட்டாள். இனி தான் உயிர் பிழைத்துவிடுவோம் என்று உறுதியாக நம்பினாள். ஆனால், 1955 அக்டோபர் 25 ஆம் நாள் அவள் இந்த உலகை விட்டுப் பிரிந்தாள்.

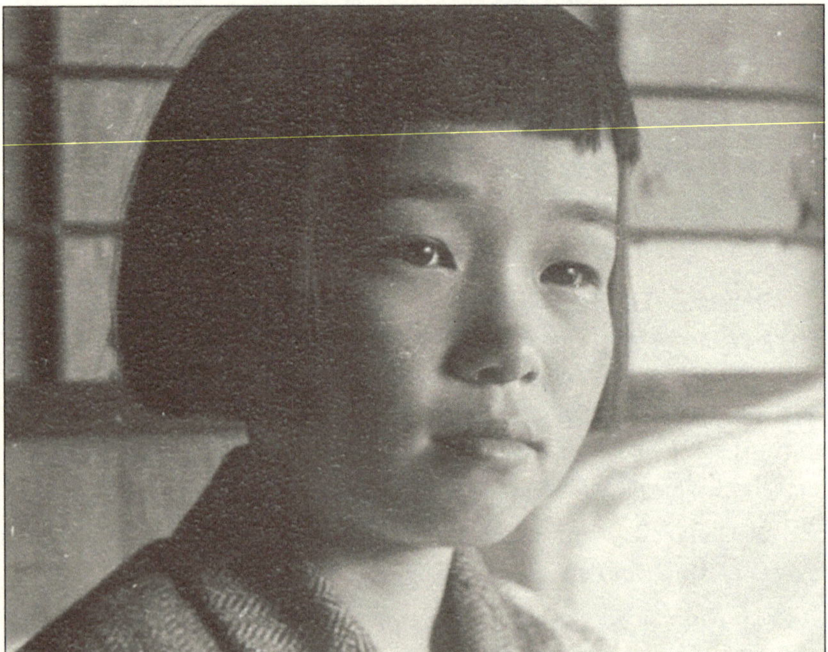

ஸடாக்கோ ஸஸக்கி

அணுக்கதிர் நோய்கள் மூலம் மிகக் கொடிய துன்பங்கள் அனுபவித்து இறந்துபோன குழந்தைகளை நினைவுபடுத்தும் சின்னமாக மாறிவிட்டாள் ஸடாக்கோ. அவள் நண்பர்களால் அவளை மறக்க முடியுமா? ஸடாக்கோவின் வகுப்பிலிருந்த 39 பிள்ளைகளும் சேர்ந்து, ஸடாக்கோவுக்கு ஒரு நினைவுச் சின்னம் அமைக்க வேண்டும் என்று முடிவு செய்தார்கள். குழந்தைகளிடமிருந்து மட்டுமே அவர்கள் பணம் வசூல் செய்தார்கள். இந்தச் செய்தி ஜப்பான் முழுதும் பரவியது. நாட்டின் அனைத்துப் பள்ளிகளைச் சேர்ந்த குழந்தைகளும் இந்தச் செயலுக்கு உதவி செய்தார்கள். பிறகு மற்ற நாடுகளைச் சேர்ந்த குழந்தைகளும் இந்தத் திட்டத்துக்குத் தோள் கொடுத்தார்கள்.

அப்படித்தான் ஹிரோஷிமா நகரத்தில் குழந்தைகளின் சமாதான நினைவுச் சின்னத்தை அவர்கள் கட்டி முடித்தார்கள். அதில் இப்படி எழுதிவைத்தார்கள்:

இந்த உலகத்தில் என்றும் சமாதானம் நிலைக்க வேண்டும்.

இதுதான் எங்கள் வேண்டுகோள்.

இதுதான் எங்கள் பிரார்த்தனை.

இந்த அமைதியின் செய்தியை, தோழமையின் செய்தியை நாம் உலகம் முழுதும் பரவச் செய்வோம். எங்கும் எப்போதும் இனியொரு யுத்தம் வேண்டாம்.

●

51

செர்னோபில் குழந்தைகள்

2015ல் இலக்கியத்திற்கான நோபல் பரிசு பெற்றவர், 'ஸ்வெட்லானா அலெக்ஸியேவிச்' *(Svetlana Alexievich)*. இவர் எழுதிய முக்கியமான நூல்களில் ஒன்று, 'செர்னோபில் பிரார்த்தனை' *(Chernobyl Prayer)*. பழைய சோவியத் யூனியனின் செர்னோபிலில் ஒரு அணு உலை *(Atomic reactor)* இருந்தது. 1986, ஏப்ரல் 26ல் அந்த அணு உலையில் ஏற்பட்ட விபத்தின் காரணத்தால் அணு உலை வெடித்தது. இதில் பலர் இறந்தார்கள்; பலர் நோயுற்றார்கள். மக்கள் தங்கள் வீட்டைவிட்டு வெளியேற நேர்ந்தது. அணு உலை வெடிப்பால் எப்படியெல்லாம் மக்கள் துன்புற்றார்கள் எனும் விவரங்கள் இந்தப் புத்தகத்தில் உள்ளன.

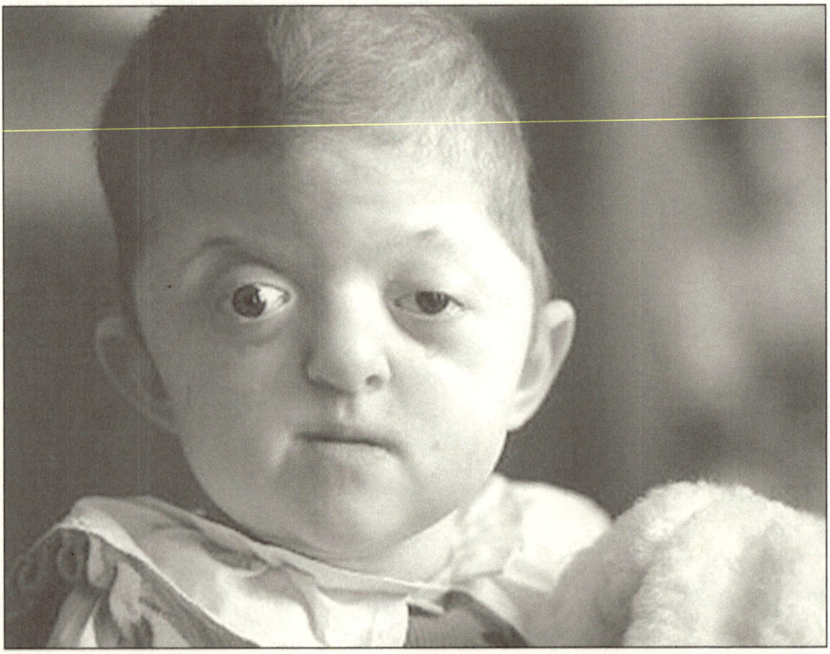

செர்னோபில் அணு உலை விபத்தால் பாதிக்கப்பட்ட குழந்தை

இந்த விபத்து நடந்து முப்பதுக்கும் மேற்பட்ட ஆண்டுகள் கடந்தும் அந்தப் பிரதேசங்கள் இன்னும் மனிதர் வாழத் தகுதியற்ற இடங்களாக இருக்கின்றன. எந்த நிலையிலும் அணுத் தொழில்நுட்பம் ஆபத்துதான் என்பதை இது நமக்கு நினைவூட்டுகிறது. செர்னோபில் பிரார்த்தனை எனும் அந்தப் புத்தகத்தில், அணு உலை வெடிப்பால் ஏற்பட்ட துன்பங்களைப் பற்றி குழந்தைகள் சொன்ன விஷயங்களும் இருக்கின்றன. ஆறு முதல் பதினாறு வயதுவரையுள்ள பதினான்கு குழந்தைகள் அன்றைக்கு ஏற்பட்ட துயரத்தைப் பற்றி ஸ்வெட்லானா அலெக்ஸியேவிச்சிடம் பேசினார்கள். அவர்களில் பெரும்பாலான குழந்தைகள் இதற்குள் பூமியைவிட்டுப் போய்விட்டார்கள். பழைய சோவியத் நாட்டைச் சேர்ந்த அந்தக் குழந்தைகளின் வார்த்தைகளை நாம் கேட்போம்:

1

அங்கே கருநிற கனத்த மேகம் இருந்தது. அது பெரிய மழையாகப் பொழிந்தது.

சிறிய குளம். யாரோ சாயம் ஊற்றியதுபோல இருந்தது. அது மஞ்சள் நிறமானது... பிறகு பச்சை நிறமானது. பூக்களிலிருந்து மகரந்தத் தூள்கள் விழுந்துதான் இப்படி ஆகியிருக்கிறது என்று சிலர் சொன்னார்கள். நாங்கள் அந்தக் குளத்தில் குதியாட்டம் போடவில்லை. சும்மா பார்த்துக்கொண்டிருந்தோம்.

அணுக் கதிர் வீச்சின் தாக்கத்தை ஆராய்கிறார்கள்

பாட்டி எங்களை நிலவறைக்கு அழைத்துச் சென்று அடைத்தார். அவர் மண்டியிட்டு பிரார்த்தனை செய்தார். எங்களையும் பிரார்த்தனை செய்யச் சொன்னார். 'கடவுளைக் கூப்பிடுங்கள். இது உலகத்தின் முடிவு. இது நம் பாவங்களுக்கு கடவுள் கொடுத்த தண்டனை.' என் அண்ணனுக்கு அன்று எட்டு வயது. எனக்கு ஆறு வயது. நாங்கள் என்ன பாவங்கள் செய்தோம் என்று நினைத்துப் பார்த்தோம். அவன், ராஸ்பெரி பழக்கூழ் *(Jam)* நிறைத்த ஒரு ஜாடியை உடைத்துவிட்டிருந்தான். வேலியில் சிக்கி என் புதிய உடை கிழிந்துவிட்டது; அதை நான் அம்மாவிடம் சொல்லாமல் உடையை அலமாரியில் ஒளித்து வைத்துவிட்டேன், இது என் நினைவில் வந்தது.

அம்மா பெரும்பாலும் கருநிற உடைகள்தான் அணிந்திருந்தார். தலையில் கருப்பு தலைக்குட்டை *(Scarf)* அணிவார். எப்போதும் எங்கள் தெரு வழியே, யாரையாவது அடக்கம் செய்யக் கொண்டுபோக வேண்டியிருந்தது. மனிதர்கள் துக்கத்துடன் கதறினார்கள். மரணச் சடங்குகளின் ஓசை கேட்டால் நான் உடனே வீட்டுக்கு ஓடுவேன்; கடவுளிடம் பிரார்த்தனை செய்வேன்.

என் அப்பாவுக்காகவும் அம்மாவுக்காகவும்தான் நான் கடவுளிடம் மன்றாடினேன்.

2

எங்களை தூரத்துக்குக் கொண்டு செல்லத்தான் ராணுவத்தினர் டிரக் வண்டிகளுடன் வருகிறார்கள். போர் ஆரம்பித்துவிட்டது என்று எனக்குத் தோன்றியது.

ராணுவத்தினரின் தோளிலிருந்தவை பொம்மைத் துப்பாக்கிகள் அல்ல. அவர்களின் வாயிலிருந்து வந்த, 'சக்தி இழக்கச் செய்தல், ஐசோடோப்புகள்' போன்ற வார்த்தைகள் எனக்குப் புரியவில்லை.

3

பொருட்களையெல்லாம் உள்ளே வைத்து வீட்டைப் பூட்டும்போது, நாங்கள் வளர்த்துவந்த வெள்ளெலியையும் வீட்டுக்குள் விட்டோம். அதுவொரு வெள்ளை நிறக் குட்டி எலி. அதற்கு இரண்டு நாட்களுக்குத் தேவையான உணவும் வைத்தோம்.

ஆனால், நாங்கள் பிறகு ஒருபோதும் அந்தப் பழைய வீட்டுக்குப் போகவில்லை.

4

முதன்முதலாக நான் ரயிலில் ஏறினேன். குழந்தைகளையெல்லாம் அந்த ரயிலுக்குள் திணித்திருந்தார்கள். சிறிய குழந்தைகள் மூக்கு ஒழுகியபடியே, 'அம்மா, என் அம்மா எங்கே? நான் மீண்டும் வீட்டுக்குப் போகவேண்டும்' என்று அலறினார்கள். அப்போது எனக்குப் பத்து வயது. நான் உள்ளிட்ட சிறுமிகள், அழும் குழந்தைகளைச் சமாதானப்படுத்தினோம். பிளாட்பாரத்தில் நின்றிருந்த பெண்கள் எங்கள் ரயிலை நோக்கி சிலுவை வரையும்

அணுக் கதிர் வீச்சின் பாதிப்பு

சைகை செய்தார்கள். எங்களுக்காக அவர்கள் பிஸ்கெட், பால், சூடான உருளைக்கிழங்கு ஆகியவற்றைக் கொண்டு வந்தார்கள்.

எங்களை லெனின்கிராடு மாகாணத்துக்குக் கொண்டு வந்தார்கள். எங்கள் ரயில், ரயில் நிலையத்துக்கு வரும்போது அங்கிருந்த மக்களெல்லாம் தூரத்தில் விலகி நின்று சிலுவையிட்டார்கள். அந்த ரயில் வண்டியைப் பார்த்து அவர்கள் பயந்தார்கள். எல்லா இடங்களிலும் வண்டியின் மீது நீண்ட நேரம் தண்ணீர் ஊற்றிக் கழுவினார்கள். ஒரு ரயில் நிலையத்தில் நாங்கள் சாப்பாட்டுக் கடைக்குள் ஓடிப் புகுந்தோம். அப்போது அவர்கள் மற்ற யாரையும் உள்ளே விடாமல் தடுத்து நிறுத்தினார்கள். ‘உள்ளே செர்னோபில் பிள்ளைகள் ஐஸ்கிரீம் சாப்பிடுகிறார்கள்’ என்று அவர்கள் சொன்னார்கள். கவுண்டரில் இருந்த பெண் தொலைபேசியில் யாரிடமோ இப்படிச் சொல்லிக்கொண்டிருந்தாள்: ‘அவர்கள் போன பிறகு நாங்கள் தரையெல்லாம் பிளீச்சிங் பவுடர் போட்டுக் கழுவுவோம். கிளாஸ்களையெல்லாம் கொதிக்கும் நீரில் போட்டு சுத்தப்படுத்துவோம்.’ இந்தப் பேச்சை நாங்கள் கேட்டோம்.

மருத்துவர்கள் சிலர் எங்களைப் பார்ப்பதற்கு வந்தார்கள். அவர்கள் முகமூடிகளும் கையுறைகளும் அணிந்திருந்தார்கள். அவர்கள் எங்கள் உடைகளை மட்டுமல்ல, எங்கள் பேனா, பென்சில், உறைகள் என்று எல்லாவற்றையும் எடுத்துச் சென்றார்கள். அவற்றையெல்லாம் பிளாஸ்டிக் பைகளில் வைத்து தூரத்துக் காட்டுக்குக் கொண்டு போய் புதைத்தார்கள்.

நாங்கள் மிகவும் பயந்தோம். அதன் பிறகுதான் நாங்கள் சாகப்போகிறோம் என்று எங்களுக்குத் தோன்றத் தொடங்கியது.

5

எனக்கு அடுத்த படுக்கையில் ஒரு பையன் இருந்தான். அவன் பெயர் ‘வாடிக் கொரிங்கோ’. அவன் எனக்கு பறவைகள், சிறிய வீடுகள் ஆகியவற்றை வரைந்து கொடுத்தான். அவன் போய்விட்டான். ‘மரணத்துக்குப் பயப்பட வேண்டியதில்லை. நீங்கள் தூங்குகிறீர்கள். நீண்ட நேரம் தூங்குகிறீர்கள். பிறகு நீங்கள் விழிப்பதில்லை.’ இப்படித்தான் வாடிக் என்னிடம் சொல்லியிருந்தான். ஒரு பெரிய பையன் வாடிக்கிடம், ‘இறந்துவிட்டால் வேறொரு இடத்துக்குச் சென்று நீண்ட காலம் வாழ்வோம்’ என்று சொல்லியிருந்தான். அதனால் வாடிக் பயப்படவே இல்லை.

6

நாங்கள் வீட்டை விட்டு வெளியேறினோம்.

என் அப்பாவிடம் பாட்டி, ஒரு மூட்டை தானியம் எடுத்துக்கொண்டு வரும்படிச் சொன்னார். பிறகு அதை தோட்டத்தில், 'கடவுளின் பறவைகளுக்காக' தூவினோம். ஒரு சல்லடையில் முட்டைகள் எடுத்து, 'நம் பூனைகளுக்கும் நாய்களுக்கும்' வைத்தோம். அவற்றுக்காக பன்றிக் கொழுப்பும் அரிந்து வைத்தோம். சிறிய பையில் இருந்த கேரட், வெள்ளரி, வெங்காயம் ஆகியவற்றின் விதைகளையெல்லாம் உதறியெடுத்து காய்கறித் தோட்டத்தில் தூவினோம். 'அவை மண்ணில் வாழட்டும்' என்று வாழ்த்தினோம். பிறகு வீட்டைக் குனிந்து வணங்கினோம். களஞ்சிய அறையை வணங்கினோம். ஒவ்வொரு ஆப்பிள் மரத்தையும் சுற்றி வந்து அவற்றையும் வணங்கினோம்.

புறப்படும் நேரத்தில் தாத்தா தலையிலிருந்து தொப்பியை எடுத்தார்.

7

நான் குழந்தையாக இருந்தேன். அப்போது எனக்கு ஆறு, இல்லை, எட்டு வயது இருக்கும் என்று நினைக்கிறேன். ஆமாம், எட்டு வயதுதான். அப்போதெல்லாம் மிகவும் பயந்துகொண்டிருந்தேன் என்பது எனக்கு நினைவிருக்கிறது. செருப்பு அணியாமல் புல்லில் ஓடுவதற்கு எனக்குப் பயமாக இருந்தது. அப்படிச் செய்தால் நான் இறந்துவிடுவேன் என்று அம்மா எச்சரித்திருந்தார். நீந்துவதற்கும் டைவ் அடிப்பதற்கும், எல்லாவற்றுக்கும் நான் பயந்தேன். காட்டில் உள்ள கனிகள், வண்டுகள் எதையும் நான் தொடவில்லை. மண்ணில் ஊர்ந்து செல்பவை எல்லாம்... எறும்புகள், வண்ணத்துப்பூச்சிகள் எல்லாமும் எல்லாமும் அணுக் கதிர்வீச்சால் பாதிக்கப்பட்டிருந்தன. எனக்கு தினமும் மூன்று வேளையும் ஒரு ஸ்பூன் அயோடின் கொடுக்கும்படி மருந்தகத்தில் சொன்னதை அம்மா நினைவுபடுத்துவார். ஆனால், அம்மா மிகவும் பயந்துகொண்டிருந்தார்...

நாங்கள் வசந்தகாலம் வருவதற்காகக் காத்திருந்தோம். டெய்ஸி செடிகள் முன்புபோலத்தான் வளருமா? வானொலி, தொலைக்காட்சி உட்பட எல்லோரும், உலகம் மாறப்போகிறது என்று சொல்கிறார்கள். டெய்ஸி செடிகள் வேறு ஏதாவதாக

ஆகிவிடும். நரிகளுக்கு இரண்டாவது வால் ஒன்றும் முளைக்கும். முள்ளம்பன்றிகள் முள் இல்லாமல் பிறக்குமாம், ரோஜாக்களுக்கு இதழ்கள் இருக்காதாம்! மனிதர்கள் மஞ்சள் நிறமாக ஆகிவிடுவார்களாம். புருவங்களும் இமைகளும் இல்லாத ஒரு மனித வகையாக காட்சியளிப்பார்களாம். அஸ்தமன சூரியன் சிவப்பு நிறத்தில் இருக்காதாம், பச்சையாக இருக்குமாம்.

நான் குழந்தை. எனக்கு எட்டு வயது.

வசந்தகாலம் வந்தது. அப்போது மொட்டுகளிலிருந்து இலைகள் துளிர்த்து வந்தன. முன்புபோலத்தான். அவை பச்சை நிறமாக இருந்தன. ஆப்பிள் மரங்கள் பூத்தன. வெள்ளைப் பூக்கள். செரி, அதே மணத்துடன் இருந்தது. டெய்ஸி செடிகளும் அதேபோன்று பழையபடிதான். நாங்கள் தூண்டில்காரர்களிடம் ஓடினோம். மீன்களுக்கு தலையும் வாலும் இருக்கின்றனவா என்று தெரிந்துகொள்ள வேண்டுமே. பறவைக்கூடுகள், பறவைக் குஞ்சுகள்...

எங்களுக்கு நிறைய வேலைகள் இருந்தன. நாங்கள் நிறைய விஷயங்களைப் பரிசோதித்துத் தெரிந்துகொள்ள வேண்டியிருந்தது.

8

பெரியவர்கள் முணுமுணுத்தார்கள். அது எனக்குக் கேட்டது.

நான் பிறந்த ஆயிரத்துத் தொள்ளாயிரத்து எண்பத்து ஆறில் எங்கள்

கிராமத்தில் வேறு யாரும் பிறக்கவில்லை. நான் மட்டும்தான். நான் பிறப்பதற்கு மருத்துவர்கள் அனுமதிக்கவில்லை. அவர்கள் என் அம்மாவை மிகவும் பயமுறுத்தினார்கள். என்னை வயிற்றில் சுமந்துகொண்டிருந்த அம்மா மருத்துவமனையிலிருந்து வெளியேறி ஓடினார். பாட்டியுடன் மறைந்து வாழ்ந்தார். அப்படித்தான் நான் பிறந்தேன். பிறந்தபோது நான் ஆரோக்கியமாக இருந்தேன். மற்றவர்கள் பேசிக்கொண்டிருக்கும்போது இதெல்லாம் எனக்குக் கேட்டது.

செர்னோபில் அணு உலை விபத்து பற்றிய படக்காட்சியை அவர்கள் எங்கள் நகரத்துக்குக் கொண்டு வந்து காட்டினார்கள். அந்தப் படத்தில் ஒரு குதிரைக்குட்டி காட்டில் ஓடுகிறது. அதற்கு எட்டு அல்லது பத்து கால்கள் இருந்தன, மூன்று தலைகள் உள்ள கன்றுக்குட்டி, கூட்டில் இருக்கும் வழுக்கைத்தலை முயல்... அவையெல்லாம் பிளாஸ்டிக்போன்று தோன்றின. புல்வெளியில் நடந்துகொண்டிருந்தவர்கள் விண்வெளி உடை அணிந்திருந்தார்கள். அந்தப் படங்களில் இருந்த மரங்கள் தேவாலயங்களைவிட உயரமாக இருந்தன. அவற்றின் பூக்கள் மரங்கள் அளவு பருமனாக இருந்தன. கைகளை விரித்துக்கொண்டிருக்கும் ஒரு குழந்தையின் போட்டோவை நான் பார்த்தேன். அவன் மூக்கு, ஓ! அது, யானையின் தும்பிக்கைபோன்று இருந்தது. எனக்கு அழ வேண்டும்போலிருந்தது; கத்த வேண்டும் என்று தோன்றியது. 'இதுபோன்ற காட்சிகள் எங்களுக்கு வேண்டாம்! இவற்றை இங்கே கொண்டு வராதீர்கள்! இங்கே உள்ளவர்கள் எல்லோரும், அணுக் கதிர்வீச்சின் விளைவால் நடக்கும் மரணத்தைப் பற்றியும், மரபணு மாற்றம் ஏற்பட்டவர்களைப் பற்றியும் பேசுகிறார்கள். போதும், போதும்!'

காட்சியின் முதல் நாளில் அதைப் பார்ப்பதற்கு நிறையப் பேர் வந்தார்கள். பிறகு யாரும் வரவில்லை. மாஸ்கோவிலும் செயின்ட் பீட்டர்ஸ்பர்க்கிலும் இதைப் பார்ப்பதற்கு கூட்டம் இருந்ததாக பத்திரிகைகள் எழுதின. எங்கள் ஊரில் இதைப் பார்ப்பதற்கு யாரும் வரவில்லை.

9

செர்னோபில் அணு உலை விபத்து நடந்து ஒரு வருடம் கடந்தபோது...

எங்கள் கிராமத்தில் இருந்த குருவிகளெல்லாம் முற்றிலும் காணாமல் போய்விட்டன. அவை எல்லா இடங்களிலும் செத்து

விழுந்து கிடந்தன. தோட்டங்களிலும் சாலையோரங்களிலும் இறந்து கிடந்தன. சருகுகளுடன் கூட்டி அள்ளி அவற்றை கண்டெய்னர்களில் போட்டு தூரத்துக்குக் கொண்டு சென்றார்கள். அந்த முறை சருகுகளை எரிப்பதற்கு அனுமதியில்லை. அணுக் கதிர்வீச்சின் பாதிப்புக்கு உட்பட்டதாக இருந்ததால் அவற்றையெல்லாம் புதைக்க வேண்டும்.

இரண்டு வருடங்களுக்குப் பிறகு குருவிகள் திரும்ப வந்தன. நாங்கள் பெருமகிழ்ச்சியுடன் கூவி அழைத்தோம். 'நேற்று நான் ஒரு குருவியைப் பார்த்தேன். அவையெல்லாம் திரும்ப வந்துவிட்டன.'

'காக்ஸ்பார்ஷ் பறவைகள் முற்றிலும் மறைந்துவிட்டன. அவை இன்னும் திரும்ப வரவில்லை. நம் ஆசிரியர்கள் சொல்வதுபோல, அவை மீண்டும் உருவாவதற்கு சில சமயம் ஒரு நூறு, அல்லது ஆயிரம் வருடம் தேவைப்படும்போலிருக்கிறது. எனக்கு ஒன்பது வயதுதான் ஆகிறது. ஆயினும் ஒருக்கால் நான் அந்தப் பறவைகளைப் பார்க்க முடியாதுபோலிருக்கிறது. என் பாட்டிக்கோ? அவருக்கு மிகவும் வயதாகிவிட்டது.'

10

செப்டம்பர் முதல் தேதி மீண்டும் பள்ளி திறந்தார்கள். அங்கே ஒரு பூங்கொத்துகூட இல்லை. பூக்களில் பெரிய அளவில் கதிர்வீச்சு உண்டு என்று அப்போதுதான் எங்களுக்குப் புரிந்தது. பள்ளி திறக்கும் நேரத்தில் எல்லா வருடமும் செய்வதுபோல, வண்ணம்

கைவிடப்பட்ட பள்ளிக்கூடம்

பூசுபவர்களுக்கும், தச்சர்களுக்கும் வேலை கொடுக்கவில்லை. ராணுவத்தினர் இருந்தார்கள். அவர்கள் பூக்களைப் பிடுங்கிப்போட்டார்கள். சுற்றிலுமுள்ள மண்ணை எடுத்து, ரயிலில் உள்ள டிரெக்குகளில் ஏற்றி தூரத்தில் எங்கோ கொண்டு சென்றார்கள். பழைய காலப் பூந்தோட்டத்தில் இருந்த மிகவும் வயதான மரங்கள்வரை வெட்டி அகற்றினார்கள். நாதியா பாட்டி, மனிதர்கள் இறக்கும்போது அழுவதைப்போல கதறி அழுதார்: 'ஐயோ! என் ஓக் மரம்! என் ஆப்பிள் மரம்! எல்லாம் போய்விட்டது, எல்லாம் போய்விட்டது...'

ஒரு வருடத்துக்குப் பிறகு எங்களையெல்லாம் அங்கிருந்து அகற்றினார்கள். நாங்கள் இருந்த கிராமத்தையே புதைத்து மூடினார்கள். என் அப்பா ஓட்டுநராகப் பணிபுரிந்தார். அவர் என்னை அங்கே அழைத்துச் சென்றார். எனக்கு அதைப் பற்றி சொல்லிக்கொடுத்தார். ராணுவத்தினர் முதலில் ஐந்து மீட்டர் ஆழமுள்ள குழிவெட்டினார்கள். பிறகு, தீயணைப்புத்துறையினர் வந்தார்கள். வீட்டின் மேற்கூரை முதல் அஸ்திவாரம்வரை தண்ணீரை அதிவேகமாகப் பீய்ச்சியடித்து வீட்டை வீழ்த்தினார்கள் . அதனால் அணுக் கதிர்வீச்சின் தூசு எழவில்லை. மேற்கூரை, சன்னல்கள், கதவுகள் எல்லாவற்றையும் கிரேனால் எடுத்து குழிக்குள் போட்டார்கள். பொம்மைகள், புத்தகங்கள், பாத்திரங்கள் என எல்லாவற்றையும் எல்லாவற்றையும் குழிக்குள் போட்டார்கள். மணலும் களிமண்ணும் இட்டு நன்கு புதைத்துக் கெட்டித்தார்கள். அப்படி அங்கே கிராமம் கட்டாந்தரையாகப் போய்விட்டது. பள்ளிக்கூடமும் சோவியத் கிராமமும் எங்கள் வீடும் அதன் அடியில் புதையுண்டுபோய்விட்டன. உலரவைத்துப் பாதுகாத்த பூக்களின் சேகரமும் அஞ்சல் தலை ஆல்பங்கள் இரண்டும் என்னிடமிருந்தன. அவையும் மண்ணுக்கு அடியில் போய்விட்டன. எப்படியாவது அவற்றை வெளியே கொண்டு வரவேண்டும் என்று நான் மிகவும் ஆசைப்பட்டேன்.

எனக்கு ஒரு சைக்கிள் இருந்தது. அதை அப்போதுதான் வாங்கியிருந்தோம். அதுவும் போய்விட்டது.

11

எனக்குப் பன்னிரண்டு வயதானது. எதுவும் செய்யாமல் நான் பெரும்பாலான நேரமும் வீட்டில் இருந்தேன். அஞ்சல்காரர், தாத்தாவுக்கு ஓய்வூதியம் கொடுக்க வருவார். எனக்கும் ஒரு

ஓய்வூதியம் உண்டு.

நான் ஒரு ரத்தப்புற்று நோயாளி என்று கண்டுபிடிக்கப்பட்ட பிறகு, என் பக்கத்தில் உட்காரவும் என்னைத் தொடவும் என் வகுப்பில் உள்ள பெண் பிள்ளைகள் பயந்தார்கள். நான் என் கைகளைப் பார்த்தேன். என் கைகள், பள்ளிப் பை, நோட்டுப் புத்தகங்கள் எதுவும் மாறவில்லை. பிறகு எதற்கு அவர்கள் என்னைப் பார்த்துப் பயப்படுகிறார்கள்? என் அப்பா செர்னோபிலில் வேலை செய்ததால்தான் நான் நோயாளியானேன் என்று மருத்துவர்கள் சொன்னார்கள். அதற்குப் பிறகுதான் நான் பிறந்தேன்.

ஆயினும் நான் என் அப்பாவை மிகவும் விரும்புகிறேன்.

12

சிறு வயதுமுதல் நான் தொழில்நுட்பத்தை விரும்பினேன்.

வளர்ந்த பிறகு எங்காவது தொழில்நுட்ப நிறுவனத்தில் வேலை செய்ய வேண்டும் என்று கனவுகண்டேன். என் அப்பாவும் தொழில்நுட்பத்துறையை விரும்பினார்.

அன்று காலையில் நான் தூங்கிக்கொண்டிருக்கும்போது என் அப்பா சென்றார். அதனால் அவர் போனது எனக்குத் தெரியாது. அம்மாவின் முகம் கண்ணீரால் நனைந்திருந்தது. ‘அப்பா செர்னோபிலுக்குப் போயிருக்கிறார்’ என்று சொன்னார் அம்மா.

என் அப்பா தூரத்திலிருக்கும் போர்முனைக்குச் சென்றிப்பதைப்போல, அவர் திரும்பி வருவதற்காக நாங்கள் ஆவலாகக் காத்திருந்தோம்.

திரும்பி வந்த அப்பா, மீண்டும் தொழிற்சாலைக்குச் செல்லத் தொடங்கினார். அவர் அதைப் பற்றி ஒன்றும் சொல்லவில்லை. என் அப்பா செர்னோபிலில் இருந்துதான் திரும்பி வந்தார். அங்கே அணு உலையைச்சுத்தம் செய்யும் குழுவில்தான் அப்பா வேலை செய்தார். அந்தக் குழுவினர்தான் உண்மையிலேயே ஆபத்தை வெல்வதற்கு உதவிய நாயகர்கள். இப்படிச் சொல்லி நான் எல்லோரிடமும் பெருமையடித்துக்கொண்டேன். என்னுடன் படிப்பவர்கள் என்னைப் பார்த்துப் பொறாமைப்பட்டார்கள்.

ஒரு வருடத்துக்குப் பிறகு அப்பா நோயாளியானார்.

அப்பாவுக்கு இரண்டாவது அறுவை சிகிச்சை செய்த பிறகு ஒரு நாள் நானும் அவரும் மருத்துவமனைப் பூங்காவில் நடந்துகொண்டிருந்தோம். அந்த சமயத்தில் அப்பா முதன்முதலாக

செர்னோபிலைப் பற்றி என்னிடம் சொன்னார்:

'நாங்கள் அணு உலைக்குச் சற்றுக் கீழே வேலை செய்துகொண்டிருந்தோம். உலைக்கு எவ்வளவு அருகிலிருந்து வேலை செய்ய முடியுமோ அவ்வளவு நெருக்கத்தில் பணி செய்தோம். எல்லாம் வழக்கம்போல. தோட்டத்தில் பூக்கள் மலர்ந்தன. ஆனால், அவை யாருக்காக? மக்கள் கிராமத்திலிருந்து போய்விட்டார்கள். காடுகளுக்கிடையில், கைவிடப்பட்ட ஒரு சைக்கிளை நான் பார்த்தேன். அது, அஞ்சல்காரருடையது. சைக்கிளில் இருந்த பை முழுதும் கடிதங்களும் பத்திரிகைகளும் இருந்தன. அதில் ஒரு பறவை கூடுகட்டியிருந்தது. ஒரு சினிமா பார்ப்பதைப்போல நான் அதையெல்லாம் பார்த்தேன்.

'தவிர்க்க முடிந்ததையெல்லாம், 'அணுக்கதிர் மாசு நீக்கம்' செய்தாகிவிட்டது. ஸீஸியம், ஸ்டிரான்சியம் எனும் நச்சு உள்ள நிலத்தின் மேல் மண்ணை வெட்டி எடுத்து நீக்கியாகிவிட்டது. ஆயினும், அணுக் கதிர்வீச்சை அளவிடும் கருவியான ரேடியேஷன் மீட்டர், அப்போதும் அணுக் கதிர்வீச்சு இருப்பதாகக் காட்டியது.

'நான் அங்கிருந்து வரும்போது என்னுடன் கைகுலுக்கினார்கள்; சுயநலமற்று சேவை செய்ததற்காக எனக்கு ஒரு பாராட்டுப் பத்திரமும் கிடைத்தது.'

என் அப்பா எப்போதும் அதையெல்லாம் நினைத்துப் பார்த்துக்கொண்டிருந்தார். கடைசிமுறை மருத்துவமனையிலிருந்து வெளியே வரும்போது இப்படிச் சொன்னார்: 'நான் உயிருடன் இருந்தால் இயற்பியலையும் வேதியியலையும் விட்டுவிடுவேன். தொழிற்சாலையிலிருந்து விலகி, ஆடு மேய்ப்பவனாக ஆகிவிடுவேன்.'

அம்மாவும் நானும் எங்களுடையதையெல்லாம் கைவிட்டோம். அம்மா விரும்பியதுபோல நான் அந்த தொழில்நுட்பக் கல்வி நிலையத்தில் சேரவில்லை. அங்குதான் அப்பா படித்தார்.

13

இரவு நேரத்தில் நான் பறந்தேன்.

பறக்கும்போது எனக்குச் சுற்றிலும் தெளிவான வெளிச்சம் இருந்தது. அது உண்மையோ, பொய்த் தோற்றமோ அல்ல. அந்த ஒளியின் பாகமாக ஆகிவிடலாம் என்று, அந்தக் கனவிலும் நான் அறிந்துகொண்டேன். ஒருக்கால், அதன் உள்ளே செல்லவும்

முடியலாம். என் நாக்கு சரியாக இல்லை; என் சுவாசமும் சரியாக இல்லை. என்னால் யாருடனும் பேசவும் முடியவில்லை. முன்பும் இதுபோல இருந்திருக்கிறது. எப்போது? என்னால் ஞாபகப்படுத்திக்கொள்ள முடியவில்லை. எல்லோருடனும் சேர வேண்டும் என்று எனக்கு ஆசை இருந்தது. ஆனால், யாரையும் பார்க்க முடியவில்லை. பிரகாசம் மட்டும்தான் இருக்கிறது. அதைத் தொட முடியும் என்று தோன்றும். அப்போது எனக்கு பயங்கரமான பருமன் ஏற்பட்டிருந்தது. நான் இப்போதெல்லாம் பார்ப்பதுபோன்ற வண்ணப் படங்களையும் பார்த்தேன். இந்தக் கனவின் இடையில், வேறு எதைப் பற்றியும் யோசிக்க முடியாத ஒரு நொடியும் வருகிறது.

நேற்று அம்மா வந்தபோது ஒரு சிலுவை கொண்டு வந்தார். வார்டின் சுவரில் அதைத் தொங்கவிட்டு, மண்டியிட்டு பிரார்த்தனை செய்தார். பேராசிரியர், மருத்துவர்கள், செவிலிகள் என எல்லோரும் இருந்தாலும்இந்தஇடம்அமைதியாக இருந்தது. இறக்கப்போவதைப் பற்றி எனக்கு எந்த எண்ணமும் இல்லை என்று அவர்கள் நினைக்கக்கூடும். ஆனால், இரவில் நான் பறக்கக் கற்றுக்கொள்கிறேன்.

பறப்பது சுலபம் என்று யார் சொன்னது?

எனக்கு இங்கே நிறைய நண்பர்கள் கிடைத்தார்கள். யுல்யா, காத்யா, வாடிம், ஓக்ஸானா, ஒலே... இப்போது ஆந்த்ரேவும். 'நாமெல்லாம் இறந்துவிடுவோம். அறிவியலின் பாகமாக மாறிவிடுவோம்' என்று ஆந்த்ரே சொன்னான். 'நாம் இறந்துவிடுவோம். எல்லோரும் நம்மை மறந்துவிடுவார்கள்' என்று காத்யா சிந்தித்தாள். 'நான் இறந்தவுடன் என்னை மயானத்துக்கு எடுத்துச் செல்லாதீர்கள். நான் மயானங்களுக்கு அஞ்சுகிறேன். அங்கே இருப்பது, இறந்தவர்களும் காக்கைகளும் மட்டும்தான். என்னை கிராமத்தின் வெட்டவெளியில் அடக்கம் செய்யுங்கள்' என்று ஓக்ஸானா விரும்பினாள். 'நாம் இறக்கப்போகிறோம்...' என்று சொல்லி, யுல்யா தேம்பி அழத் தொடங்கினாள்.

நான் பார்க்கும்போது, ஆகாயம் இப்போது உயிர்பெற்று விளங்குகிறது. அவர்களெல்லாம் அங்கே இருக்கிறார்கள்.

●●●

www.ingramcontent.com/pod-product-compliance
Lightning Source LLC
LaVergne TN
LVHW042301051026
849519LV00012B/1800
9789388986779